கரியோடன்

கரியோடன்

சாரோன்

எதிர்
வெளியீடு

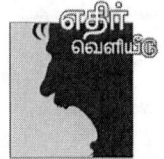

கரியோடன்
சாரோன்

முதல் பதிப்பு: ஜனவரி 2023
இரண்டாம் பதிப்பு: டிசம்பர் 2025

எதிர் வெளியீடு
96, நியூ ஸ்கீம் ரோடு, பொள்ளாச்சி – 642 002
தொலைபேசி: 04259 226012, 99425 11302

விலை: ரூ. 250

Kariyodan
Saron

Copyright © Saron

First Edition: January 2023
Second Edition: December 2025

Published by
Ethir Veliyeedu, 96, New Scheme Road, Pollachi – 2
Email: ethirveliyedu@gmail.com
www.ethirveliyeedu.com

ISBN: 978-93-90811-27-4
Cover Design: Santhosh Narayanan
Printed at Manipal Technologies Limited, Manipal

All rights reserved. No part of this book may be reprinted or reproduced or utilised in any form or by any electronic, mechanical or other means, now known or hereafter invented, including Photocopying and recording, or in any information storage or retrieval system, without permission in writing from the Publisher.

உள்ளடக்கம்

என்னுரை 07

- ஈசல் வேட்டை 11
- வெயில் நுரைக்கும் இரவுகள் 36
- கூச்சலிடும் நினைவுகள் 62
- ஈத்தை 82
- உதிர முத்தம் 93
- காட்டோடையை உடுத்தியவள் 106
- கரியோடன் 120
- அகவெளி வண்ணங்கள் 140
- லவ்சதாவும் கள்ளிக்காக்காவும் 163
- மழைகள் தீய்த்த இளமை 192

சமர்ப்பணம்

கல்வியின் வழியே எம் மண்ணின் மக்களை மனிதர்களாக்கிய மகாத்மா **அமெரிக்க மிஷினெரி வால்டர் டபிள்யூ பெட்ரம் அவர்களுக்கும்**

எனக்கு எழுத்தறிவித்த **முதல் ஆசிரியர் திருமதி புஷ்பராணி அம்மா** அவர்களுக்கும்

என்னுரை

காற்றில் இணையின் வாசத்தை இனம் கண்டு நடக்கும் ஆணுடும்பு போல...

பத்து வயது முதல் விடுதி வாழ்க்கை அனுபவம் எனக்கு... நகரம் அறிமுகமானது போலவே விடுதியும் முன்னூறு மாணவர்களும்... என அந்த வாழ்க்கை அந்த வயதிலேயே ஒரு தகர பெட்டிக்குள் ஒரு வீட்டையே அடக்கி வைத்து வாழப் பழக்கியது. (விடுதி வாழ்வின் அனுபவங்களைத் தனி நாவலாக எழுதிக்கொண்டிருக்கிறேன்.)

அந்தப் பத்து வயதில் முதன்முதலாக அப்பா அம்மாவிற்கு கடிதங்கள் எழுதுவதற்கு நிர்பந்தித்தது அந்தச் சூழல். அவை ஒரு வலி மிகுந்த அனுபவங்கள். 15 பைசா அஞ்சல் அட்டை (post card), 35 பைசா உள் நாட்டு அஞ்சல் உறை (inland letter cover) இவைகளில் அழுகையும் மருகுதலுமான வரிகள் வடிந்து திடப்பட தொடங்குகையில் வெறுப்பு மண்டும். என்னைப் போலவே என்னைச் சுற்றிலும் பலரும் அழுதுகொண்டேதான் கடிதங்களை எழுதிக்கொண்டு இருப்பார்கள். துக்கத்தை, துயரத்தை, அனாதரவை அழுகையை எப்படி கடிதத்தின் வழியாகக் கடத்த முடியும்? எழுதுகிற சொற்களால் அப்பா அம்மாவின் மனங்களைக் கரைத்து ஓடி வந்து வீட்டிற்கு அழைத்துச் செல்லும்படி உருக வேண்டும் என்றுதான் முதன் முதலில் எழுதத் தொடங்கியதாக நினைவு.

அன்புள்ள அப்பா அம்மா அக்கா தங்கை நைனா ஆயம்மா மற்றும் ஆடுகள் மாடுகளுக்கு உங்கள் அன்பு மகன் கண்ணீரோடு எழுதுவது... நீங்கள் அங்கு நிம்மதியாக இருக்கிறீர்கள், நான் இங்கு அனாதையாக அடி, உதைகளை வாங்கிக்கொண்டு செத்துக்கொண்டு இருக்கிறேன்...

அன்பும் பண்பும் பாசமும் நேசமும் நிறைந்த அப்பா அம்மா...

இவைகளைத் தாண்டி செடி, கொடிகளை, கோழிக்குஞ்சுகளை, கிளிகளின் கூட்டை, தாய் மாட்டையும் அதன் கன்றையும் உருவகப்படுத்தி இரக்கம் பெற்று விடும் நோக்கத்தில் எனது கதியை எழுதியவைதான் பாடங்கள் கடந்த எனது முதல் எழுத்துக்கள்...

ஆறாவதுக்கு மேல் படிக்க வசதியற்று நின்றுபோன அப்பா எழுதும் பதில் கடிதங்கள் தான் நான் முதன்முதலில் வாசித்த இலக்கிய எழுத்துக்கள். ஊரில் மழை – வெயில், ஓடையில் தண்ணீர் ஓடுதல் – கிணறுகள் நிரம்பி வழிதல், வீட்டு எருமைகள் கன்று ஈனுதல் – மந்தையில் ஆடுகள் ஈத்தை எடுத்தல், முட்டை வைக்கும் கோழி அடைகாத்தல் – குஞ்சிகள் பொறிப்பது, காட்டில் பூத்திருக்கும்

பூக்கள், காட்டோடையில் நீந்தும் மீன்கள்... காலையில் வாசல் முருங்கை மரத்திற்கு வந்து முருங்கைப் பூக்களில் தேன் குடிக்கும் தேன்சிட்டுக்கள், எரவாணத்தில் கூடு கட்டியிருக்கும் சிட்டுக்குருவிகள்... ஊரெங்கும் புஞ்சை கரம்புகளில் செழித்திருக்கும் களக்கா, துவரை, ஆமணக்கு செடிகள் இவற்றோடு உறவினர் ஊரார்... திருமணங்கள், குழந்தைப் பிறப்புகள், மரணங்கள்... என காட்சிகளைச் சுமந்து வரும் கடிதங்கள் என்னை தனிமையில் கதறி உடைந்து அழவும் சிரிக்கவும் செய்யும். மடிந்து உடைந்து கிழியும் வரை ஒவ்வொரு கடிதமும் ஜோப்புகள் மாறி மாறி கூடவே இருக்கும். ஒவ்வொரு கடிதத்தையும் எத்தனை முறை படித்திருப்பேன் எனத் தெரியாது. அடுத்த கடிதம் வரும் வரை அந்தக் கடிதம்தான் அப்பா அம்மாவாக உடனிருக்கும்.

பைபிள் வாசகங்கள் நிரம்பியிருக்கும் அப்பாவின் அந்தக் கடிதங்கள் உருக்கமான உரைநடையாக கவிதை, சிறுகதை நாவல்களுக்கான கருக்கள் நிறைந்தவை. எண்ணிலடங்கா அந்த இலக்கியங்களை நான் பாதுகாக்கவேயில்லை. அந்தக் குற்ற உணர்வு என்னை இப்போதும் அலைக்கழிக்கவே செய்கிறது. பிறகான என் வாசிப்பில் அப்படி ஒரு எழுத்தை, இலக்கிய வடிவத்தை நான் கண்டடையவேயில்லை. இப்படி கடிதங்களின் தொடர்ச்சியாகத்தான் நான் எழுதத் தொடங்கியதும்.

எனது எழுத்துக்களின் முதல் களம் நான் பிறந்து வளர்ந்த ஊரும், எங்களுக்கு வாழ்வு தந்த காடுகளும் தான். விறகு வெட்டி விற்றுப் பிழைக்கும் வாழ்வு தான் பெரும்பாலானவர்களுக்கு. ஆடு மாடுகள் மேய்த்தல், காட்டின் பருவ காலங்களில் கிழங்கு காய் பழங்கள் மூங்குருத்து காளான் என காலமெல்லாம் மக்களைப் பசியாற்றும் சொர்க சமுத்திரம் எங்கள் காடு. மலைகளும் காடும் சூழ்ந்த அந்த நிலப்பரப்பில் தமிழையும் தெலுங்கையும் தாய்மொழியாகக் கொண்ட மனித உறவுகளும், அவர்களின் வாழ்வியல் அனுபவங்களும்தான் என்னை எழுத வைப்பதாக உணருகிறேன். மற்றொன்று எனக்கு வாய்த்திருக்கும் தேடல் நிறைந்த நகர வாழ்க்கையின் பயணங்களும் அவைகளில் நான் சந்திக்கும் மனிதர்களும் அனுபவங்களும்.

மழையிரவு முடிந்த இளங்காலையின் ஈர வெயிலில் வீசும் காற்றுள், காடே மணந்து கிடக்கும். ஆயிரக்கணக்கான மகரந்த இழைகளுள் கலந்திருக்கும் தன் இணை பெண் உடும்பின் தனித்த உடல் வாசத்தை கண்டெடுத்து நடக்கும் ஆண் உடும்பின் பயணத்தைப் போலதான் என் எழுத்துக்களுக்கான அனுபவங்களைக் கண்டெடுக்கிறேன்.

இத்தனைக்காலமாக எழுதி வந்தும் எனது எழுத்துக்கள் நூலாகத் தொகுக்கப்படாதது ஒருவித விபத்து அல்ல. பல இலக்குகளின் பின்னால் அலையுறும் என் வாழ்வின் கண்டெடுக்கப்படாத தேடலினூடான விரக்தியும் நம்பிக்கையுமே.

தொகுப்பில் இடம்பெற்றிருக்கும் கதைகளை வெளியிட்ட *புதியபார்வை, தீராநதி, தி சண்டே இந்தியன், திசை எட்டும், காக்கைச் சிறகினிலே* மற்றும் *ஆவநாழி* (மின்னிதழ்) ஆகிய இதழ்களுக்கு எனது நெகிழ்ந்த நன்றியினைத் தெரிவிக்கிறேன்.

மொழிபெயர்ப்புகளை மட்டுமே பிரசுரிக்கும் திசைஎட்டும் இதழில், 'திசைகளெங்கும் பரவ வேண்டிய தமிழ்ச்சிறுகதை' என தலைப்பிட்டு அய்யா திரு. குறிஞ்சிவேலன் அவர்கள் எனது இரண்டு கதைகளை வெளியிட்டார். அவ்விரண்டு கதைகளையும் தெலுங்கில் மொழியாக்கம் செய்து *விபுலா, அருணதாரா* இதழ்களில் வெளிவரச் செய்தார் தெலுங்கு எழுத்தாளரும், மொழிபெயர்ப்பாளருமான திரு. பாலாஜி அவர்கள். (இதற்கு காரணமானவரும் திரு. குறிஞ்சிவேலன் அவர்களே) இருவருக்கும் எனது நன்றியும் அன்பும். வேறு சில கதைகளையும் மொழிபெயர்த்து தெலுங்கு இதழ்களில் வெளிவரச் செய்து வரும் திரு. பாலாஜி அவர்களின் நட்பு அரிதான ஒன்று.

தோழர்கள் சுந்தரபுத்தன், கூத்தலிங்கம், அசோகன், மணிகண்டன், முத்தையா, பீர்முகமது, கார்டூனிஸ்ட் பாலா... போன்றவர்களின் நட்பும் அன்பும் எனது எழுத்துக்களுக்கு உரம் சேர்த்ததை நன்றியுடன் நினைக்கிறேன்.

ஒரு தொடக்கப்பள்ளி ஆசிரியனைப் போல் எனது எழுத்துக்களை திருத்தி, செப்பனிட்டு நெறிப்படுத்தி *அமிழ்தம், துடிப்பு* இதழ்களில் எனது முதல் எழுத்துகளை வெளியிடச் செய்த தொண்டை மண்டல வாழ்வியலை தன் படைப்புகளால் உலகறியச் செய்துவரும் எழுத்தாளர் அழகியபெரியவன் அவர்களுக்கு எனது கனிந்த நன்றிகள்.

இந்தத் தொகுப்பில் இடம்பெறாத நான் எழுதிய மூன்று கதைகள் தான் என் எழுத்தைத் தொடரக் காரணமானவை. அவைகளை முதன்முதலாக வாசித்து என்னை எழுதத் தூண்டியவன் எனது நண்பன் கஜேந்திரன் மற்றும் தோழி சுகதா. இருவரும் மறக்கக் கூடாதவர்கள். அவர்களின் அப்போதைய சொற்கள் விதைத்த நம்பிக்கையை விவரிக்க இயலவில்லை.

எனது வாழ்வின் மிக முக்கியமான தருணங்களில் உடன் பயணித்த தோழர்கள் பேராசிரியர் டேவிட் ஸ்டான்லி, வளவன், வீரமணி, நினைவாய் கலந்துவிட்ட நண்பர்கள் நா. முத்துக்குமார், அருண்(பொதிகை) இவர்களுக்கும் தம்பிகள் சபா சிலம்பரசன், ம.சுரேஷ், எனது மாணவி சுதா சக்திவேல் உள்ளிட்ட அனைவருக்கும் எனது அன்பு மட்டுமே.

கடந்து இருபத்தைந்து ஆண்டுகளாக என்னை எல்லா வழிகளிலும் வியப்படையச் செய்து வரும் 'பேராசிரியர்களின் பேராசிரியர்' முனைவர் மு.சுதந்திரமுத்து அய்யா அவர்கள் என்னுள் பல பிம்பங்களைக் கட்டுடைக்கச் செய்தவர். அவரின் சில வரிகள் இந்தத் தொகுப்பில் இணைக்கப்பட்டதில் நெகிழ்கிறேன். நன்றி அய்யா.

என் ஆயுளின் முக்கியமான காலத்தையும் வேட்டையாடித் திரிந்தபடியே என்னைத் தொடர்ந்து எழுதவிடாமலும் என் எழுத்துகளைத் தொகுக்க விடாமலும் பார்த்துக்கொண்ட எனது அருமை மாய பிம்ப கறைகளுக்கு எனது சிறப்பு நன்றிகள்.

மிக மிக முக்கியமாக இந்தத் தொகுப்பு வெளிவர முழுமுதற் காரணமானவர்கள் தோழர் கருமலையப்பன், தோழர் பிரகாஷ். இவர்கள் இல்லாவிடில் இத்தொகுப்பு சாத்தியமில்லை. இளைப்பாறுதலும் நம்பிக்கையும் தரும் தோழமை.

எதிர் பதிப்பகம் தோழர் அனுஷ். கதைகளைப் படித்துவிட்டு அவர் சொன்ன மிகமிகக் குறைவான சொற்களில் முகிழ்ந்தது நட்பு. இத்தொகுப்பிற்கு கரியோடன் என பெயரை முன்மொழிந்ததும் அவரே. அவருக்கும் எதிர் வெளியீட்டுக்கும் எனது அன்பு தொடரும்... எழுத்துக்களை செப்பனிட்ட தோழர் ராஜன் அவர்களின் அறிமுகம் மனமகிழ்ச்சி.

எல்லாவற்றிற்கும் ஊற்றும் விதையுமான எனது குடும்பம்... கதைகள் சொன்ன ஆயம்மா நைனா அப்பா அம்மா மகேஸ்வரி சித்தா (கோயில்) விஜியன் அண்ணன் எஸ்றா லவ்சா மற்றும் ஊர் நண்பர்கள் உள்ளிட்ட காட்டிற்கும் உலவிய கற்பனைகளுக்கும் எப்போது எனது அன்பும் பிரியமும்...

எனது எழுத்துக்களை வாசிக்கும் உங்களுக்கும் எனது அன்பும் நன்றியும். கதைகள் குறித்த உங்கள் எதிர்வினைகளை எதிர் நோக்கி எழுதித் தீராத புனைவனுபவங்களின் வழியாக தொடர்ந்து பயணிக்க வாஞ்சையோடும்...

சாரோன்
04.12.2022

ஈசல் வேட்டை

காற்றில் வெயிலின் வாடை சுள்ளெனப் பரவுகையில், குடிசையிலிருந்து வெளியே வந்தான் காளி. மீசை தாடியெல்லாம் களிபழுது ஒட்டியிருந்தது. வேட்டியைத் தூக்கி டாயருக்குள்ளிருந்து ஒரு பீடியை எடுத்துப் பற்றவைத்து ஆழமாக உறிஞ்சினான். முகத்தில், பற்கள் உதிர்ந்திருந்த இடங்களில் பள்ளங்கள் தோன்றி மறைந்தன. மேலாடை காணாத உடலின் சதைத் திரட்சி அவனுடைய மிச்ச இளமையின் காட்சியாய்த் தெரிந்தது.

ஊருக்கு ஓரமாய்க் காட்டை ஒட்டியிருந்த மேட்டில்தான் காளியின் குடிசை. பின்புறம் வேலிக்காத்தான் மரங்கள் அடர்ந்த தோப்பு. அந்த இடம்தான் ஆண்களுக்குக் காலையிலும் பெண்களுக்கு மாலையிலும் மலவெளி. அதனால், ஊர்ப்பன்றிகள் 'ட்ர்ர்ர்... ட்ர்ர்ரு...' எனக் குட்டிகளோடு கூட்டம்கூட்டமாய் ஓயாமல் அலையும். ஊர்மக்களின் கூக்குரலைவிடக் காட்டு ஜீவன்களின் குரல்கள்தான் அருகில் கேட்கும். காட்டிலிருந்து வீசும் காற்று அவன் குடிசையை மிதித்து விளையாடியபடியே ஊருக்குள் போகும்.

முன்னிரவு நேரங்களில் அவன் வீட்டைக் கடக்கும் காற்று எலி, கீரிப்பிள்ளை, உடும்பு, ஈசல் என எதையாவது தீய்க்கும் வாடையை மஞ்சளென மேனியெங்கும் பூசியபடி ஊருக்குள் மினுங்கி வீசும்.

போட்டிக் கோலில் தோண்டியை மாட்டிக் கழுத்தில் வைத்தபடி கிளம்பினான் காளி. அவன் நடையைக் கேலி செய்வதுபோல் முதுகுக்குப் பின்னால் ஆடிவந்தது தோண்டி. ஆங்காங்கே கிழிந்து ஒட்டுப்போட்ட சிமிட்டிப் பைகளைக் கக்கத்தில் வைத்துக்கொண்டு பின்னால் நடந்தாள் வள்ளி. ஏதோ நினைவு வந்தவளாய்த் திரும்பி வேகமாய் ஓடி, குடிசைப் படலை

இழுத்து இறுக்கமாய்க் கட்டினாள். ஒதுக்கப்பட்டிருந்த பெரும் பாறாங்கல்லை உருட்டி, தடுக்கைக்கு அட்டமாய் வைத்தாள். மறந்துபோனால், திரும்பிவருகையில் பன்றிகள் உள்ளே புகுந்து சட்டி பானைகளை உருட்டித்தள்ளி உடைத்து, குடிசையை நாசமாக்கிவிட்டுக் குட்டிகளோடு அங்கேயே படுத்திருக்கும்.

அந்த ஒண்டுக் குடிசைக்குள் கம்பீரமாய் இருப்பது கூரையில் செருகியிருக்கும் நீண்ட மான்கொம்புகளும், தமரையில் தொங்கும் பெரிய காட்டாமை ஓடும்தான். காளியின் அப்பன் ஜுட்டியோடனின் வேட்டைத் திறமையைப் பறைசாற்றும் அடையாளங்கள் அவை. உதிரும் முடியை எரவாணத்தின் ஓலை இடுக்குகளில் உண்டைஉண்டையாய்ச் சொருகிவைப்பதுபோல் பாம்புத் தோல்கள் சொருக்கப்பட்டிருக்கும். ஆம்பூர் பாய்மார்கள் அவ்வப்போது வந்து வாங்கிக்கொண்டுபோவார்கள். உருக்கி ஊற்றப்பட்ட பல மிருகங்களின் கொழுப்புகள் சுமந்த மொந்தை, பழைய உறியில் தொங்கிக்கொண்டிருக்கும்.

சுண்ணாம்பு தடவிய வெத்தலைப் பாக்கை, பொகலையோடு போட்டு மென்றபடி நடந்தாள் வள்ளி. நாக்கை வெளியே நீட்டி கண்முட்டைகளைச் சாய்த்துப்பார்த்தாள். சிவந்த எச்சில் ஊறஊற உறிஞ்சு விழுங்கினாள். வரப்புதான் எல்லோருக்கும் நடந்துபோகும் வழி என்றால் காளிக்கும் வள்ளிக்கும் மட்டும் வேலியோரங்களும் புதர்களை ஒட்டிய கெட்டைகளும்தான் நடைபாதை. அவர்களின் மோப்பக் கண்கள் வழிநெடுக இரண்டு பக்கமும் கிழங்குக்கொடி, காளான், மூங்குருத்து, கீரிப்பிள்ளை, வயல் எலி எனத் துளாவியபடியே வரும். பொகலையைச் சப்பிச்சப்பியே கரையேறிப்போன பற்களெல்லாம் அவன் சாப்பிடும் சாப்பாட்டின் சூடு தாங்க முடியாமல் விடைபெற்றுக்கொள்ள, 'பூஜேரி காளி' என்றிருந்த பெயர் கொஞ்ச நாளில் 'ஓள காளி'யாக மாறிப்போனது. அவன் சிரிக்கையில், சிவந்த ஈறுகளுக்கு நடுவே நாக்கு துருத்திநின்றது.

கும்மையன் கொல்லிக்கு வந்தான் காளி. நிற்கும் ஆளை மறைக்கும் உயரத்துக்கு வளர்ந்துநின்றது கரும்புத் தோட்டம். தோட்டத்துக்கு நடுவில் போகும் மின்சாரக் கம்பியில் தூக்கணாங்குருவிகளின் நெனப்பில் ஊஞ்சலாடின வெறும் கூடுகள். அழிஞ்சி மரத்தின் அடியில் செந்தோல் பிதுங்கிய பழங்கள் இரைந்துகிடந்தன. சொல்லிவைத்த இடத்தைக் கண்டுபிடித்ததும் காளியின்

கண்கள் பரபரத்தன. புதரில் உயரமான புற்களுக்குள், யாரும் பார்க்காமல் பூத்துப்போயிருந்த நிறைய காளான்களைப் பார்த்ததும் வயிறு பற்றிக்கொண்டது வள்ளிக்கு. மண்டியிருந்த ஒட்டந்தழைகளை போட்டிக் கோலால் நீக்கினான் காளி. பெரியபெரிய கண்கள் கொண்ட புற்றைப் பார்த்ததும் அப்படியே உட்கார்ந்து நோட்டம்விட்டான். காற்றின் காலடித் தடத்தையும் கண்டுவிடும் கூர்மை அந்தப் பார்வைக்குள். எந்தக் கண் அருகிலும் தானியங்களோ புற்களோ இல்லை. வளைகளை ஒட்டியிருக்கும் சிறுசிறு தடயங்கள் போதும் காளிக்கு. வள்ளியைப் பார்த்துச் சிரித்தான்.

அவன் அசைவுகளின் மொழியைப் புரிந்துவைத்திருந்தாள் வள்ளி. அவன் அசைவுக்கு ஏற்ப உடன் அசையும் மின்சாரம்போல இயங்குவாள். அவனோடு வாழவந்த புதிதில் அவனின் முகக்குறி அசைவுகள் புரியாமல் நிறைய அடி உதை வாங்கியிருக்கிறாள். வேட்டை நேரங்களிலோ காளி வேறொருவனாக இருப்பான்.

கால் மடக்கி, புற்றுக்கு மிக நெருக்கமாக உட்கார்ந்தான். பொகலையைக் கொதப்பியபடி ஒரு வளைக்குள் கம்பை விட்டான். வள்ளி வேகமாய் அவனருகில் வந்து இடுப்பில் சொருகியிருந்த முந்தானையை உருவினாள். அவன், வாயில் இருந்த பொகலையைச் சத்தமில்லாமல் துப்பியதும், முந்தானை முடிச்சுக்குள் இருந்த வேரை அவன் வாயினுள் திணித்தாள். எப்போதும் வேரின் முதல் மிடறுச் சாறு தொண்டைக்குள் இறங்கியதும், காளி சிவனாகிப்போவான். அப்போது வளைக்குள் கைகளைவிட்டுப் பாம்புகளைச் சீண்டி வெறியேற்றுவான். சில பாம்புகள் வேகமாய் வெளியேவரும். பல பாம்புகள் ஆழம் தேடி உள்ளே போய்ப் பதுங்கிவிடும்.

இரண்டு மூன்று வளைகளுக்குள் நோட்டம்விட்டவன், குனிந்து ஆழமாய் வளைகளை முகர்ந்தான். அவன் மூக்குக்குள் உறைத்த மணம் உடலெங்கும் பரவி முறுக்கியது. அவன் முகம் 'அந்த' நெனப்புக்குள்ளாகப் பரவசமானது. கண்கள் சொருக வள்ளியைப் பார்த்துச் சிரிக்கத் தொடங்கினான்.

போட்டிக் கோலின் அடியைத் தடவியபடியே ஏதோ முணுமுணுத்து அதன் மீது துப்பியவன், மெல்ல அதைப் புற்றின் கண் ஒன்றினுள் நுழைத்தான். அதன் தடுமாறும் அதிர்வுகளில்

அவன் முகம் மாறியது. கொம்பை இடவலமாக அசைத்தவன், வெடுக்கென வெளியே இழுத்தான்.

“ஏய்... உள்ளதாங்கீறா வெட, கோவக்காரியாட்டம் தெர்றா.”

“நாகன்தான், வேற யாரு.” வள்ளியின் பார்வைக்குப் பதில்சொன்னவன், மற்ற வளைகளை நோட்டம்விட்டான். ஏதோ தட்டுப்படவே, கிழக்கைப் பார்த்திருந்த மற்றொரு வளைக்குள், அடைகாக்கும் கோழியைச் சீண்டிப்பார்ப்பதைப் போலவே கைவிட்டுகைவிட்டு வெளியே எடுத்தான்.

“ப்ச், ரெண்டு பேரும் ஒண்ணாதான்கீறாங்கோ.”

கண்கள் சொருக நாக்கை வெளியில் நீட்டித் துளாவி வள்ளியைப் பார்த்துச் சிரித்தான்.

வெட்கப்பட்டு, “ஏய், த்து போ ஓள, போசிவாயா... வேலையக் கெவுனி.” கரும்புச் சோகைகள் ஒருமுறை காற்றில் வேகமாய்ச் சலசலத்து அமர்ந்தன. தூரத்தில் பீக்ளாக் குருவி கத்தும் சத்தம் விட்டுவிட்டுக் கேட்டது.

நின்றவாக்கில் வள்ளியைத் தூக்கிக்கொண்டு கரும்புத் தோட்டத்துக்குள் போனான். போட்டிக் கொம்பு, தோண்டி, பொத்தல் பைகள் எல்லாம் அப்படிஅப்படியே கிடந்தன. தண்ணீர் ஓடும் அகலமான நடுவாய்க்காலில் கரும்புக் கும்மிகளுக்கு நடுவே அவன் பிடிக்குள் கிடந்தாள் வள்ளி. இப்படி ரெட்டைப் பாம்புகளின் மணம் முகர்ந்து அவளோடு கூடும் தருணங்களிலெல்லாம் வெட வயசுப் பையனாகிப்போவான் காளி. ஒவ்வொரு பொழுதிலும் அவன் வேகமும் விளையாட்டும் வள்ளியைத் திணறவைக்கும். அவனுடனான முதல் கலவியின் மயக்கம் இன்னும் அவளுக்குள் தெளியவே இல்லை. அவள் உடலெங்கும் கொளுங்காணி வேரும், அவன் உடலெங்கும் வெத்தலைப் பாக்கும் மணந்து வியர்வையில் நசநசத்தன.

அழுக்கு வேட்டியால் வியர்வையைத் துடைத்துக் களைத்துச் சிரித்தான். சிவந்த மேல்கீழ் ஈறுகளுக்கு நடுவில் நாக்கைச் சுழற்றி மீண்டும் நெருங்கினான்.

“ஏய் நாக்குப் புழுத்தி, உண்ணும் என்னா ஒணும்.”

அவன் கைகளுக்குச் சிக்காமல் துணிகளைச் சரியாய் இழுத்துவிட்டபடி விலகி நகர்ந்தவளை இழுத்து இறுக்கித்தழுவி முத்தமிட்டான்.

கொண்டையைப் பிரித்து உதறினாள் வள்ளி. கீழே விழுந்த சடை கட்டியிருந்த பழைய சவுரியை எடுத்துச் சேர்த்து இறுக்கமாய் முடிந்தாள். ஊரில் யாராலும் கண்டுகொள்ளப்படாமல் பூத்துக் குலுங்கும் அழகழகான காட்டுப்பூக்களையும் வேலிப்பூக்களையும் அவற்றின் இளங்கிளைகளோடு உடைத்து, கொண்டையில் சொறுகிக்கொண்டு தினம் ஒரு காட்டுப்பூவென மணம் வீசுவாள்.

திமில் வலுத்த பொலிந்த காட்டெருதைப் போல் வள்ளியின் முன்னால் கம்பீரமாய் நடந்தான் காளி. எத்தனையோ ஆண்டுகளாகிப்போயின. ஆனாலும், அவன் முதன்முதலில் ஏற்படுத்திய அதிர்வு இன்னமும் அவளுக்குள் அடங்கவில்லை. ஊரில் எத்தனையோ பெண்களின் அந்தரங்க வேட்கையுள், காளியின் பிம்பம் சலனங்களை ஏற்படுத்தியிருந்த நாட்கள் அவளுக்குள் வந்துபோகும். 'அவன் பூஜேரியாய் இல்லாதிருந்தால்...' வள்ளியின் நினைவில் தீயாய் ஒரு காட்சி பளிச்செனத் தோன்றிப் படரத் தொடங்கியது.

கனகம்மா மோட்டுக் கொல்லையில் ஊரே கூடியிருந்தது. ஊருக்கு வெளியே செம்மண் மேட்டை அடுத்த பள்ளத்தில் இருந்தது அந்நிலம். ஒருகாலத்தில் களக்காவும் ஆமணக்கும் விளைந்த மண். அதனால், 'முத்துக்கொல்லை' என்ற பெயரும் அதற்கு உண்டு. வானம் பார்த்த பூமியானதால் மழையின்றிச் சில ஆண்டுகளாக எதுவும் விதைக்காமல் கிடந்தது. அவ்வப்போது செங்கல் அறுத்துச் சூளைகள் போட்டதால் ஆங்காங்கே அகலமான பெரும் பள்ளங்களால் நிறைந்திருந்தது நிலம். வேலிக்காத்தானும் எலந்தை மரங்களுமாய் வளர்ந்து கரம்பாய்க் கிடந்தது.

வெயிலில் தீய்ந்த செங்கம்புதர்களும் காய்ந்த சருகுகளுமாய்க் கிடந்த வயலை ஊரே சுற்றிநின்று வேடிக்கைபார்த்துக்கொண்டிருந்தது. புரகதண்டிச் செடி பால்போல் மஞ்சமஞ்சேன்னு காய்ந்து சொணையாய்த் தகித்தது வெயில். ஒன்றும் உரைக்காதவர்களாக, ஊரே நின்று வெகு நேரமாக மொய்த்தது. நேரம் கூடக்கூடக் கூட்டமும் கூடியது. ஊரில் பெரியவர்கள் அங்கொருத்தரும் இங்கொருத்தரும் பார்த்ததாய்ச் சொல்லிக்கொண்டிருந்த காட்சியை அப்போது ஊரே நேரடியாகப் பார்த்தது.

செங்கல் அறுக்கத் தோண்டியிருந்த ஆளுயுரப் பள்ளத்தில் சாரையும் நாகமும் கடலலைகள் உயர எழும்புவதுபோல் நுனி வாலை மட்டும் தரையில் ஊன்றிப் பள்ளத்துக்கு மேலாகப் பிணைந்து சஞ்சாரம் செய்வதும், பின்னர் தொப்பென விழுந்து ஓடி மீண்டும்மீண்டுமாய் எழுந்து ஒன்றையொன்று முகர்ந்து முறுக்கி விளையாடுவதும் சினிமாக் காட்சிபோல் நடந்தபடி இருந்தது. அவற்றின் பெருமூச்சுகள் மலையிலிருந்து இறங்கிய சினை எருமையின் மூச்சிலும் சத்தமாய் அறைந்தன.

ஒருவரும் நகரவில்லை. அசையாமல் வெகுநேரமாய்ப் பார்த்துக்கிடந்தனர் அந்தக் காட்சியை.

வெட வயசுப் பையனாக வீட்டுக்கு அடங்காமல் காடுமேடுகளில் சுற்றித்திரிந்த காளி தன் கூட்டாளிகளோடு காட்டுக்குப் போய் விறகுத் திண்டைச் சுமந்தபடி வந்துகொண்டிருந்தான். கறுத்து முறுக்கேறிய அவன் உடலின் வியர்வையில் முகம் பார்த்தபடி மின்னியது சூரியன். கூட்டத்தைப் பார்த்ததும் திண்டை இறக்கிவைத்துவிட்டு ஓடி கூட்டத்தை மூர்க்கமாய் விலக்கி முன்னேறி அந்தக் காட்சியைப் பார்த்தான்.

அவனுடைய கைகளும் கால்களும் உரமேறி சேகு பாய்ந்த காட்டுமரமாய் முறுக்கியிருந்தன. சில வினாடிகளில் பள்ளத்தில் இறங்கி, பாம்புகளை நோக்கி நடந்தான். சுற்றிநின்ற மக்கள்கூட்டம் அதிர்ச்சியில் அதட்டவும் கத்தவும் தொடங்கியது.

"ஏய் காளி வராத, மாணாடா, போயிடுடே..."

"டேய் இத்ரா பூஜேரிப் பைய்யா, இந்த மாதிரி நேரங்கள்ள அதுங்க ரொம்போ வெறியா இருக்குமாம், போயிட்றா..."

எதற்கும் செவிகொடுக்காமல் நடந்தான் காளி. கிட்ட நெருங்கநெருங்கக் கூச்சல் அடங்கி அமைதியானது. மார்பளவு தூரத்தில் பாம்புகள் பிணைந்து திளைக்கும் பள்ளத்தின் வரப்பில் நின்றான். பாம்புகள் மீதிருந்த பார்வையை மாற்றிக் கூட்டத்தைத் திரும்பிப்பார்த்தான். முன்வரிசையில் வள்ளி நின்றிருந்தாள். அவள் முகம் கலவரமாய் இருந்தது. கண்கள் இறுக்கமாக மூடியிருந்தன. உதடுகள் துடித்தன. இளங்காற்றில் மேல்கீழாக அசைந்துகிடக்கும் ஆவாரம் பூங்கொத்தாய் மார்புகள் ஏறிஏறி இறங்கின. கொஞ்ச நாட்களாக இருவரும் பார்வைகளை மாற்றிமாற்றி விழுங்கத் தொடங்கியிருந்தனர்.

இடுப்பில் சுற்றியிருந்த லுங்கியைக் கழுத்து வழியே உருவி வீசினான். கறுப்புக் கால்சட்டையோடு பாம்புகளை நெருங்கிப் பள்ளத்தின் விளிம்பில் உட்கார்ந்தான். எதையும் கண்டுகொள்ளாமல் பிணைந்து விளையாடித் திளைத்தன பாம்புகள். அவன் கீழிறங்கிக் கால்களை நீட்டுகையில் கூட்டத்திலிருந்து ஒரு கல் வந்து பாம்புகள் மீது விழுந்ததும் தொபீரெனச் சாய்ந்த பாம்புகள் விலகி வேகமாய்ப் பள்ளத்திலிருந்து ஏறி ஓடின. முருங்க மரத்தினடியில் இருந்த அடுத்தடுத்த வளைகளுக்குப் புகுந்துகொண்டன.

"காளியப்பா, பூட்சிங்கோ வந்துரு பாவம்... அதுங்க கோவத்துக்கு ஆளாகிடாத வந்துரு."

கூக்குரல்கள் மீண்டும் உயர்ந்தன. காளி பெரும் உத்வேகத்தோடும் மூர்க்கத்தோடும் அந்த வளைகளை நோக்கி ஓடினான். முருங்கை மரத்தில் தேன்சிட்டுகள் பறந்துபறந்து கிளைகள் மாறிக் கத்திக்கொண்டிருந்தன.

முதல் வளைக்குள் கையை விட்டவன், நாகப்பாம்பின் வாலைப் பிடித்து வெளியே இழுத்தான். இழுத்த வேகத்தில் சிலம்பம் சுற்றுவதுபோல இடமும்வலமுமாகக் காற்றாய்ச் சுழற்றி, வரப்பில் ஓரடி அடித்துக் கரம்பில் வீசினான். சிறிதும் தாமதிக்காமல் அடுத்த வளையில் கைவிட்டு அடுத்த பாம்பை இழுத்தான். இழுக்கஇழுக்க நெடுநெடுவென, நீளமான கறுப்புத் தாம்புக் கயிறுபோல் அவனைவிட உயரமாய் இருந்தது சாரை.

தடுமாறவோ யோசிக்காவோ செய்யாமல் அப்படியே இரண்டு கைகளில் பற்றி கார்த்திகை தீபத்தன்று மாவிளி சுற்றுவதுபோல் சுற்றினான். பாம்பின் கத்தலும் மூச்சும் காற்றை அறைந்துகிழித்தன.

பாம்புகளால் கிழிந்த காற்றின் அலறல் சத்தம் எல்லாத் திசைகளிலும் எதிரொலித்தது. உறைந்துநின்றிருந்தது கூட்டம். விழித்த நிலையில் கண்ட ஒற்றைக் கனவுபோல் நடந்துமுடிந்தது அந்தக் காட்சி. அவன் பெரிய அரக்கனைப் போலவும், நிகரில்லா வீரனைப் போலவும் தெரிந்தான். இயல்புநிலைக்கு வர வெகுநேரமானது மக்களுக்கு. வால் மட்டுமே அசைய, வானத்திலிருந்து அறுந்துவிழுந்த மின்னல் கீற்றுகளைப் போல் சர்ப்பக் கொடிகள் மூலைக்கு ஒன்றாக மல்லாந்து விழுந்துகிடந்தன. ஊரெங்கும் காளியே கதையாகிப்போனான். முக்கியமாக, பெண்கள் ஓயாமல் அவனை உச்சரித்தார்கள்.

பொழுதடங்கும் வேளையில் ஓராவதிக்குப் பக்கத்திலிருந்து தள்ளாடிவந்தவனை வழிமறித்தாள் வள்ளி. அப்போதுதான் உள்ளிறங்கியிருந்த சாராயத்தின் புளித்த சுவை அவனுக்குள் பரவி ஊறிக்கொண்டிருந்தது. அவளின் திடீர் வருகையால் நிலைதடுமாறினான். வழியின் மரங்களில் பூச்சிகள் இரையத் தொடங்கியிருந்தன. மறைந்துகொண்டிருந்த பொழுதோடு எம்பி அவர்களை ஒருகணம் பார்த்துவிட்டு மறைந்தது சூரியன். முகம் விம்ம, இடுப்புக்குள் இருந்த தாவணி நுனியின் முடிச்சுக்குள்ளிருந்து கண்மையைத் திறந்து கறுப்புப் பொட்டை அவன் நெற்றியில் தீட்டினாள்.

“ஊர் முன்னால அப்பிடியா நடப்ப. எல்லார் கண்ணுங்களும் உன் மேலதான். மன்சராட்டம் அதுங்களும் ஜீவனுங்கதான. நீபாட்டுக்குப் போற” என்று சொன்னவள், வேகமாய்த் திரும்பி நடந்து மறைந்தாள். போதையெல்லாம் இறங்கி வியர்த்துப்போனான் காளி.

அந்த நிகழ்வுக்குப் பிறகு காட்டுவேட்டைகளிலும் கழனி வேலைகளிலும் எல்லாக் கண்களும் காளி மீதே சுற்றிச்சுழன்றன. அவனுடைய அடுத்தடுத்த சாகசங்களால் ஆண்களை மிரட்சியடையவும் பெண்களை மயக்கமுறவும் வைக்கும் மந்திரக்காரனாய்த் தெரிந்தான்.

அன்றிலிருந்து பாம்புகளை இணையாய்ப் பார்க்கும் நேரத்தில் அவன் உடல் சூடாகி அவளுக்காய் முறுக்கித் திரளும். இளம் வயதிலிருந்தே காடேறி உழைத்துக் காப்பேறிய கைகளால் இழுத்து அணைப்பான். சேகு ஏறிய மரம் போன்ற அவன் உடல் முறுக்குக்கு அவள் உடல் தானாய் மலர்ந்து அவனுக்காய் மணக்கத் தொடங்கிவிடும்.

ஊர் எருமைகளை மேய்த்துக்கொண்டிருந்தான் வள்ளியின் அப்பன். ஊருக்கு வெளியில் ஒரு மூலையில் இருந்த குடிசையில் அவனுக்குத் துணையாய் உடன் இருந்தாள் வள்ளி. கறுத்த வட்ட முகமும் அகன்ற பெரிய விழிகளுமாய் சொச்சம் சொல்ல முடியாத அழகின் அடையாளமாகப் பரட்டையான அவளின் நீண்ட செம்பட்டைக் கூந்தல். அம்மா போன பிறகு வாய் செத்தவனாய் மாடுகளுடன் நடமாடியிருந்த அப்பன் ஒருநாள் உறக்கத்திலேயே போய்ச்சேர்ந்துவிட்டான். ஊரே உச்சுக்கொட்டியது வள்ளியைப் பார்த்து. தனிமரமாய் நின்றவளைப் பங்காளிகள் வந்து

கூப்பிட்டபோது மறுத்துக் குடிசைக்குள் முடங்கிக்கிடந்தாள். மூன்றாவது நாள் காளி கூப்பிட்டதும் அவனோடு போய்விட்டாள்.

சீனுவாசலு நாயுடு நிலத்தில் நெல் அறுவடை நடந்துகொண்டிருந்ததைப் பார்த்ததும் காளிக்கும் வள்ளிக்கும் ஆசுவாசப்பட்டது மனது. சுத்துப்பட்டு ஊர்களில் எல்லா நிலங்களின் வெள்ளாமையிலும் காளிக்கும் பங்கு உண்டு. எலியடி, பாம்புகளின் தொல்லை எல்லாவற்றிலிருந்தும் பயிர்களைக் காப்பாற்றுவது காளியும் வள்ளியும்தான்.

கழனியிலிருந்து அறுத்த கதிர்பழுத்த நெல்தாள் சுமைகளைக் களத்துக்குச் சுமந்துபோய்க்கொண்டிருந்தார்கள். பிள்ளையை இறக்கிவைத்த தாய்போல ஆசுவாசப்பட்டபடி இருந்த நிலத்தின் கவுச்சிக் காற்று அனலாய் வீசியது.

காவப்படி[1] வாங்க வள்ளியைக் களத்துக்கு அனுப்பிவிட்டு அறுவடை முடிந்த கழனியின் வரப்புகளை நோட்டம்விட்டபடி சுற்றிவந்தான் காளி. பெரிய வரப்பில் அரசமர நிழலின்கீழ் கொஞ்சகொஞ்ச தூரங்களில் மூன்று வளைகள் இருந்தன. மூன்றுக்கும் தொடர்பிருக்கும் என்று காளிக்குத் தெரியும். நாதரசன் தழைகளும் மணத்தக்காளிச் செடிகளும் பண்ணைக் கீரைகளுமாய் அடர்ந்திருந்தது வரப்பு. சுற்றியிருந்த செடிசெட்டுகளைப் பிடுங்கி எரிந்ததும் பட்டை உரித்த மஞ்சாமினுக்கி மரம்போல் தெரிந்த வரப்பில் மேலும் சில வளைகளைக் கண்டுபிடித்தான். பெரிய வளையாய்த் தெரிந்ததில் நெல் குலைகள் இரைந்துகிடந்தன. வளையைச் சுற்றி வளர்ந்திருந்த பசும்புற்களைப் பிடுங்கி அந்த இடத்தைச் சீராக்கினான். பிடுங்கிய புற்களைத் தோண்டிக்குள் போட்டான். கொஞ்சம் வைக்கோலை அதற்குள் திணித்துத் தீ மூட்டி அதற்கு மேல் பச்சைச்செடிகளை நுந்தித் தள்ளினான். கொஞ்ச நேரத்தில் தோண்டியிலிருந்து பெரும்புகை கிளம்பியது.

அப்படியே அந்தப் பெரிய வளையின் வாயில் தோண்டியைக் கவிழ்த்து சுற்றிலும் ஈரமண் வைத்து அடைத்தான். தோண்டியின் ஓட்டையில் வாய்வைத்து மெல்லமாய் ஊதினான். கொஞ்ச நேரத்தில் வரப்பில் ஆங்காங்கே ஆறேழு இடங்களில் புகை கசிந்து வெளியேறியது. வளைகளை நோட்டம்விட்டவன் வேகவேகமாய் ஓடி பெரிய கற்கள் கொண்டு எல்லா வளைகளையும் அடைத்துத் திரும்பினான். தோண்டியில் புகை அடங்கியிருந்தது.

---
1. காவல் கூலி.

மீண்டும் தோண்டியை நிமிர்த்தி வேறுசில செடிகளை அதற்குள் நுந்தி வளையில் கவிழ்த்தவன், தோண்டியின் ஓட்டை வழியே தாடைகள் புடைக்க ஊதினான். அடர்த்தியும் நெடியும் நிறைந்த புகை வேகமாக உள்ளே பரவியதும் அருகில் இருந்த வளைகளின் அடைப்புகள் உள்ளிருந்து அசைக்கப்படுவதைக் கவனித்தபடி வேகமாய் ஊதிப் புகையை வளைக்குள் அனுப்பியபடி இருந்தான்.

அரசமர நிழலின் இணுக்குகள் வழியே வெவ்வேறு வடிவங்களோடு சிறிதும்பெரிதுமான கண்ணாடித் துண்டுகளாய்த் தரையில் இறைந்துகிடந்தது இறங்குவெயில். காவப்படியாய் இரண்டு மரக்கால் நெல்லோடு திரும்பிவந்த வள்ளி, காளியின் ஊதரை[2] வேட்டையால் வளைக்கொன்றாய் மயங்கிக்கிடந்த ஆறு எலிகளைப் பிடித்துப் பையில் போட்டு வாயைக் கட்டி ஓரம்வைத்தாள். கெடப்பாரையால் வளைகளைத் தோண்டத் தொடங்கினான் காளி. உள்ளோடும் வளையின் தடத்தைக் கண்களால் மோப்பம் பிடித்து, மண் நசுங்கி உதிரி ஆகிவிடாமல் புட்டைப்புட்டையாகவே பேர்த்தெடுத்தான். வளைகளின் ஆழங்களில் எலிகள் கொலைகொலையாய்ச் சேர்த்துவைத்திருந்த நெல்மணிகளை அப்படியே அள்ளியெடுத்ததில் மூன்று மரக்கால் கிடைத்தது.

வீட்டுக்கு வருகையில் இருட்டிப்போனது. தீப்பெட்டியைக் கிழித்து விளக்கைத் தேடி ஏற்றினாள். காளி ஒரு பீடி எடுத்து விளக்கில் பற்றவைத்துக்கொண்டான். வந்த அவசரத்தில் குடிசையின் பின்பக்கத்துக்கு வள்ளி ஓடினாள். அங்கிருந்த பால்குடி மறக்காத நாய்க்குட்டிகளை அள்ளிக் கொண்டுவந்து கொஞ்சத் தொடங்கினாள். அரை மரக்கால் நெல்லை ஒரு பையில் அள்ளிப்போட்டுக்கொண்டு வேகமாய் கிருஷ்ணவேணி வீட்டை நோக்கி நடந்தான் காளி. மாந்தோப்பில் ஆட்களின் நடமாட்டம் அதிகமாக இருந்தது. ஆங்காங்கே வட்டவட்டமாக இரண்டு மூன்று நபர்களாகப் பேசி மயங்கிக்கிடந்தார்கள். நெல்லை வாங்கிக் கொட்டிக்கொண்டு இரண்டு சொம்பு சாராயம் கொடுத்தாள் கிருஷ்ணவேணி.

சாடையில் ஆங்காங்கே வீசப்பட்டிருக்கும் நாற்றுக்கட்டுகளாய் காளியின் முகத்தில் முளைத்திருந்த தாடி பூக்கத் தொடங்கியிருந்தது. செம்பட்டைத் தலைமுடிகள் சுருள்சுருளாய்த் தொங்கி

---

2. ஊதரை – மண்கலயத்தில் புகைமூட்டி எலி வேட்டையாடுதல்.

ஆடின. முன்பற்கள் இல்லாத காளியின் வாய் எதையெதையோ முணுமுணுத்தே கிடக்கும். சாயங்கால நேரங்களில் சாராயம் உள்ளே போனதும் உதட்டின் அசைவுகளிலிருந்து கரகரக் குரலில் பாடலும் இடையிடையே நாக்கால் இசையும் வர, கைகால்கள் தானாய் ஆடத் தொடங்கிவிடும். காளியின் முள்காட்டு மேடு தினமும் தெருக்கூத்து மேடையாகிவிடும்.

மறுநாள் காளி எங்கும் போகாமல் மேட்டிலேயே சுற்றிச்சுற்றி வந்துகொண்டிருந்தான். கோழிக்குஞ்சுகளை மடியில் வைத்துக் கொஞ்சிக்கொண்டிருந்தாள் வள்ளி. அவளைப் பார்க்கப் பரிதாபமாக இருந்தது. எப்படியோ இருந்திருக்க வேண்டியவள். மூன்று முறை கருத்தரித்து இரண்டாம் மூன்றாம் மாதங்களில் கலைந்துபோயின. அழுதாள். அவளின் உதிரத்தையும் அது தோய்ந்த பாவாடையையும் பார்த்து மார்பிலும் தலையிலும் அடித்துக்கொண்டு துடித்தாள். சொல்லத் தெரியாத ஏதோ அழுத்தம் காளிக்குள்ளும். அவளை இறுக்கமாய் அணைத்துக்கொள்வான். பிறகுதான், வள்ளிக்கு வெறுமை தெரியாமல் இருக்க, காளி தன் நிழலாய் அவளை உடன் அழைத்துத் திரியத் தொடங்கினான்.

ஊரையே எதிர்த்து அவனோடு வந்த நாளில், அவனுடைய பழக்கவழக்கம் எதுவும் தெரிந்திருக்கவில்லை வள்ளிக்கு. காளியை மட்டுமே ஆதாரமாய் நம்பிவந்தவள், கொஞ்ச நாட்களிலேயே அவன் குடிசையையும் அவனையும் ஏற்று, அங்கேயே பிறந்துவளர்ந்தவள்போல மாறிப்போனாள். அவன் செய்யும் வேலைகளைக் குறுப்பாய் நோட்டம்விட்டபடியே இருப்பாள். அடுத்த நாள் அவளே அந்த வேலையைப் பிசகில்லாமல் செய்துமுடிப்பாள். காளிக்கே பல நேரங்களில் அவளது வேலைகள் வியப்பைத் தந்தன.

அறுவடைக் காலமானால் எங்கு அறுவடை என்று புலம் விசாரித்து அறிந்து வயல்களுக்குப் போய்க் காவப்படி வாங்கிவந்தனர் வள்ளியும் காளியும். காவப்படியைக் களத்திலேயே வாங்கினால்தான் உண்டு. வெள்ளாமையை வீட்டுக்குக் கொண்டுபோய்விட்டால், அவ்வளவுதான். 'அடுத்த போகம் பாத்துக்கலாம் போடா' என்று ஏமாற்றிவிடுவார்கள். பாம்பு, எலி, கீரிப்பிள்ளை, காட்டுப்பன்றி போன்றவற்றிலிருந்து பயிர்களைக் காப்பாற்றிக்கொடுப்பது காளியும் வள்ளியும்தான். மாலையில்

வீட்டுக்கு எதிரில் இருந்த குட்டை³யில் கம்பி கட்டி இரண்டு முயல்களைப் பிடித்துவந்தான் காளி. குடிசைக்கு வரும் நெற்கள் பானைக்குள் போவதற்குள்ளேயே பாதி சாராயத்துக்காக கிருஷ்ணவேணியின் வீட்டுக்குள் போய்விடும்.

மழை தூரிக்கொண்டிருந்ததால் வெளியே எங்கும் போகாமல் வீட்டுக்குள்ளேயே இருந்தனர் வள்ளியும் காளியும். ரெட்டையாகப் பின்னியிருந்த தென்னை ஓலையில் மல்லாந்து படுத்திருந்த காளி அடுத்தடுத்த பீடிகளை உறிஞ்சியபடியே இருந்தான். புகையால் நிரம்பி இருண்டது குடிசை. மங்கலான விளக்கு வெளிச்சத்தில் எலிகள் கடித்த பைகளை ஊசிநூலால் தைத்தபடி மழையை வேடிக்கைபார்த்திருந்தாள் வள்ளி. புகை மெல்ல வடிய தூலத்தில் நிலைகுத்தியிருந்த காளியின் கண்கள் மெல்ல மயங்கக் கொஞ்ச நேரத்தில் அப்படியே தூங்கிப்போனான். வாய் திறந்து மூடும் அவனின் சத்தமான குறட்டைகளும், குடிசைக்குப் பின்னால் மழையில் நனைந்தபடி கத்தும் பன்றிகளின் உருமலும் மாறிமாறிக் கேட்கவே கலகலவெனச் சிரித்தாள் வள்ளி. கூரையில் விழும் மழையும் அவளோடு சேர்ந்துகொண்டது.

அடுத்த நாள் காலையில் காட்டுக்குக் கிளம்பிவிட்டான் காளி. இது எந்த வேட்டைக்குமான பயணம் இல்லை என்பதால் வள்ளியை விட்டுவிட்டுத் தனியாகவே போனான். ஊர் எல்லை ஓடைக் கரம்புகளைத் தாண்டி காட்டுக்குள் நுழைந்ததும்தான் தெரிந்தது, காடு மழையற்றுக் காய்ந்தே கிடப்பது. ஆனாலும், அவன் மனமும் பார்வையும் பரபரக்க, வழியில் வழக்கமாகத் தேனெடுக்கும் பாறை இடுக்குகளிலும் மரப்பொந்துகளிலும் கை நுழைத்துப் பார்த்தான். தேன்கூட்டில் இருந்த ஈக்கள் கடிக்காமல் அவன் கைகளை மொய்த்துப் பறந்தன. மழை கண்டு நெடுநாட்களான காட்டில் பூக்களற்றுப்போனதால் தேனீக்கள் வெறுங்கூட்டை மொய்த்துக்கிடப்பது உரைத்தது. அவன் அனுபவத்தில் தேனீக்கள் இவ்வளவு வறட்சியாயிருந்து பார்த்ததில்லை. பெருமூச்சு விட்டவன், புதருக்குள் நுழைந்து ஒரு குச்சியால் செடியின் வேரருகில் தோண்டினான். முழு ஆள் ஆழத்தில் கட்டைவிரல் அளவேயான ஒரு கிழங்குத்துண்டைப் பிடுங்கியெடுத்து இடுப்பில் செருகிக்கொண்டு, வந்த இலக்கை நோக்கி நடந்தான்.

---

3. குட்டை– குன்று.

செட்டிக்குளம் புளியமரத்தின் வேர்களைப் பிடித்துப் பள்ளத்தில் இறங்குகையில் காற்றில் சாராய வாடை சுள்ளென மணந்து வீசியது. ஆள் எளிதில் நெருங்கிவிட முடியாத புதர்கள் அடர்ந்த பள்ளத்தில் நடக்கையில் யானைக்குண்டு பாறை மேல் இருந்தவன் விசில் அடித்தான்... சாராயம் காய்ச்சுபவர்களுக்கான சமிக்ஞை அது. போலிஸோ வன அதிகாரிகளோ என்றால் ரெட்டை விசில் விடாமல் பறக்கும். எல்லோரும் ஓடிப் பதுங்கிக்கொள்வார்கள்.

அடுப்பைக் கவனித்தவன் சுடச்சுட இறங்கும் சாராயத்தைச் சாணக்கையில் பிடித்து புறங்கையால் காளியிடம் நீட்டினான். இடுப்பில் இருந்த கிழங்கை உருவி சாராய அடுப்பின் அனலில் காட்டிச் சுட்டு எடுத்ததும், தோலோடு கடித்த கிழங்கை மென்றபடி ஆவி பறக்க ஊதிஊதிக் குடிக்கத் தொடங்கினான். தொண்டையில் நெருப்பென இறங்கிய சாராயத்தால் குடலெல்லாம் காந்தியது. போதை மெல்ல ஏற உடல் முறுக்கியது காளிக்கு. பாட்டொன்றைத் தொடங்கினான். போதை ஏறஏற சுதி கூடியதும், சுற்றி இருந்தவர்கள் விசில் அடித்துக் கத்தினார்கள். கண்கள் ரத்தமாகச் சிவக்க எல்லோரையும் கும்பிட்டுவிட்டுத் தள்ளாடி நடக்கத் தொடங்கினான். வாய் எதையோ முணுமுணுத்தபடியே இருந்தது. வழியோரப் பாறை மீது படர்ந்திருந்த கொடியில் ஓர் ஒற்றைக் காட்டுப்பூங்கொத்தைப் பார்த்ததும் வள்ளி நினைப்பு வந்துவிட்டது காளிக்கு. அதை அறுத்துவிடாமல் கொண்டுபோய் வள்ளியின் தலையில் வைக்க வேண்டும் என்ற நினைப்பால் இன்னும் சுள்ளென ஏறியது போதை... இந்த போதைக்கு சாராயம் காரணமில்லை.

பாறை மீது ஏறுகையில் தடுமாறின கால்கள். வெள்ளரிச் செடிகளை விலக்கிப் பூப்பறித்து இறங்குகையில் பாறையின் பக்கவாட்டில் இருந்த வெடிப்புக்குள்ளிருந்து தலைகாட்டிய உடும்பை, இமைக்கும் நேரத்தில் வாயைப் பிடித்து இழுத்துப் பாறை மீது ஓங்கி அடித்தான். பாறையென இறுகிப்போயிருந்த அவன் கைகளை உடும்பு தன் கால் நகங்களால் இறுக்கியது. கையிலிருந்து ரத்தம் சொளசொளவென ஊற்றத் தொடங்கியது. இதுபோன்ற நேரங்களில் அவனுக்கு ஆயுதம்போல வள்ளி துணைசெய்வாள்.

ஒரு கையின் விரல்களில் உடும்பின் தலை இருந்தாலும், அந்தக் கை முழுக்க உடும்பின் கட்டுப்பாட்டில் இருந்தது. மறுகையால் உடனே

வேறேதும் செய்ய முடியாமல் உடும்பின் கழுத்தை முறுக்கி ஒடிக்க முயன்றான். அவனுடைய கெண்டைக் கையினுள் இன்னும் ஆழமாய் நகங்கள் இறங்க ரத்தம் பீறிட்டது.

கெண்டைக் கையின் சதையினுள் ஆழப் பதிந்திருந்த உடும்பின் கால்கள் ஒவ்வொன்றையும் மூர்க்கமாக இழுத்து உடைத்தான். அதன் தடங்களிலிருந்து ரத்தம் கொப்பளித்து ஊற்றியது. நான்கு கால்களை உடைத்ததும் அதன் தலையை முதுகுப் பக்கமாக மடக்கி ஒடிக்க முயன்றான். பிளவான நாக்கு மட்டுமே வெளியே வந்தது. அவனுக்கு எல்லா போதையும் இறங்கியிருந்தது.

முன்னங்காலின் விரலை உடைத்து நரம்பை வெளியே இழுத்தவன், இன்னொரு விரலையும் உடைத்து நரம்பை இழுத்து இரண்டு விரல்களையும் முடிச்சுப்போட்டான். வாலை அந்த முடிச்சினுள் நுழைத்து இழுத்து, அந்த வாலின் நுனியால் உடும்பின் கழுத்தைக் கட்டி நார்ச் சுருணையைப் போல் பிடித்து கொண்டு வீடு நோக்கி நடந்தான். வழியில் ஏதோ ஒரு மரத்தின் இலையை உருவி விரல்களால் கசக்கி ரத்தத்தின் மீது அப்பினான். ரத்தம் அடங்க நோவு தொடங்கியது. எப்பவும் இவ்வளவு ரத்தம் போனதில்லை அவனுக்கு.

காளி மேடேறி வருகையிலேயே கவனித்துவிட்டாள் வள்ளி. கொடியோடிருந்த காட்டுப்பூவையும் உடும்பையும் வாங்கிக் கீழே வீசிவிட்டு, தண்ணீர் மொண்டு கொடுத்தாள். அவன் கையைத் திருப்பிப் பார்த்தாள். கொப்பளித்து உறைந்துபோன ரத்தத்தைப் பார்த்ததும் கலங்கினாள். குடிசைக்குப் பின்னால் ஓடி உத்தாமணிக் கொடியை அறுத்துவந்து கல்லில் வைத்து அறைத்து, கை நீளத்துக்குப் பத்து போட்டுவிட்டாள். நோவில் முனகினான் காளி. உடும்பையும் அவனையும் மாறிமாறிப் பார்த்தவள் காளியைப் படுக்கவைத்துவிட்டு அவளே கிருஷ்ணவேணி கடைக்குப் போய் சாராயம் வாங்கிவந்து நீட்டினாள்.

குடிசைக்குள் தொங்கிய உறிகளின் மொந்தைகளிலிருந்து தனியா, மொளகா, மஞ்சள் என மசாலாவுக்காக ஒவ்வொன்றையும் தடவி எடுத்து முந்தானைக்குள் போட்டாள் வள்ளி.

அன்றாடம் ஏதாவதொரு கவுச்சி தீய்க்கும் மணமும் சாராயம் கமகமக்கும் காளியின் பாடலும் ஊருக்கும் காட்டுக்குமான படையல்களாகக் காற்றில் பரவும். கொண்டுவரும் எந்தக்

கறியையும் மொத்தமாய்க் குழம்பு வைக்க முடியாது. சில துண்டுகளை உறியில் வைத்து மூடிவைப்பாள். எவ்வளவு ராவானாலும் அந்தப் பச்சைக்கறியை நெருப்பில் சுட்டுச் சாப்பிட்ட பிறகே தூங்கப்போவான் காளி.

ஒரலுக்குள் மொளகா, தனியா எல்லாம் போட்டு ஒலக்கைத் தடியால் இடித்து அறைத்து எடுத்தாள். தக்காளியைப் பிசுக்கி மரப்பலகை[4]யில் வைத்துவிட்டு வெளியில் நெருப்பு மூட்டினாள். பொழுதடங்கி இருளத் தொடங்கியிருந்தது. மூங்கில் கூடையில் மூடியிருந்த உடும்பை வெளியில் எடுத்தாள். அது உயிரோடுதான் இருந்தது. கத்தியை மடக்கி ஓங்கி அதன் தலையில் அடித்த சில அடிகளில் துடித்து அடங்கியது. உடும்பை எடுத்து நெருப்பில் அனகாசத் தொடங்கினாள். திருப்பித்திருப்பித் தீய்த்து எடுத்தாள். கால்கள் முளைத்த கறுப்பு பலூனாய் உப்பிப்போனது உடும்பு.

தீய்ந்த உடும்பை மொறமொறப்பான கல்லால் நன்றாகச் சுரண்டினாள். அவித்த மரவள்ளிக் கிழங்கைப் போல் மேல்தோல் பொரைபொரையாகக் கழன்றுவந்தது. மரத்துண்டின் மேல் வைத்து உடும்பின் நான்கு கால்களிலும் இருந்த கூர்மையான நகங்களைத் தரித்து எடுத்தவள் தண்ணீரில் உருவிக் கழுவினாள். வெளுத்த உடலின் மேல் இணுக்கு விடாமல் மஞ்சள் பூசினாள்.

வாலைத் துண்டுதுண்டாய் வெட்டியவள், வயிற்றைக் கீறி போட்டியை உருவி எடுத்தாள். அதைக் குண்சட்டியில் வைத்திருந்த தண்ணீரில் நன்றாக அலசிக் கழுவுகையில்தான் அதைக் கவனித்தாள், உடும்பின் போட்டிக்குள் இருந்த ஈசல்கள் மாதுளை விதைகளைப் போல் தண்ணீரில் மிதக்கின. ஈசலைப் பார்த்ததும் நாக்கு ஊறியது. எவ்வளவு நாட்களானது ஈசல் வேட்டைக்குச் சென்று எனும் நெனப்பில் ராத்திரியிலிருந்தே அரிக்கத் தொடங்கினாள் காளியை. மறுநாள் மாலை இருவரும் கிளம்பினார்கள். குண்சட்டி நிறைய தண்ணீரும் புட்டி விளக்கும். பழைய துணிகளையும் பையில் எடுத்துக்கொண்டாள். சின்ன செதுக்கு மம்டியும் உடன் வந்தது. காளி வழியெங்கும் வள்ளியைச் சிணுங்கியபடியே வந்தான். நாதேறுச் செடியின் மஞ்சள் பூவைக் கிள்ளி, கொண்டையில் சொருகியபடி நடந்தாள். பொழுது சாயாமல் கொஞ்சம் வெளிச்சம் மிச்சம் இருந்தது. வெள்ளரிச்

---

4. மரப்பலகை – மரபாத்திரம்.

செடியின் அடியில் இருந்தது அந்தப் புற்று. பழைய புற்றுக்கான அடையாளங்களைக் கண்டுகொண்டாள் வள்ளி.

கட்டைவிரல் தடிமனில் உயரமும் மட்டமுமான துரிஞ்சி பர்ரைகளை ஒரு அரி வெட்டிக்கொண்டுவந்து புற்றின் மேற்கு மூலையில் போட்டாள். புற்றைச் சுற்றிலும் இருந்த புல்லையும் செடிகளையும் செதுக்கு மம்டியால் செதுக்கி எடுத்தாள். புற்றுக்குப் பக்கத்தில் நீளமான பள்ளம் வெட்டி, ஒரு மூலையில செட்டியையும் மறுமூலையில் வெளக்கையும் வைத்த வள்ளி, துரிஞ்சி பர்ரைகளால் புற்றையும் பள்ளத்தையும் சுற்றி, கொடாப்புபோல வட்டமான குடிசையைக் கட்டிமுடித்தாள். பறவைகளின் குரல் ஆங்காங்கே விதவிதமாகக் கேட்டன. நரிகளின் ஊளையும் குரங்குகளின் ஆட்டமுமாகக் காடு நிரம்பிவழிந்தது. சூரியன் மறைந்து கடைசி வெளிச்சமும் நமக்கத் தொடங்கியிருந்தது. காட்டு வண்டைப் போல் பறந்துதிரிந்தவள் தம்பக்கா மரத்தைக் கண்டுபிடித்ததும் பிரகாசமானாள். ஒரு பெரும் கிளையை வளைத்து ஒடித்து இழுத்துவந்தாள். கொப்பும்பிஞ்சுமாகச் செழித்துச் சிரித்தது அந்தக் கிளை.

பாறையில் ஏறி அமர்ந்துகொண்டு தம்பக்கா கிளையிலிருந்து இலைகளையும் காய்களையும் உருவிப் பாறையில் போட்டாள். கல்லால் நசுக்கி அதன் பட்டைகளை உரித்து அவற்றோடு போட்டு, பெரும் கல்லால் நசுக்கத் தொடங்கினாள். சாறு வழியவழிய தம்பக்காயின் மணம் காற்றில் மிதந்தது. எந்தப் பூவிலும் வீசாத புதுவகை மணத்தால் நனையத் தொடங்கியது காற்று. பாறையில் இருந்த தம்பக்கா களிம்பை அப்படியே வழித்து முந்தானையில் போட்டுக் கொண்டுவந்தவள் புற்றைச் சுற்றிலும் அதைத் இறைத்தாள்.

கொண்டுவந்திருந்த புடவைக் கந்தலை அந்தக் கொடாப்புக்கு மேல் கூரையாக மூடி முடிச்சிட்டாள். தரையில் அதைச் சுற்றியிருந்த இடைவெளிகளை ஈர மண்ணால் பத்துப் போட்டு அடைத்தாள். மஞ்சள் ஒளியில் தம்பக்கா மணம் கமழ, குண்செட்டியில் இருந்த தண்ணீர் லேசாய்த் தளும்பியது. அருகில் இருந்த விளா மரத்தடியில் போய் படுத்துக் கொண்டு நோட்டம் விட்டபடியே தூங்கிப் போனார்கள்.

குருவிகளின் சத்தமும் விடியற்காலை காட்டின் மணமும் வந்து தட்டி எழுப்பின இருவரையும். வள்ளி எழுந்து புற்றை நோக்கி

ஓடினாள். கொடாப்பை நெருங்கி நோட்டம்விட்டுக்கொண்டிருந்த எறும்புத்தின்னி, வள்ளியின் காலடி அதிர்வால் வேகமாய்த் திரும்பிப் புதருக்குள் ஓடிமறைந்தது. அதன் வால் பட்டதும் பெயர்ந்து ஒருபக்கமாய்ச் சாய்ந்துபோனது கொடப்பு. தண்ணீர் வைத்திருந்த பள்ளமும் செதுக்கியிருந்த களமும் ஈசல்களால் நிரம்பியிருந்தன. அரைமூட்டை ஈசலோடு வீடு நோக்கி நடந்தாள் வள்ளி. ஆட்டுக்குட்டியைப் போல் பின்னால் நடந்தான் காளி.

ஆண்டுக்கு இருமுறை தை, சித்திரை மாத வளர்பிறையில் சில நாட்கள் காளியும் வள்ளியும் காட்டில் தங்கியிருந்துவிட்டு ஊர் திரும்புவார்கள். அப்போது காட்டையே கட்டிச் சுமந்துவருவது போன்று மிகப் பெரிய மூட்டைகள் அவர்களின் தோள்களில் தொங்க, சிலுவையாய் இழுத்துவரும் காட்சி நடக்கும். திருவிழாபோல ஊரே மேடேறி வரும். முள்ளுக்காட்டின் நாற்றத்துக்கு மூக்கைப் பொத்திக்கொண்டு காளி, வள்ளியை உறவுகொண்டாடி நிற்பார்கள். குடிசைக்கு வெளியே கூடிநிற்கும் மக்கள் முன்பாக மூட்டைகள் அவிழ்க்கப்பட ஒரு பெருங்காட்சி நடந்தேறும்.

பழைய சீலைகள், பீடிக்கட்டு, சில்லறை நாணயங்கள் இப்படி எதையாவது கீழே வைத்துவிட்டு, விலை மதிப்பில்லா அரிய பொருட்களை எடுத்துக்கொண்டுபோவார்கள் ஊர்க்காரக் குடியானவர்கள். பழைய தாம்சினி தட்டுகளையும் சில மிட்டாய்ப் பொட்டலங்களையும் கொடுத்துவிட்டு, பெரியபெரிய பாம்புத்தோல் சுருணைகளையும் மான்கொம்புகளையும் மயில்தோகைகளையும் கொண்டுபோவார்கள் பாய்மார்கள்.

வெளியில் எல்லாப் பொருட்களும் தீர்ந்துபோன பிறகு கூட்டம் கலைந்து ஆட்களின் நடமாட்டம் குறைய இருளத் தொடங்கிவிடும். எல்லாவற்றையும் ஊராருக்கு அள்ளிக்கொடுத்துவிட்டு வெறுமையாய்க் குடிசைக்குள் நுழைவார்கள் இருவரும். எறப்பில் காட்டு வெள்ளெலிகள், முயல், கீரிப்பிள்ளை, உடும்பு என, ரத்தம் வந்தும் வராமலும் கட்டப்பட்டு உயிருடனும் செத்துப்போனவையுமாக ஒரு பையும், ஈசல்கள் நிரம்பி மறுபையும் தொங்கிக்கிடக்கும்.

அனகாட்டி தோல் தீய்க்கும் நாற்றத்துக்குப் பிலபிலவென நாய்கள் ஓடிவரும். மசால் கூட்டிக் கறி கொதிக்கும் மணத்துக்கு, எட்ட நின்று விலகிப்போகும் பாய்மார்களும் ஊர்க்காரர்களும்

ஏறிவருவார்கள். குடிசைக்குப் பின்னாலிருந்து ஆமணக்கு இலைகளைப் பறித்துவந்து ஆவி பறக்க அகப்பையில் அள்ளி இலைகளில் போட்டுக்கொடுப்பாள் வள்ளி. சூட்டை ஊதிஊதி எச்சில் உறிஞ்சிச் சப்புக்கொட்டி மென்றுகொண்டிருப்பார்கள் எல்லோரும்.

அவர்கள் இறங்கிப்போன பிறகே காளியும் வள்ளியும் சாப்பிடத் தொடங்குவார்கள். போதையில் எல்லோரது பாசாங்குச் சொற்களின் ஆழம் தெரியாமல் பாசத்தில் மிதக்குவான் காளி. பாட்டும் ஆட்டமுமாய் இருப்பவனைச் சாப்பிடவைப்பதற்குப் பெரும்பாடு படுவாள் வள்ளி. சாப்பிடும் வேளையில் அவளைக் கொஞ்சுவதும் கிள்ளி முத்தமிடுவதுமாகப் பரவச நிலையில் மாற்றிமாற்றி ஊட்டிக்கொள்வார்கள்.

இப்போது இருவருமே போதையின் உச்சத்துக்கு வந்திருப்பார்கள். புட்டி விளக்கின் வெளிச்சத்தில் செட்டை உறித்த பாம்புகளைப் போல் பிணைந்துகிடப்பார்கள். வள்ளியை இறுக்கமாய் அணைத்தபடி முனகியே தூங்கிப்போவான் காளி.

முள்ளுக்காட்டில் முதல் காக்காவின் கத்தலில் முழித்துக்கொண்டாள் வள்ளி. காளி பிறந்தமேனியாய் ஒருக்களித்து அவள் மீது கிடந்தான். மெல்ல விடுபட்டு விலகிக் கால்மாட்டில் கிடந்த கந்தலை இழுத்து அவனுக்குப் போர்த்திவிட்டாள். பழையதும் புதியதுமான காயங்கள் நிரம்பிய அவனுடைய கறுத்த உடல் வழியோரக் காட்டுக் கருங்காலி மரத்தைப் போல் இருந்தது. அவன் மீது ஆசையும் தவிப்பும் ஊறின. ஒரு பூனையைப் போல் தூங்கிக்கிடக்கும் அவன், பொலிந்த பன்றிபோல் காட்டை ஆள்வதை அவள் மட்டுமே அறிவாள்.

குடிசைக்குப் பின்னால் வந்தாள். கால்கள் தண்ணீரில் பட்டதும் சோர்வு மறைந்து விழித்துக்கொண்டது உடல். முடியை அவிழ்த்து அடித்துக் கொண்டையிட்டுக்கொண்டவள், ஒருமுறை சுற்றிலும் பார்த்தாள். கிழக்கே காடும் வடக்கே வயல்வெளிகளும் மேற்கே ஊரும் இருட்டுக்குள் முடங்கிக்கிடந்தன. அடுப்புச் சாம்பலைக் குச்சியால் கிளறினாள். முயல்குட்டிகளின் மூக்குகளைப் போல் சின்னச்சின்ன நெருப்புக் கங்குகள் சிவப்பாய் மூச்சுவிட்டன. எல்லாவற்றையும் ஒன்றாய்க் கூட்டியவள் சத்தைகள் போட்டு மூளவைத்தாள். பந்தத்தைக் கொளுத்தித் தரையில் நட்டதும் அங்கிருந்த இருட்டு நாலா மூலைக்கும் விலகி ஓடின.

பச்சை ஈசலைக் கோணிப்பையின் மீது கொட்டியதும் காளியை எழுப்பினாள். தூக்கக் கலக்கத்தோடு இருந்தவனின் கையில், பீடி ஒன்றைப் பற்றவைத்துக் கொடுத்தாள் வள்ளி. இரண்டு உறிஞ்சலில் தூக்கம் கலைந்ததும், இருவரும் எதிரெதிரே நின்று கோணிப்பையின் இருமுனைகளைப் பிடித்து நேம்பத் தொடங்கினார்கள். பக்கத்திலே நிழல்களும் சேர்ந்து நேம்பின. இப்படியும் அப்படியுமாக நன்றாக நேம்பி முடித்ததும் மூங்கில் கூடையை வாசலுக்கு நடுவில் வைத்துக் கொஞ்சம்கொஞ்சமாக அள்ளித் தூற்றினாள் வள்ளி. ஈசலின் றெக்கைகள் காற்றில் பறக்க உடல்கள் மட்டும் குடையில் நிரம்பின. வாசலெங்கும் இலையுதிர்கால மர இலைகளென இறைந்துகிடந்தன றெக்கைகள்.

காளி இன்னொரு பீடியை இழுத்தபடி காட்டுப்பக்கமாகப் போனான். உடைந்த பானை ஓட்டை அடுப்பில் வைத்து ஈசலை வறுக்கத் தொடங்கினாள் வள்ளி. ஒருபக்கம் ஓட்டில் வறுப்பதும் மறுபக்கம் வறுத்ததை முறத்தில் கொட்டிப் புடைப்பதுமாக இருந்தாள். தீய்ந்த ஈசலின் கால்கள் தூசியாய் உதிர்ந்தன. ஈசலின் கொழுப்பு மணம் காற்றில் தீயாய்க் கமகமத்தது.

தலையில் கிழங்கு மூட்டையும் இடுப்பில் கொழுப்பு மணக்கும் ஈசல் கூடையுமாக ஊருக்குள் நடந்தாள். இரண்டு மூன்று காலிப் பைகள் அவள் கக்கத்தில் இருந்தன. ஒரு ஒழக்கு ஈசலுக்கு இரண்டு பாசேர் நெல்!

கார்த்திகை பிறந்ததும் விடாமல் பெய்யத் தொடங்கியது மழை. வானம் பார்த்த பூமியில் நீர்ப்புட்டைகள் விட்டிருந்த களக்காச் செடிகள் மலர்ந்து சிரிப்பதாய்த் தெரிந்தன. மழை ஓயக் காய்ந்த வெயிலில் முற்றமுற்றப் பிடுங்கத் தொடங்கிவிட்டார்கள் களக்காயை. மழை விட்டதும் பகலில் வெயிலும் இரவில் பனியும் கடுமையாக இருந்தது. பக்கத்து ஊர் ரகுபதி மந்திரி கூப்பிட்டனுப்பி இருந்தார் காளியை.

ஆமணக்கும் களக்காயும் போட்டிருந்த அவர் நிலத்தைப் பிடுங்குவதற்கு ஏற்ப செடிசெட்டுகளைக் கழித்துச் சீர்படுத்தச் சொன்னார். களக்காச் செடிகளுக்கு அணைப்பு கட்டியதுபோல் சால்சாலாய் ஆமணக்குச் செடிகள் வானத்தைத் தாங்கிப்பிடித்திருக்கும் பச்சைக் கைகளாய் அகன்ற இலைகளோடு நிலமெங்கும் நின்றிருந்தன. பூவும்பிஞ்சுமாக அடர்ந்த காராமணி, தண்லக்கா, பச்சைப்பயிறு... கொடிகள். கால்

வைக்க இடமில்லாதபடி கப்புச் செடிகள் முளைத்து மண்டின. ஆனமட்டும் பிடுங்கி வேலிக்கு வெளியே எறிந்தபடி நடந்தான் காளி.

வழியிலிருந்து மொனைமொனையாகச் சீர்படுத்தியபடியே, கப்புச் செடிகளை வேலிக்கு வெளியே எறிந்தபடியே முன்னேறினான். நடுக் கொல்லியை நெருங்கநெருங்கத் தாங்க முடியாத நாற்றம் வீசிக் குமட்டியது. செத்த எலி நாற்றம் இவ்வளவு நெடியாய் வீசாதென எண்ணியவன், மூக்கை மூடியபடி நடந்தான். ஈக்கள் பெருங்கூட்டமாய் எழுந்து பறந்து மொய்த்தன. ஈக்கள் மேலே எழுகையில் நாற்றம் மேல் விழுந்து தள்ளுவதாய் இருந்தது. இடுப்பு வேட்டியை அவிழ்த்து மூக்கை மூடிக் கட்டிக்கொண்டான். அதை அப்புறப்படுத்தாமல் எதுவும் செய்ய முடியாது என்ற முடிவுக்கு வந்தான்.

ஈக்களின் கூட்டத்தைப் பார்த்ததும் எலி அல்ல, நாய் என்று முடிவெடுத்தவனாய் நெருங்கியவன், விலகி நின்றபடியே போட்டிக் கோலால் அதை அசைத்தான். பெரிய ஈக்கள் 'ஜோ'வென எழும்பின. அதைப் பார்த்ததும் ஒருகணம் நடுங்கிப்போனான். அவனால் நம்பவே முடியவில்லை. சுதாரித்தவனாய் முழித்துமுழித்துப் பார்த்தான். அழுகிப்போன நிலையில் கழுதையின் தலையைக் கண்டதும் திக்கென்று அதிர்ந்தடங்கியது நெஞ்சு... பல நாட்களாகியிருந்தது. அந்தத் தலையின் சதைகளும் கண்களும் அழுகி உதிர்ந்து, கண்கள் இருந்த இடம் குழியாகி அதற்குள் ஈக்கள் போய்வந்துகொண்டிருந்தன.

நீண்ட கொம்பெடுத்து இருண்ட பொந்தாய்த் தெரிந்த கண்களின் குழிக்குள் விட்டுத் தூக்கி வெளியே எறிந்தான். ஒப்பாரியிட்டபடியே ஈக்களும் பறந்தன. மிச்சமாய் ஒட்டியிருந்த கிசுறுகளை வழித்து நாற்றத்தைத் துரத்தப் போராடினான். களைகள் செழித்திருந்த கொல்லியை இப்போது முழுமையாகச் சீர்படுத்துவதென்றால் பல நாட்கள் பிடிக்கும் என்பதை உணர்ந்தவனாய், உயரமாக வளர்ந்திருந்த களைச்செடிகளை மட்டும் பிடுங்கி வீசியபடியே கடைசி முனைக்கு வந்தான்.

அந்த முனையைச் சுற்றி மண்டியிருந்த செடிகளைக் கறுக்கருவாளால் அடிக்கு அறுத்துச் சீராக்கினான். களைகளை அரிஅரியாக அள்ளி வேலிக்கு வெளியே எறிந்துவிட்டு நிமிர்கையில் அவன் கண்ணில் பட்டது பாம்புப் பொறை. கிழிசல்

இல்லாமல் புதிதாய் இருந்தது. நேற்றோ அதற்கு முதல் நாளோ உரித்த பொறை. வெடப் பாம்பு எனக் கண்டுகொண்டான். தலையாட்டிவிட்டு வெளியேறி, கொல்லிக்குச் சொந்தக்காரர் ரகுபதியிடம் எல்லா சங்கதிகளையும் தெரிவித்துவிட்டுக் கிளம்பினான்.

"காளி, நாளைக்கிக் களக்கா புடுங்கிடலாம். வள்ளியக் கூப்டுக்கினு ராத்திரியே வந்துடு. கொல்லிக்கி தாராளமா நாலு மொன புடுச்சிப் புடுங்கி உடுவியுங்கோ, செரியா... நீங்கதான் எல்லாத்தியும் பாத்துக்கணும்" என்று சொன்னபடி இருவது ரூபாய் நோட்டை நுனியில் பிடித்து நீட்டமாய் நீட்டினான்.

"ஆவட்டும் சாமி, பாத ராவுக்கே வந்துட்றம்."

கிடைத்திருந்த நாலேநாலு எலிகளோடு தெருவில் இறங்கி நடந்தான். ஜமுனா மோட்டைத் தாண்டுகையில் புளியந்தோப்புக்குள் கலகலப்பாய்க் கூட்டம் களைகட்டியிருந்தது. ஓரமாய் நின்று இரண்டு கிளாஸ் ஏற்றிக்கொண்டு நடையைக் கட்டினான். மத்த நாளாய் இருந்திருந்தால் இன்னும் நான்கு கிளாஸ் உள்ளே போயிருக்கும். பாதி ராத்திரிக்கு ரகுபதி கொல்லைக்குக் களக்கா பிடுங்கப்போக வேண்டும் என்ற நெனப்பில் இரண்டு கிளாஸோடு பிடிவாதமாகப் போனான்.

பிள்ளைகள் இல்லாத கவலை வள்ளியைப் போலவே காளிக்கும் மனத்தை அரித்துக்கொண்டுதான் இருந்தது. ஆனால், வெளியே காட்டிக்கொள்ளாமல் நடந்தான். இரவு நேரங்களில் அவன் பாடிஆடுவதற்கு வெறும் போதை மட்டுமே காரணமல்ல; அன்றும் நெடுநேரமாய்ப் பாடிக்கொண்டிருந்தான். ராத்திரியே ரகுபதி கொல்லைக்குப் போக வேண்டியதை, வந்ததுமே வள்ளியிடம் சொல்லிவிட்டான். வள்ளி எல்லா ஆயத்தங்களையும் செய்தாள். அந்த மேட்டில் மின்மினி வெளிச்சத்தில் குலவி மகிழும் தூக்கணாங்குருவிகளைப் போல் புட்டி விளக்கு வெளிச்சத்தில் காளியும் வள்ளியும்... ஏதேதோ பேசியபடி அப்படியே கண்ணயர்ந்தார்கள்.

"காளி... எப்பா காளி வெளியே வா."

"வள்ளியம்மா... வள்ளியம்மா... காப்பாத்துங்கோ."

பள்ளத்திலிருந்து கூட்டமாய்க் கத்தும் குரல் கேட்டு வள்ளி முழித்தெழுந்து வெளியே வந்தாள். யாரையோ சுமந்தபடி ஒரு கூட்டம் இருட்டில் தடுமாறி மேடேறிக்கொண்டிருந்தது. பார்த்ததும் புரிந்துகொண்டாள். "இதுமே ஏய்... யாரியோ பூச்சி கடிச்சிட்டு. தூக்கினு வர்றங்கோ. எழு." அவன் உடலைப் பிடித்து உலுக்கியதில் தூக்கம் கலைந்து எழுந்து உட்கார்ந்தான்.

அந்தக் கூட்டம் வாசலுக்கு வந்துவிட்டிருந்தது. கட்ல்ஜீர கடித்துவிட்டதாய் வாயில் நுரைதள்ள நடுவயதுக்காரர் ஒருவரை வாசலில் இறக்கிக் கிடத்தினார்கள். பெண்கள் மாரடித்துக் கத்தினார்கள். ஒரே மரண ஓலமாய் இருந்தது. எல்லோரையும் விலகச்சொல்லிவிட்டு, காற்றோட்டமாய் இழுத்துக்கிடத்தி, கடிபட்டவரின் பற்களைத் தொட்டுப்பார்த்தான். தாடைகளுக்குள் விரல் நுழைத்து எச்சிலை முகர்ந்தான். எரவாணத்தில் ஆங்காங்கே கை வைத்து எதையெதையோ எடுத்து இடித்தான். குடிசைக்குப் பின்னால் ஓடி தழை உருவி, கையில் கசக்கி சாறு பிழிந்து கலக்கி வாயில் ஊற்றினாள் வள்ளி. கடித்த இடத்தில் அந்தச் சக்கையை வைத்துக் கட்டியவள், எல்லோரையும் விலக்கிக் காற்று பட விட்டாள். காளி நாடி பிடித்துப் பார்த்தான்.

"கொஞ்ச நேரம் பொறுங்க. யாரும் அழாதீங்க. ஒண்ணு ஆகாது. நம்புங்க, அழாதிங்கோ, ஒண்ணும் ஆகாது. பயப்படாதிங்கோ, காத்து உடுங்கோ..."

நீண்ட மௌனம் அந்த மேட்டில். உதடுகள் மட்டும் அசைந்தபடி இருந்தன. ஊரார் மேடேறி காளியின் குடிசையைத் தேடிவரும் அபூர்வமான கணங்களுள் இதுவும் ஒன்று. மற்ற நேரங்களில் அவர்கள் வேலையானாலும் காளியும் வள்ளியும்தான் இறங்கிப்போவார்கள். இந்த நேரங்களில் காளி எல்லோருக்கும் சாமியாகத் தெரிவான். காளியின் பாட்டன் காலந்தொட்டு ஏதேதோ கடிபட்டுச் சாகப்போனவர்களைக் காப்பாற்றி வாழவைத்திருக்கிறார்கள். தூரத்தில் மரத்தில் ஆந்தை அலறியது. பெண்களின் மனம் அதிகமாய்ப் படபடக்கவே, அலறல் வரும் திசை பார்த்துக் காறித் துப்பி ஆந்தையைத் திட்டினார்கள்.

கடிபட்டவனின் கைகால்கள் மெல்ல அசைந்தன. எல்லோருக்கும் அப்போதுதான் மனம் அடங்கியது. மெல்ல அவன் கண்விழித்துக்கொண்டான். உடன் வந்த பெண்கள் வள்ளியையும் காளியையும் கையெடுத்துக் கும்பிட்டார்கள். அதோடு விடாமல்

சிலர் வலுக்கட்டாயமாக காளியை இழுத்துக்கொண்டுபோய் சாராயம் குடிப்பாட்டினார்கள். அவர்களின் வற்புறுத்தலைத் தட்ட முடியாமல் வயிறுமுட்டக் குடித்துவிட்டு தள்ளாடி வீடு வந்துசேர்ந்தான். இரவெல்லாம் ஒரே உளறலும் பாட்டும்தான்.

பனிமூட்டம் கடுமையாக இருந்ததால் நேரம் தெரியவில்லை. ஆனால், நடுயிரவைக் கடந்து நெடுநேரம் என்பது மட்டும் வள்ளிக்குப் புரிந்தது. காளியைப் பலங்கொண்ட மட்டும் உசுப்பிப்பார்த்தாள். எதையெதையோ பிதற்றியபடி அசைவற்று இருந்தான். முகத்தில் தண்ணீர் தெளித்துப்பார்த்தாள். அதற்கு மேல் தாமதிக்க முடியாதென்று எண்ணியவள், ஒரு கோணிப்பையை எடுத்துப் போர்த்திக்கொண்டு ரகுபதி கொல்லியை நோக்கி நடந்தாள். வழி நெடுக அவளுக்கு முன்னாலும் பின்னாலும் நிறைய குரல்கள் கேட்டன. வேலி திறந்திருந்ததைப் பார்த்ததும் முன்னமே நிறைய ஆட்கள் போய் மொனை பிடித்திருப்பது தெரிந்தது வள்ளிக்கு.

பனியில் நனைந்த செடிகள் சொதசொதவென்று கால்களில் பட்டதும் உடல் சிலிர்த்துக்கொண்டது. எதிரில் இருந்த எல்லா மொனைகளுக்குள்ளும் ஆட்களும் அடையாளங்களும் நிரம்பியிருந்தன. வெறுங்கால்களில் கல்லையும் முள்ளையும் மிதித்துக் கொல்லையின் அந்த மூலைக்கு நடந்தாள். ஆமணக்குச் செடிகளின் இலைகளில் சேகரமாகியிருந்த பனி (நுழைந்து நடக்கையில்) அவள் மீது வழிந்து குளிராய் இறங்கியது உடலில். கடைசி மூலையில் இருந்த மூன்று மொனைகளில் கோணிப்பையை அடையாளமிட்டுப் பிடுங்கத் தொடங்கினாள். பெருங்கூட்டமாய் மக்கள் நுழைந்து மொனைகளைப் பிடித்து ஆங்காங்கே கொஞ்சம்கொஞ்சம் பிடுங்கி அடையாளம் உண்டாக்கி இருந்தனர். இருட்டு விலகவே இல்லை.

காஞ்செறுக்கான் தழைகள் பட்ட இடங்களில் சொணை காந்தலாய் எரிச்சலெடுத்தது. நெருஞ்சி முட்கள் கால்களில் கொத்துக்கொத்தாய்க் குத்தின. கடைசி மொனைகளில் களக்காச் செடிகளைவிடக் களைகளே உயரஉயரமாய் வளர்ந்திருந்தன. தடவிப்பார்த்தே களக்காச் செடிகளை அடையாளம் பிடித்துப் பிடுங்க வேண்டியிருந்தது. ஒரே கூச்சலும் கும்மாளமுமாய் இருந்தது கொல்லி. ஒரு மொனையைப் பிடுங்கி முடித்தவள்

இரண்டாம் முனைப்பில் மார்பளவுக்குப் பிடிங்கிப்போட்டாள். ஒண்ணுக்கு முட்டிக்கொண்டது.

நடு கொல்லியில் பேசும் ஆட்களின் குரல் பக்கத்தில் பேசுவதுப் போல கேட்டது. விலகி கடைசி மொனையின் மூலையில் போய் உட்கார்ந்தாள். செடிகளும் புற்களும் ஈரமாய்த் தொடைகளில் குத்தவும் சீண்டவும் செய்தன. மிதித்திருந்த செடிகள் கால்கள் விலகுகையில் அசைந்து நிமிர்ந்தன. முடித்து எழ எத்தனிக்கையில் சுரீர் என ஏதோ அங்கு குத்தியது. சொணை செடியாக இருக்கும் என்று எண்ணியவள் பொடவை, பாவாடைக்கு மேலேயே விரல்களைவிட்டு அழுத்தித் தேய்த்துக்கொண்டே வந்து செடிகள் புடுங்குவதில் தீவிரமானாள். வலி அதிகமாய் எரியவே பாவாடையோடு அழுத்தித் தொடைகளின் இடுக்கில் தேய்த்துவிட்டாள். வலி உடம்பெல்லாம் ஏறவே ஏதோ உரைத்தது வள்ளிக்கு. முந்தானையைத் தடவிப்பார்த்தாள். வேர் முடிச்சி இல்லாமல் வெறும் முந்தானை அவிழ்ந்திருந்தது. “ஐயோ... காப்பாத்துங்கோ, ஐயோ பாம்பு கடிச்சிடிச்சி... யாராவது ஓடியாங்க...” அவளின் குரல் பனியில் நனைந்து அங்கேயே நமுத்து உதிர்ந்தது. குரல் வற்றும்வரை கத்தித் துடித்தாள்.

சில்லிடத் தொடங்கிய அவள் உடலில் அறுபட்ட பல்லியின் வாலெனச் சிறுசிறு அசைவுகள் துடிப்பதை விலகிநின்று வேடிக்கைபார்த்தது ஊர். ஓங்காரக் கூக்குரலோடு பொலி எருதென ஓடிவந்தான் காளி. அது மனிதக்குரல் போலவே இல்லை. கூட்டத்தைச் சிதறடித்து உள்ளே நுழைந்தவன் அங்கே வள்ளி வேடிக்கைப்பொருளாய் அலங்கோலமாய் வீழ்ந்துகிடப்பதையும், ஒருவரும் அவளை நெருங்காமல் எட்டிநின்று பார்த்துக்கொண்டிருப்பதையும் உணர்ந்து தாவி அவள் மீது விழுந்தான்.

மின்னலென ஒரு நொடியில் அவன் கண்கள் எல்லோரையும் பார்த்து மீண்டது. அங்கிருந்த பலர் பல இரவுபகல் நேரங்களில் நுரைதள்ளிய வாயோடு குற்றுயிராய் அவன் குடிசை வாசலுக்குத் தூக்கிவரப்பட்டவர்கள். அப்போதெல்லாம் அவர்களின் உயிர் சுமந்து துடித்த வள்ளியின் நினைவுகள் அவனுள் வந்துபோயின. நேற்றிரவு தன் முந்தானைக்குள் இருந்த வேரை எடுத்துக் காய்ச்சி ஊற்றி உயிர்மீத்து அனுப்பிய அந்த மேலத்தெரு ஆளும் நின்று வேடிக்கைபார்த்தபடி இருக்கும் காட்சி அவனை நிலைகுலைத்தது.

தன் முழு உடலாலும் வள்ளிக்குத் திரைகட்டியவன் அவளின் உள்ளங்கையை முகர்ந்துபார்த்ததும், வேகமாக அவளது ஆடை இறுக்கங்களைத் தளர்த்தினான். காட்டின் குரல்கள் காதை மொய்த்தன. உட்கார்ந்தபடியே தான் இடுப்பில் சுற்றியிருந்த அழுக்கு தோய்ந்த வேட்டியை உருவி அவள் மீது போர்த்தி அவளைத் தூக்கி கையிலேந்தி நின்றான். வாய் சப்பரித்த மக்கள் ஊரை நோக்கி அவனுக்கு வழிவிட்டு ஒதுங்கி நின்றனர். எதிர்த்திசையில் காலையின் அமைதலில் சலம்பும் வெவ்வேறு காட்டு விலங்குகளின் குரல்கள். காளி தன் கைகளிலிருந்து தோளுக்கு மாற்றிக்கொண்ட வள்ளியைச் சுமந்து வேகமாய் அடிவைத்து நடந்தான் காட்டை நோக்கி, அவனது கறுத்த நிர்வாணத்தை ஊரின் மீது எறிந்தபடி.

–'திசை எட்டும்', டிசம்பர், 2015.

●●●

வெயில் நுரைக்கும் இரவுகள்

பகலெல்லாம் பெய்த வெயிலைத் தன் மெல்லிய மணல்கண்களின் வழியே குளிர் ஊற்றுகளாய்க் கொப்பளித்தபடிக் கிடந்தது குவைத் பாலைவனம். ஒட்டகங்கள் சூழ ஒரு சிறு திண்டில் மல்லாந்து படுத்திருந்தான் இளங்கோ. எச்சில் துப்பி அழித்த பள்ளிக் குழந்தையின் பலகையைப் போலிருந்த வானத்தில் மகிழம்பூக்களாய் இறைந்துகிடந்த நட்சத்திரங்கள் இவனையே பார்த்துக்கொண்டிருந்தன. ஆனால், அவனது கண்கள் அவற்றுக்கு நடுவில் மின்மினியாய்ச் சிணுங்கி நகரும் விமான விளக்குகளையே தேடின. பாலைவன இரவுகளின் ஒரே ஆறுதல் அவ்விளக்குகள் மட்டும்தான்.

வரிசையான கொட்டடிகளில் மனிதக் குரல்கள் ஓய்ந்து, அசைபோடும் ஒட்டகங்களின் பெருமூச்சுகளும் பற்களின் உரசல்களும் கேட்டன. ஒட்டகப் புளுக்கைகள் ஆங்காங்கே காட்டு நாவல் பழங்களாய் உதிர்ந்து காற்றில் நெடி ஏற்றிக் கிடந்தன.

ஏதோ ஒரு சத்தம் அவன் கவனத்தைக் கலைக்க வானத்தைத் துளாவின அவனது கண்கள். நட்சத்திரங்களுக்கு இடையே மினுக்கிமினுக்கி அவனுக்கு அஞ்சிப் பதுங்கி நகர்ந்த விமானத்தைப் பார்த்ததும் அவன் மனம் நிலைகொள்ளவில்லை. தன் பெருமூச்சால் எம்பிக்குதித்து விமான ரெக்கையைப் பிடித்துத் தொங்கியபடியே ஊருக்குப் போய்விட்டான்.

புதுக் கால்வாயில் கரைகளுடன் ஏதேதோ பேசியபடி சுழித்து ஓடிக்கொண்டிருந்தது தண்ணீர். லாந்தர் விளக்குடன் கற்பகமும் அவனும் வயலுக்குக் கிளம்பினார்கள்.

இரவின் சப்தங்களையும் பயிர்களின் பச்சை மணத்தையும் பூசி அலைந்த காற்று போதை ஏற்றியது. கற்பகத்தை அள்ளி அணைத்து அவள் கழுத்தை முகர்ந்து முத்தமிட்டபடி புற்களின் மீது அவளை

மலர்த்தி மூர்க்கமாய் அவள் மீது படர்ந்தான். திண்டின் மீதிருந்து 'பொத்'தென ஒட்டகக் கோமியங்களில் விழுந்து துடித்தெழுந்தான்.

ஓர் ஒட்டகம் கழுத்தை நீட்டி அவன் முகத்தை நக்கிவிட்டு நிமிர்ந்து அவனைப் பார்த்தபடியே அசைபோடத் தொடங்கியது. அது பற்களைக் காட்டி அவனது கனவைக் கேலிசெய்வதாய்த் தோன்றியது. இப்படிப் பாதியிலேயே கலைந்துபோகும் கனவுகளுக்குப் பிறகான நள்ளிரவுகள் கொடுமையானவை. யாரிடமும் சொல்ல முடியாத ஏக்கங்களையும் ஈரங்களையும் சுமத்தி அலைக்கழிக்கும்.

குவைத்தில் மூன்று மாதங்களுக்கு முன்பு 'மின்மினிப் பண்பலை' தொடங்கப்பட்டதுதான் பாலைவனத் தமிழர்களுக்கான ஒரே துணை. அந்த அறிவிப்பாளரின் குரலும் ஒலிபரப்பப்படும் பாடல்களும் மட்டுமே சொந்தங்கள் அவர்களுக்கு. பாடல்களுக்கு இடையிடையே முக்கியச் செய்திகளைச் சொல்வார்கள். அதில் காவிரி, மேட்டூர், தஞ்சை, டெல்டா, புதுக் கால்வாய்க்கு நீர்த்திறப்பு, விவசாயிகள் போன்ற சொற்கள் வரும்போது இளங்கோவின் காதுகள் வேட்டை நாய்களைப் போல் மோப்பம்பிடிக்கத் தொடங்கிவிடும். காவிரியில் தண்ணீர் வந்து கம்மாய்கள் நிரம்பிக் கால்வாய்களில் வெள்ளம் தளும்பி ஓட, பயிர்களுக்கு நடுவே மீன்கள் துள்ள உழவு தொடங்கும் செய்திக்காகக் காத்திருந்தான் இளங்கோ. அப்படியொரு செய்தி வரும் நாளில் பொலிந்த ஒட்டகத்தைப் போல் இந்த பாலைவனம் வழியாய் ஓடியே ஊரைச் சேர்ந்துவிடும் வைராக்கியம் இத்தனை ஆண்டுகளாகியும் அவனுக்குள் மாறவே இல்லை.

பதிமூன்று ஆண்டுகளாக, தான் அங்கு வந்துசேர்ந்த தொடக்க நாட்களை அடிக்கடி நினைத்துக்கொள்வான் இளங்கோ.

'குவைத் கம்பெனியில் வேலை' என்று சொல்லித்தான் பணம் வாங்கிக்கொண்டு அனுப்பிவைத்தார்கள். விமானப் பயணம், வெளிநாட்டில் வேலை, அத்தர் மணக்கக் கட்டுகட்டாகப் பணத்தோடு வீடு திரும்பும் விடுமுறைகள் என்றெல்லாம் சொல்லப்பட்ட வாக்குறுதியில் முதல் இடி, ஒரு ஷேக் வீட்டில் 'ஹவுஸ் கீப்ப'ராகப் போன நாளில் விழுந்தது.

வீட்டின் பின்வாசலில் நிறுத்தி, பெட்டியை வெளியிலேயே வைக்கச்சொல்லி, அவனது கையில் சோப்பையும் ஸப்லான்

பாட்டிலையும் உள்ளடக்கிய சீருடையைக் கொடுத்து, குளியலறைக்குள் அனுப்பினார்கள். நறுமணம் வீசிய அந்தக் குளியலறைக்குள் நுழைந்ததும் வசந்தமாளிகை சிவாஜி ஆகிவிட்ட கனவில் மிதந்தான். எதைத் திருப்புவது என்று தெரியாமல் எதையோ முறுக்க மழையாய்த் தண்ணீர் கொட்டியதும் சிலிர்த்தவனுக்குள் அவனுடைய வெடித்த நிலம் வந்துபோனது. அறையின் சுவர்களில் இருந்த கண்ணாடிகளில் அவனது பிம்பங்களே அவனைக் கிச்சுக்கிச்சு மூட்டின. குளித்துமுடித்து சீருடை அணிந்து வெளியில் வந்தவனிடம் முதலில் கேட்டுப் பெறப்பட்டது, அவனுடைய பாஸ்போர்ட்.

கீழே வீட்டுக்கு வெளியில் இருந்தபடியே உள்ளே இருப்பவர்களின் எல்லா ஏவல்களையும் செய்ய வேண்டும் எனத் தொடங்கியது அவனது வெளிநாட்டு வேலை. முதல் நாளிலிருந்தே இந்த நேரம், இந்த வேலை என்றில்லை, இரவுபகலாக வேலைகள் ஓயாமல் துரத்தின. வீடு, மனிதர்கள், மொழி எதுவுமே புரியவில்லை. இரண்டு மூன்று ஏக்கர்களில் கட்டப்பட்டிருந்தது அந்த வீடு. பெரியபெரிய கழனி அளவுக்கு இருந்தன ஒவ்வொரு அறைகளும். எல்லா அறைகளின் தரையும் பளிங்குக் கற்களால் பதிக்கப்பட்டிருந்தன. ஆட்களில்லா நேரங்களில் அந்தந்த அறைகளுக்குள் சென்று அவற்றைப் பெருக்கித் துடைத்து மெருகேற்ற வேண்டும். எல்லா அறைகளையும் தினமும் வாசனை திரவியங்களால் கழுவித் துடைத்து நிமிர்கையில் நான்கைந்து வாய்க்காலுக்கு அண்டை வெட்டி நிமிர்ந்ததுபோல் இடுப்பெலும்பில் வலி உயிர்போகும்.

அந்த ஷேக்குக்கு நான்கு மனைவிகளும் முப்பத்தேழு குழந்தைகளும் இருந்ததை அறிந்த நாளில் அவனுக்குள் ஏற்பட்ட அதிர்ச்சி அடங்கவே இல்லை. இவர்கள் எல்லோருக்கும் சேவகம் செய்தே ஆக வேண்டும். ஏனென்றால், இவர்கள் எல்லோருமே முதலாளி ஷேக்கின் குழந்தைகள். இந்த விவரம் அறிந்த கணம் அவனுக்குள் மிகப் பெரிய அச்சத்தை விதைத்தது.

அந்த வீட்டில் தினமும் விருந்துகள் நடந்தன. எல்லோருடைய குரலுக்கும் அவன் தன்னைத் தனித்தனியே பிரித்துப் போட்டுக்கொண்டு ஓட வேண்டியவனாக இருந்தான். எப்போது எங்கிருந்து குரல் வரும் என்று பதற்றத்தோடு காத்திருக்க வேண்டியிருந்தது. பெரிய ஓட்டல் போன்ற சமையலறையில், தலை அறுக்கப்பட்ட ஆடுகள் குடல்களின்றிப் பெரிய அடுப்புகளில்

வைத்து அப்படியே சுட்டு எடுக்கப்பட்டபடியே இருந்தன. பெரியபெரிய வெண்கலத் தஷ்களில் (அகன்ற பெரிய தாம்பாளம்) வைத்திருப்பதைக் கை படாமல் சுமந்து ஓட வேண்டியிருந்தது. ஒவ்வொரு சுட்ட ஆடும், தூக்க முடியாத கடேரிக் கன்றுபோல் கனத்து அவன் முதுகெலும்பை முறித்தது.

அன்று, முரட்டுத் துணியாலான ஷூவோடு ஒரு பெரும் தஷ்ஷைத் தூக்கிக்கொண்டு ஏழாவது முறையாக ஓடுகையில், வராந்தாத் தரையின் வழுவழுப்பில் சறுக்கிக் கீழே விழுந்ததில் முன்னம்பற்கள் இரண்டும் ஒடிந்து தெறித்துவிட்டன. உதடு கிழிந்து ரத்தம் ஊற்றியது. தஷ்ஷைக் கீழே போட்டதற்காகவும், உணவைக் கீழே சிந்தியதற்காகவும் அந்த வீட்டின் வயதான பெண் அவனைச் சாட்டை போன்ற ஏதோ ஒன்றால் அடித்துத்துவைத்து, அரபியில் ஏதேதோ திட்டியபடி காலால் எட்டி உதைத்தாள். அந்த வீட்டின் டிரைவர்களில் ஒருவன் ஓடிவந்து கைத்தாங்கலாக அவனை அழைத்துப்போனான்.

வாய் திறக்க முடியாமல் படுக்கையில் கிடந்தவனுக்கு அன்று மாலையில் டாக்டர் வந்து ஊசி போட்டுவிட்டுப் போனார். அந்த இரவில் இவனுடைய முனகலைத் தாங்க முடியாமல் அந்த டிரைவர் இவனுக்கு வலி மருந்து என்று சொல்லி எதையோ வாயில் ஊற்றினான். அது துவர்ப்பும் கசப்புமாய் நமநமவெனத் தொண்டை எரிய உள்ளே போனது. கொஞ்ச நேரத்தில் அப்படியே தூங்கிப்போயிருந்தான்.

அந்தச் சம்பவத்துக்குப் பிறகு அவனால் எதையுமே செய்ய முடியவில்லை. மனம் பேதலித்துப்போனது. அவன் முகத்தைப் பார்க்கையில் அவனுக்கே அந்நியமாகத் தெரிந்தது. வரும்போது இருந்த எதுவாகவும் இப்போது அவன் இல்லை. முன்னம் பற்களை இழந்த முகத்தைப் பார்க்க அவனுக்கே அருவருப்பாக இருந்தது. முன்பு புரிந்துகொண்ட அவர்களின் எந்த சைகைகளையும் புரிந்துகொள்ள மறுத்தது புத்தி. ஏதோ ஒருவிதத்தில் நினைவு பிசகிப்போனவனாய் இருந்தான். எல்லாமே தடுமாறின. கற்பகமும் பிள்ளைகளும் நினைவில் வரவர உருகி அழுதான். இரவு நேரங்களில் வலிக்கு மருந்தென டிரைவர் எதையோ அவ்வப்போது குடிக்கக் கொடுத்ததன் வாடை முதலில் அவனுக்குக் கொமட்டியது.

ஒவ்வொரு நாளும் வெவ்வேறு வேலைகளில் அலைக்கழிப்பாகவே கழிந்தது. இனி அந்த வீட்டிலிருந்து வெளியேறவே முடியாது என்றும், தானே விரும்பினாலும் திரும்பித் தன் வீட்டுக்குப் போவது தன் கையில் இல்லை என்றும் புரிபட்ட நாளில் நடைபிணமாகிப்போனான். இரவும்பகலும் ஒன்றுபோலவே நீண்டு நரகமாகக் கழிந்தன. தனக்கு ஒதுக்கப்பட்டிருந்த அறையில், இளம்வயது கார் டிரைவரிடம், தாய் தகப்பனை இழந்த அனாதைக் குழந்தையைப் போல் தேம்பித்தேம்பித் தினமும் அழுவது வாடிக்கையாகிப்போனது.

அந்த வீட்டினுள் தன்னை எவ்வகையிலும் பொருத்திக்கொள்ள முடியாமல் தடுமாறிக்கிடந்த ஒருநாளில் அவனுடன் தங்கியிருந்த டிரைவர் அவனது பெட்டியையும் அவனையும் ஒரு சொகுசுக் காரில் ஏற்றிக்கொண்டு கிளம்பினான். இனி எல்லா வேதனைகளிலிருந்தும் விடுதலை பெற்ற எண்ணம் அவனுக்குள் சிறு பரவசமாய் அரும்பியது. பகல் முற்றத் தொடங்கிய அந்த வெயிலில் எங்கு போகிறோம் என்றே தெரியாத குளுகுளு கார் பயணத்தில் அப்படியே தூங்கிப்போனான். அத்தனை நாட்களில் தன்னை மறந்து பகலில் அவன் தூங்கியது அதுதான் முதல் தடவை.

கண் விழித்தபோது கண்ணுக்கெட்டிய தொலைவுவரை ஒரே இருட்டாகத் தெரிந்தது. சாலையிலிருந்து இறங்கி மணல் வெளியில் ஓடிய கார், கூடாரங்கள் நிறைந்த இடத்தை நெருங்கி நின்றது. அவனை இறங்கச்சொன்னான் டிரைவர். பெட்டியோடு இறங்கியவன் அலங்கமலங்கப் பார்த்தான். தகரக் கூடாரங்களுக்கு நடுவில் சிறுசிறு மைதானங்களில் பெரிய காடா விளக்குகள் எரிந்தன. வானத்தை நக்கிட நீட்டிய அவற்றின் மஞ்சள் நாக்குகளிலிருந்து வழிந்த வெளிச்சம் மணல்பரப்பில் புரண்டுபுரண்டு படுத்துக்கிடந்தது.

“கொஞ்ச நாள்தான்ணா, அதுக்குள்ள எப்படியாவது கார் ஓட்டக் கத்துக்கிட்டு லைசன்ஸ் எடுத்துடு. பெறவு, திரும்பியும் ஹவுஸ் கீப்பிங்க்கே வந்துருவ. கஃபில்(முதலாளி)கிட்ட நான் சொல்றேன்.” டிரைவர் சொன்னபோது மனதின் சம்மதம் இல்லாமல் அவன் தலை ஆடியது.

“இங்க வேல ஒண்ணும் பெருசா இருக்காதுணா. சுளுவான வேலதான். மொத கொஞ்சம் கஷ்டமாட்டம் தெரியும். ஆனா,

போகப்போகப் பழகிரும். சம்பளமும் கூட்டித்தருவாங்க." அவனது தோள் மீது கைபோட்டுக் கொஞ்ச தூரம் உலாத்தியவன், கூடாரத்தில் இருந்தவர்களிடம் அரபியில் ஏதேதோ சொல்லிவிட்டு கார் ஏறிக் கிளம்பிவிட்டான். கார் மறையும்வரை இளங்கோவின் பார்வை ஒரு நாய்க்குட்டியைப் போல் காரின் பின்னாலேயே ஓடி விக்கித்து நின்றது.

சுற்றிலும் இருந்தவர்கள் வெவ்வேறு மொழிகளில் அவனிடம் பேச முற்பட்டார்கள். நெருக்கமான ஒன்றும் தட்டுப்படாத வெறுமையில் அங்குமிங்கும் அலைந்தன இளங்கோவின் கண்கள். ஒன்றும் புரியாமல், குரல் வரும் பக்கமெல்லாம் திரும்பி முழித்தான். அவனுக்கு நெருக்கமான ஒன்றும் அங்கு தட்டுப்படவில்லை. சைகைகளால் ஒருவன் ஒரு கொட்டடிக்கு அழைத்துப்போனான். துருத்தியிலிருந்து எதையோ எடுத்து வாயில் போட்டு மென்றபடியே அவனிடமும் நீட்டினான். பேரீச்சம்பழம். கை நீட்டி வாங்கியவன், குழந்தைபோல் அதைக் கையில் இறுக்கிப்பிடித்தபடியே ஒரு மூலையில் முடங்கித் தூங்கிப்போனான்.

நடுயிரவில் சிறுநீர் கழிக்க வெளியில் வந்தபோதுதான் பார்த்தான் அந்தக் காட்சியை. அது அவனுக்குக் கனவுபோல்தான் தெரிந்தது. உட்கார்ந்த நிலையிலேயே கண்களை விரித்து அவற்றையே வியப்பாகப் பார்த்துக்கொண்டிருந்தான். அவனால் அதை நம்பவே முடியவில்லை.

ஊரில் குத்பா பண்டிகைக்கு சில நாட்கள் இருக்கையில் சாயுபுமார்கள் ஒன்றிரண்டு ஒட்டகங்களை மேய்ச்சலுக்கென ஓட்டிவருவார்கள். அதை அறுப்புக்குக் கொண்டுபோகும்வரை ஊரே கூடி வேடிக்கைபார்த்துக் கிடக்கும். இப்போது பெரிய மந்தையாக ஒட்டகங்களைப் பார்த்ததும் உடல் நடுங்கிப்போனது இளங்கோவுக்கு. அந்தச் சிந்தனையிலேயே படுத்துக்கிடந்தவனை நெட்டையான ஓர் உருவம் அதட்டி எழுப்பியது.

அவன் கையில் ஒரு தக்காரியும் பலகையும் கொடுக்கப்பட்டு, செய்ய வேண்டிய வேலை சொல்லப்பட்டது. சைகைமொழிதான்.

எல்லா ஒட்டகங்களின் சாணிகளையும் பெருக்கி அள்ளிக் கொட்டகையைச் சுத்தப்படுத்துவது என்று தொடங்கின இளங்கோவின் பாலைவன நாட்கள். அடுத்து, குட்டி

ஒட்டகங்களைச் சில மைல் தொலைவுகளுக்குள் மேய்ச்சலுக்கு ஓட்டிப்போவதாக மாற்றம் காட்டியது. முதன்முதலில் அங்கு அந்தக் குட்டி ஒட்டகங்களோடுதான் வாய்திறந்து பேசினான் தமிழில். கொஞ்ச நாட்களில் இளங்கோ அவற்றுடன் நெருக்கமானான். அவனது அதட்டல் சத்தத்துக்கு அவை அசைந்துகொடுத்தன. ஆணையாக, அதட்டல்களாகச் சொல்லப்பட்ட அராபியச் சொற்களைத் தனிமைகளில் சொல்லிப் பழகியதும் அந்தக் குட்டி ஒட்டகங்களிடத்தில்தான்.

கபூஸ், குமூஸ், அச்சார் (சுட்டரொட்டி, கடலைச் சட்டினி, ஊறுகாய்) சாப்பிட்டுவிட்டு, தகிக்கும் வெயிலில் ஒட்டகங்களின் பின்னே அலையும் வாழ்வுக்கு எல்லோரும் பழகிப்போயிருந்தனர். கனவிலும் நினைவிலும் கொஞ்சம்கொஞ்சமாய் மறைந்துபோனது அரிசி. சாப்பாடும் - இடமும் - வெயிலும் - ஒட்டகங்களின் வாடையும் ஓங்களித்தன இளங்கோவுக்கு. இரவில் ஒட்டகங்களோடு வெயிலும் அங்கேயே படுத்து வெப்பத்தை அசைபோட்டது. வீட்டின் நினைவுகளும் வெயிலும் உள்ளும்புறமுமாய் வாட்டியெடுத்தன. ஒரே மாதத்தில் கிழ ஒட்டகம்போல எலும்பும் தோலுமாக நொடிந்துபோனது அவன் உடல்.

உலர் பேரீச்சம் பழங்கள், சுண்டக் காய்ச்சிய ஒட்டகப் பால் — இவைதான் ஷேக்குகளின் மாலைநேரப் பலகாரங்கள். இரவில் சந்துசந்தாக வெட்டி குங்குமப்பூ மணத்தில் பாசுமதி அரிசியுடன் மண்ணுக்குள் வேகும் ஆட்டுக்கறி மந்திச் சோற்றுடன், நெருப்பில் சுட்ட கொழுத்த கோழிக்கறியும், சூட்டைத் தணிக்க வறுத்த ஒலிவக் காய்களுமாகத் தொடரும் ராப்போசனம். அடங்காத தினவோடு இரவெல்லாம் விழித்திருந்துவிட்டு விடியவிடியத் தூங்கும் ஷேக்குகளின் வீடுகளில் குழந்தைகள் மந்தைமந்தையாக இருந்தார்கள். எழுபது எண்பது வயது ஷேக்குகளுக்கும் பால்குடி மறவாக் குழந்தைகள் நான்கைந்து இருந்தன.

ஷேக்குகள் பகலெல்லாம் தூங்கிவிட்டு ஒட்டகச் சந்தைகளை மாலையில்தான் கூட்டினார்கள். அந்தச் சந்தைகளில் ஒட்டகங்களோடு ஆடுகளையும் மனிதர்களையும் ஏலத்தில் விற்றனர். அன்று மந்தைக்கு வந்த ஷேக்கினுடைய காரின் பின்னிருக்கையிலிருந்து மிரளமிரளப் பார்த்தபடியே ஒரு சிறுவன் இறங்கினான். அவன் கொஞ்ச நேரத்தில், இளங்கோ இருந்த

ஒட்டகக் கூடாரத்துக்குள் கொண்டுவரப்பட்டான். அந்தச் சிறுவனின் பெயர் ப்ரோன் என்றும், அவன் எகிப்திலிருந்து கொண்டுவரப்பட்டதாகவும் பேசிக்கொண்டார்கள். பூனைமயிர் முளைக்காத அவன் முகத்தில் தேலிய எலும்புகளில் வறுமையும், கண்களின் ஆழங்களில் பசியும் படர்ந்திருக்க பார்க்கப் பரிதாபமாக இருந்தான். பலர் வாய் சப்பினார்கள், சிலர் அவனை இரையாகப் பார்த்தார்கள்.

சில நாட்களில் இளங்கோவிடம் இருந்த ஒட்டகக் குட்டிகள் ப்ரோனிடம் ஒப்படைக்கப்பட்டன. அடுத்த நாள் காலையில், நகரும் மலைகளுக்குப் பின்னால் ஊர்ந்துபோகும் கூழாங்கல்லைப் போல் அவற்றின் பின்னால் நடந்தான்.

வேலையற்றுக் கூடாரத்துள் படுத்திருந்தான் இளங்கோ. அவன் மனம் புதிதான கலக்கத்தில் அலைக்கழிந்தது. விடிந்தால் மந்தையா சந்தையா என்று தெரியாமல் கொட்டடியில் அசைபோட்டுக்கிடக்கும் ஒட்டகத்தின் நிலையே இப்போது அவனுக்கும். அடுத்து எங்கு கொண்டுபோவார்கள், எம்மாதிரியான வேலைகள் என எதையும் அறியும் உரிமையற்ற நிலை கங்கென மூண்டு தீயாய்ப் பரவியது.

வெயில் இறங்கும் மாலையில் அழைத்து அவனை லோடு லாரியில் ஏற்றினான் ஒருவன். உள்ளே அவனுக்கு முன்பாக பிலிப்பைன்ஸ் அத்துல்லா இருந்தான். பின்காரேஜில் இரண்டு பெரிய ஒட்டகங்கள் தலை முட்டி நின்றன. அந்த வண்டியைச் சந்தைக்கு அனுப்பிவிட்டுப் பின்தொடர்ந்து காரில் வந்தான் ஷேக். ஒட்டகங்களோடு சந்தைக்குப்போன அந்த முதல் நாள் அவனுக்கு மறக்க முடியாத பல அதிசயங்களைக் காட்டியது.

சாலையெங்கும் தினுசுதினுசான கார்கள் கலர்கலராக ஓடிக்கொண்டிருந்தன. "அங்கெல்லாம் கார்ல போறது நம்மூர்ல சைக்கிள்ல போற மாதிரி." வேலைக்கு அனுப்ப ஊரில் பணம் வாங்கியவன் சொன்னவற்றில் இது ஒன்று மட்டுமே உண்மை என்று புரிந்துகொண்டான் அன்று. உள்ளே அடைபட முடிந்தால் ஒட்டகங்களுக்கும் ஏசி கார்கள் வாய்க்கும் ஊராக அது இருந்தது.

பாலைவனத்தின் பெரிய மைதானத்தில் ஒட்டகங்கள் வண்டிகளில் வந்து இறங்கியபடியே இருந்தன. வெள்ளை, செம்பட்டை, பழுப்பு, கறுப்பு என விதவிதமாகப் பல வண்ண ஒட்டகங்கள் கைமாறின.

கொஞ்சம் தள்ளி ஆங்காங்கே குளுகுளுவென சொகுசுக் கார்களில் தும்பைப்பூ வெளுப்பில் நீண்ட ஹப்பும் (அங்கி), தலையில் கறுப்புக் கிரீடமுடி போன்று வட்டம் மூடிய, வெள்ளையும் சிவப்பும் கலந்த கட்டங்கள் போட்ட அமாமாவுமாக (தலையை மூடும் துணி) அந்த வெள்ளை மண்ணுக்குச் சொந்தமானவர்கள் எனும் அடையாளத்துடன் ஷேக்குகள். நக்கேலில் (கடிவாளம் போன்று ஒட்டகத்தைக் கட்டுப்படுத்தும் வளையம்) பிணைத்த கயிறுகளில் ஒட்டகங்களை இழுத்துக்கொண்டு அலையும் பிழைப்பு தேடிவந்த கூலிகளுக்கு எந்த ஆடை அடையாளமும் இல்லாதிருப்பதே அடையாளமாக இருந்தது.

இரண்டு ஒட்டகங்களின் முதுகில் ஏறி நின்று சண்டையிடுவதுபோல் ஒருவன் அரபியில் கத்திக்கொண்டிருந்தான். அவனைச் சுற்றி ஒட்டகங்களும் மனிதர்களுமாகக் கூட்டம் சூழ்ந்திருந்தது. சிறிது நேரத்தில், கீழிருந்து வரும் குரல்களை எதிரொலிக்கத் தொடங்கினான். மக்கள் கூட்டத்தில் பெரும்பகுதி தன்னைப் போலவே பிறந்த மண்ணை விட்டுவிட்டு வந்தவர்களே என்ற எண்ணம் சிறு ஆறுதலாக இருந்தது. ஒட்டகங்கள் மீதிருந்து கத்துபவன் ஏலம் விடுகிறான் என்பது கொஞ்ச நேரம் கழித்துதான் இளங்கோவுக்குப் புரிந்தது. மூலைமூலைக்குப் பலரும் இப்படி ஏலம்விட அவனவனைச் சுற்றி மந்தைமந்தையாக ஒட்டகங்கள் வாயசைத்து நின்றன. தரகர்களிடம் ஏதோ பேசினான் ஷேக். அவன் சொல்லும் இடங்களுக்கெல்லாம் அந்த இரண்டு ஒட்டகங்களை இழுத்துக்கொண்டு அலைந்தான் இளங்கோ.

அன்று இரவு கூடாரம் வந்து சேர்ந்து படுக்கையில் விழுந்தபோது நெடுநாட்களுக்குப் பிறகு அவனுக்கு அப்பன் ஞாபகம் வந்தது.

உடன் பிறந்த ஐந்து பொறப்புகளையும் கரை ஏற்றி அம்மாவைக் கட்டிக்கொண்டு வரும்போது அப்பனும் ஊர்க் குடியானவர்களில் ஒருத்தனாய் வாழ்ந்தவன்தானாம். முப்பது நாற்பது மாடுகளுக்கு நெலத்துலயே கெடை போட்டு நெலத்தை மாடுகளும் மக்களும் பார்த்துக்கொள்ள, மாடுகளையும் மக்களையும் நெலம் பார்த்துக்கொண்டதாம். முப்போக வெளச்சலும், வருசமெல்லாம் மந்தையில் கன்றுகளும் பாலுமாகக் கிடந்த வயலில் குறுக்கும்நெடுக்குமான நீரோட்டம் வற்றாதவரை அப்பனின் கால்கள் நெலத்தை நம்பித் திரிந்ததாம்.

வானம் முழுசாக வெளுப்பாகிப் பருவ மழைகள் தப்பிப்போயி, நஞ்சையும் புஞ்சையும் பயிர்களுக்குப் பதிலாக வெடித்து வெப்பம் கக்கியதாம். பஞ்சம் ஒன்றிரண்டு மாதங்களைத் தாண்டி ஐந்து ஆண்டுகளுக்கு மேலாகத் தலைவிரித்து ஆட்டம்போட்டதாம். விதைகளும் உணவாகி வெந்து முடிந்த பின்னும் பஞ்சம் அடங்கவில்லை. நிலத்தை அடமானமாக எழுதிக்கொண்டு சொற்பப் பணத்தைக் கேட்டுக் குடியான மக்கள் நகரத்து வீதிகளில் நாளெல்லாம் அலைந்தும் யாரும் நிலங்களுக்காகப் பணம் கொடுக்க முன்வரவில்லை. மாறாக, உழவு மாடுகளையும் கரவல் மாடுகளையும் மோப்பம் பிடித்துவந்து அடிமாட்டு விலைக்கு வாரிக்கொண்டு லாரிகளில் ஏற்றிப்போய்ச் சந்தைகளில் கொள்ளை லாபத்துக்கு விற்றார்கள்.

அந்த நிலையில், தானே மாடுகளைத் தூரத்தூர் சந்தைகளுக்கு ஓட்டிக்கொண்டுபோய் விற்றுவந்தானாம் அப்பன். தன் சொந்த மாடுகளுக்கு நல்ல விலை தேடி மாதத்தில் ஒன்றிரண்டு நாட்கள் வேறுவேறு சந்தைகளுக்கெனப் போனவன் ஆங்காங்கே ராத்தங்கத் தொடங்கினான். மொத்த மாடுகளையும் விற்றுமுடிக்கையில் குடியானவன் எனும் அடையாளம் மாறி மாட்டுத் தரகன் ஆகி, நிலத்துக்கும் வீட்டுக்கும் அந்நியப்பட்டுப்போன கதையை விசும்பலோடு ஒருநாள் சொல்லி முடித்தாள் அம்மா.

சிறுவனாக இருக்கையில் அப்பனோடு மாட்டுச் சந்தைகளுக்குப் போயிருக்கிறான். ஒரு துண்டுக்குள் கைகளை விட்டு விரல்கணுக்களைத் தடவி விலைபேசும் காட்சி நினைவுக்கு வந்ததும் சிரித்துக்கொண்டான். அந்த ஜில்லாவின் எல்லா மாட்டுச் சந்தைகளிலும் மாட்டுத் தரகில் கெட்டிக்காரனாக இருந்தான் அப்பன். எல்லா ஊர்ச் சந்தைகளிலும் அவனை மொய்த்தபடி ஆட்கள் இருந்தனர். மாட்டை விற்றவன் பணத்தை மடியில் சுருட்டிக்கொண்டு செத்த முகத்தோடும், மாடு வாங்கியவன் புதிய கயிற்றில் மாட்டைக் கட்டி இழுத்தபடி முகமலர்வோடும் வெளியேறுவார்கள். இருவருக்கும் இடையில் இருந்த அப்பன், போதை தலைக்கு ஏற கைநிறைய பணத்தோடு தொடுப்புகளின் வீடுகளுக்குள் போவான்.

சந்தை நடக்கும் எல்லா ஊர்களிலும் அப்பனுக்குத் தொடுப்புகள் இருந்ததைப் பின்னாட்களில் தெரிந்துகொண்டான் இளங்கோ. அப்பன் எப்போதாவதுதான் வீட்டுக்கு வருவான். அப்படி அவன்

வரும் நாட்களில் மிட்டாய்களும் பலகாரங்களும் நிரம்பிய பைகள் அவன் கைகளில் இருக்கும். வீட்டுக்குள்ளிருந்து சாராயமும் கறிக்குழம்பும் மணக்கும். அப்பன் வீட்டுக்கு வந்திருப்பதன் அடையாளம் இதுதான்.

ஒட்டகச் சந்தைக்கு வாரத்தில் இரண்டொரு நாட்கள் வருவது வழக்கமாகிப்போனது இளங்கோவுக்கு. மீதி நேரங்களில் மேய்ச்சலுக்கு ஓட்டிச்செல்ல ஓர் ஒட்டக மந்தையும் அவன் பொறுப்பில் ஒப்படைக்கப்பட்டிருந்தது. இளம் ஒட்டகங்கள் வாங்க, முதிர்ந்த ஒட்டகங்களை விற்க என ஷேக் அடிக்கடி அவனைச் சந்தைக்கு அழைத்துப்போனான். தமிழுடன் அரபியில் சில ஏவல் சொற்கள் தவிர வேறொன்றும் அறியாத நாட்களில் அரபியில் ஏலம் விடுபவர்களின் வாய்களையே மொய்த்தபடி இருந்தன இளங்கோவின் கண்கள்.

மூன்றாண்டுகளில் நிலைமை தலைகீழானது. இப்போது குவைத்தின் பிரதான ஒட்டகச் சந்தைகளில் ஏலம் கூவும் குரலாக மாறிப்போனான் இளங்கோ. ஒவ்வொரு ஒட்டகத்துக்கும் ஒரு சுருக்கமான வரலாற்றுக் கட்டுக்கதையை ராகத்தோடு அரபியில் அவிழ்த்துவிடுவான். ஒட்டகங்களின் விலையைக் கூவியபடி அவன் பேசும் அரபி மொழியை ஒட்டகங்களோடு ஷேக்குகளுமாக முழுச் சந்தையே வேடிக்கைபார்த்தது. அங்கேயே பிறந்துவளர்ந்தவனைப் போல் சுத்தமான அரபியில் சரளமாய்ப் பேசினான். பாலுக்காக, வளர்க்க, பொதிசுமக்க, கேளிக்கை சவாரிக்கும் ஊர்வலங்களுக்கும் வாடகைக்கு விட, கசாப்புக்காக என வாங்குபவர்கள் பலரையும் சீக்கிரத்தில் அடையாளம் கண்டு வைத்திருந்தான்.

ஒவ்வொரு ஏலத்துக்கும் சில குவைத் நாணயங்கள் கூலியாகக் கிடைத்தன. அவ்வப்போது குபூஸ், கோழிக்கறி, மந்தி பிரியாணி... (பூமிக்கு அடியில் அடுப்புவைத்து முழு ஆட்டையும் பெருந்துண்டுகளாகப் போட்டு சமைக்கும் பிரியாணி) பொட்டலங்கள், சென்ட் பாட்டில்கள், பட்டை லவங்கம், குங்குமப்பூ, பழைய குளுகுளு கண்ணாடிகள் எனக் கிடைக்கும் தனி கவனிப்புகளோடும் குவைத் சில்லரைகளுடனும் கூடாரம் திரும்புவான். அங்கு மீண்டும் மந்தைமந்தையாய் ஒட்டகங்களைப் பார்க்கையில் வெறுமை சூழும். கண்ணுக்கெட்டிய தொலைவுவரை மணல்மேடுகள், உடம்பை உரசும் நெருக்கம்வரை ஒட்டகங்கள்... ஊரில் வயசுக்கு வந்த

மூன்று பெண்பிள்ளைகளை வைத்துக்கொண்டு தனிமையில் கற்பகம்... நினைவுகள் அலைக்கழிக்கையில் எல்லாவற்றையும் வீசியெறிந்துவிட்டு ஓடியே ஊர் போய்ச் சேர்ந்திட மனம் ஏங்கும். அவ்வளவே முடிந்தது அவனால்.

பகல்நேரப் பாலைவன வாழ்க்கையில் காற்றடிக்கும் காலத்தின் நிலைமை வெயிலைவிட இன்னும் மோசம். கடலில் அலைகள் எழும்பிப் பாயெனச் சுருண்டுமடிவதுபோல் பேய்ப்பிடித்துக்கொண்ட காற்று மணல்திட்டுகள் மீது ஏறி வெறியாட்டம் போடும்.

அப்படி ஒருநாள், கயிறு திரிக்கும் தென்னைநாரின் பஞ்சைப் போல் காற்றில் உயரமான மணல் அலைகள் எழும்பி அருகில் மேய்ந்த ஒட்டக மந்தை மீது கவிழ்ந்தன. கழுதைகளைப் போல் கத்தியபடியே ஒட்டகங்கள் திசைகொன்றாய்ச் சிதறி ஓடின. இளங்கோவின் கண் காது வாய் மூக்கெல்லாம் மணல் ஏறி மூச்சுமுட்ட சாகக்கிடந்தான். எங்கிருந்தோ ஓடிவந்த இருவர் அவனைத் தூக்கித் தண்ணீர் ஊற்றிக் காப்பாற்றினார்கள். நான்கைந்து நாட்களுக்கு மூக்கு வாய் கண் எல்லாமே ரத்தக் கண்ணிகளாகச் சிவந்து வலி உயிர்போனது. தண்ணீர் விழுங்கவும் மூச்சுவிடவும் முடியாமல் படுக்கையில் கிடந்தான்.

ஒருநாள், சந்தையில் ஏலமெல்லாம் முடிந்து கொட்டகைக்குத் திரும்புகையில் இரவு ஒன்பது மணியைத் தாண்டிவிட்டது. பாலைவனத்தில் அலைந்த களைப்பில் எட்டு மணிக்கெல்லாம் அவரவர் கூடாரத்தில் அடங்கிவிடுபவர்கள், வழக்கத்துக்கு மாறாக அன்று உறங்காமல் வெளியில் இருப்பதைத் தொலைவிலிருந்து பார்த்ததும் மனம் கலவரப்பட்டது இளங்கோவுக்கு.

முன்பெல்லாம் ஊர்ச் செய்திகளை அறிய வழியற்று இருந்த நாட்களில் குவைத் நகரங்களில் வேலை பார்ப்பவர்களுக்கு எட்டும் செய்திகளும்கூடப் பாலைவனத்தில் இருப்பவர்களுக்குத் தெரியாது. அப்பன் - ஆத்தா - மனைவி - பெற்ற பிள்ளைகளின் சாவுச் சேதிகளை மட்டுமே தெரிவிக்க தரகர்கள் பாலைவனத்துக்கு வருவார்கள். அப்படியான சேதி கொண்டுவரும் ஒன்றிரண்டு ஆட்கள் இருந்தனர். பாகிஸ்தானி, பர்மியன், சூடானி, எகிப்தியன், பிலிப்பெய்னியன், நேப்பாளி, இந்தியன் எனப் பல நாட்டுக் கூலிகளுக்கும் அவர்கள்தான் மரணச்சேதித் தூதுவர்கள்.

அவர்களைப் பார்த்துவிட்டால் ஆளாளுக்கு நெஞ்சு பதைபதைக்கும். அவரவர் அப்பா அம்மா மனைவி பிள்ளைகள் மனதுக்குள் வந்துபோவார்கள். சொற்களற்று ஒருவரையொருவர் பார்த்துக்கொள்வார்கள். அந்த இடத்தை ஓர் மயான மௌனம் சூழ்ந்திட நிற்பார்கள். வந்தவன் முதலில் “இந்தியா”, “பாகிஸ்தான்” என்று நாட்டின் பெயரைச் சொல்வான். அந்த நாட்டைச் சேர்ந்தவர்கள் எங்கெங்கிருந்தும் வேகமாக முன்னால் வருவார்கள். மற்ற நாட்டவர்களுக்கு மனம் மெல்ல அடங்கும். அடுத்து, சேதி கொண்டுவந்தவனின் தாய்மொழியில் அவன் முதலாளியின் பெயரைச் சொல்வான். அடுத்து, ஓர் இயந்திரம்போல் பெயரைச் சொல்லி, செத்துப்போன உறவைச் சொல்வான். மரண ஓலம் அந்த இடத்தை நடுநடுங்கவைக்கும்.

“இதோ இளங்கோ”, “இளங்கோ வந்துவிட்டான்.” அரபியில் ஆளாளுக்குச் சொன்னார்கள்.

இளங்கோவின் நினைவுக்குள் கற்பகமும் குழந்தைகளும் வரவே நெஞ்சடைத்து உடலெல்லாம் நடுங்கத் தொடங்கியது. யார் முகத்தையும் பார்க்கும் துணிவிழந்து, மனதுக்குள் சாமிகளிடம் வேண்டியபடியே அடிவைத்தான். இருட்டில் எல்லோரும் விலகி வழிவிட நடுவில் சிலர் மணல் திண்டின் மீது அமர்ந்திருந்தனர். சில நொடிகள் எல்லோரையும் உற்றுப்பார்த்தான். சிரித்த முகத்துடன் இருந்தவர்களில் சாவுத் தூதுவர்கள் யாரும் இல்லை என்று தெரிந்ததும் சற்று அடங்கியது மனம். இருட்டிலும் கறுப்புக் கண்ணாடியைத் தலையில் சொருகியிருப்பதைப் பார்த்ததும் சினிமாக்காரர்கள் என்று கண்டுகொண்டான்.

முன்னந்தலை வழுக்கையும் பின்னால் நீளநீளமாகத் தொங்கும் சுருட்டை முடியுடன் கறுத்துச் சுருங்கிய உடலுமாக இளங்கோ அவர்கள் முன்பாக வந்துநின்றான். அவனைப் பார்த்த நடிகர்கள் தம் கண்களில் தெரிந்த ஏமாற்றத்தைச் சிரிப்பால் மறைக்க முற்பட்டபடி, “குவைத் தமிழ்ச் சங்கத்துல நேத்து ஆண்டு விழா. அதுக்காக வந்தாங்க. ஒட்டகம் பாக்கணும், பாலைவனம் பாக்கணும்னு ஆசப்பட்டாங்கனு கூட்டிட்டுவந்தோம். ‘தமிழ் வாழ்க’ன்னு தண்ணித் தொட்டில நீங்க எழுதிருக்கிறதைப் பாத்ததும் உங்களைப் பாக்காமப் போறதில்லனு நின்னுட்டாங்க.” ஒரே மூச்சில் சொல்லி முடித்துச் சிரித்தார் தாடிக்காரர்.

48 ❖ கரியோடன்

“போன மாசம் தெலுங்குப் பட ஷூட்டிங் பாலைவனத்துக்குள்ள நடந்துச்சி சார். நாகர்ஜூன் சாரும் நயன்தாராவும் என் மந்தைக்குள்ளார ஓடிப்பிடுச்சி டான்ஸ் ஆடுனாங்க. அந்த கேமரா லைட்டுங்ளலாம் பாத்துட்டு ஒட்டகங்க மெரண்டு மூலைக்கொண்ணா ஓட்டமெடுத்துச்சுங்க. என் ஒட்டகங்களுக்குப் பக்கத்துல நின்னு ஜோடியாவும் தனித்தனியாவும் போட்டோ புடிச்சிக்கிட்டாங்கோ. கடைசியா போகும்போது நாகர்ஜூன் சார் என் தோள் மேல கைபோட்டு போட்டா புடிச்சிக்கிட்டார். போயிட்டு அனுப்பிவக்கிறேன்னு சொல்லிட்டுப்போனாரு” என்ற இளங்கோவின் முகம் மலர்ந்தது.

“ஒரே சந்தோஷமாயிடுச்சி தலைவா, உங்களப் பாக்காமப் போறதில்லனு ஒட்டகங்களோட பேசிக்கிட்டே உங்களுக்காக வெய்ட் பண்ணோம். உட்டா ஒட்டகங்களுக்கே தமிழ் சொல்லிக் குடுத்துடுவிங்கபோல” என்றார் நடிகர்.

“இது நான் வந்த புதுசுல எழ்துன்து சார். பதிமூணு வருசமாயிடுச்சி இத எழ்தி.”

“ஐய்யய்யோ... பதிமூணு வருசமா இந்தக் குடிசையிலயேவா? எப்படி பாஸ்?” நடிகர்கள் அதிர்ச்சியானார்கள்.

“பின்ன, பதிமூணா வருசமில்ல, இங்க வேலைக்கி வந்துட்டா நூறு வருசமின்னாலும் ஒரே குடிசதான். வருசாவருசம் புதுசுபுதுசாவா மாத்திக்குடுப்பாங்க? ஒட்டகங்களுக்கு வேணுமினா வெயக் காலத்துக்கு ஒரு மாதிரியும், குளிர் மழைக்கி ஒதுங்க வேறவேற கொட்டாரமும் போடுவாங்க. ஏன்னா அதுங்க குட்டிபோடுதுங்க, பால் குடுக்குதுங்க, அதுங்கள வளத்தா பணம். நாம வெறும் பொணம்தான. அதுங்க லாபமா, நாம லாபமா?” கலகலவெனச் சிரித்தான் இளங்கோ. அந்த வறண்ட சிரிப்புக்குள் இருந்த துயர இழை எல்லோரையும் கரைத்தது.

அந்த அனுதாபத்தை விரும்பாத இளங்கோ, “பொறுத்ததும் பொறுத்திங்க, ஒரு அஞ்சி நிமுசம் இருங்க சார். இதோ ஓடியாறன்” என்று ஒட்டக மந்தைக்குள் ஓடினான். அங்கிருந்தவர்கள் அவன் போன வழியையே பார்த்தனர்.

சில நிமிடங்களில், சொம்பு நிரம்ப நுரை பொங்கக் கறந்த பாலும், ஒரு தட்டில் பேரீச்சம் பழங்களும் கொண்டுவந்து நீட்டினான்.

ஆசையாய் வாங்கிக்கொண்டு பேரீச்சம் பழங்களைக் கொறிக்கத் தொடங்கினார்கள்.

“நடிகைகள் யாரும் வர்லிங்ளா சார்? அவங்கலாம் வெவசாய நெலங்களக் கூறுபோட்டு விக்கிறவனுங்ளுக்கு விளம்பரம் பண்றதுல இன்னும் பிஸியா இருக்காங்களோ?” இப்படிச் சொல்கையில் முகம் மாறிப்போனது இளங்கோவுக்கு.

அந்தச் சூழலைப் புரிந்துகொண்ட நடிகர்களும் மற்றவர்களும் இளங்கோவுடன் மடக்கிமடக்கி போட்டோக்கள் எடுத்துக்கொண்டு, கட்டித்தழுவிவிட்டுக் கிளம்பினார்கள். வெகுநேரமாக அங்கேயே நின்றிருந்தான் இளங்கோ. தனது இந்தத் தனிமை நிலைமைக்கு ஒருவகையில் நடிகர்களும் காரணம் என்பதை நினைக்க அவனுள் பல நினைவுகள் படமாக ஓடின.

அநேகமாக அவனது ஊரில் அவன் வயதில் பாஸ்போர்ட் இல்லாதவன் அவன் மட்டுமே அப்போது. கால்வாய்ப் பாசனம் பொய்த்துப்போனதைத் தொடர்ந்து கிணறுகள் தோண்ட வேண்டும் என்பதற்காக, நிலத்தை அடமானம் வைத்து முதன்முதலாக ஊரில் கொஞ்ச பேர் வெளிநாடுகளுக்குப் போனார்கள். நிறைய கிணறுகள் வந்தன நிலங்களில். இரண்டாண்டு, மூன்றாண்டுக்கு ஒருமுறை ஊருக்கு வந்த வெளிநாட்டுவாசிகளின் சென்ட் நாற்றங்களிலும் சில்க் ஜிப்பாக்களிலும் மயங்கி மேலும் கொஞ்ச பேர் பாஸ்போர்ட் எடுத்துப் போனார்கள். என்ன வேலை, எவ்வளவு நேர வேலை, சாப்பாடு, தங்குமிடம் என்று எதைக் குறித்தும் யாரையும் யாரும் கேட்டுக்கொள்ளவும் இல்லை. யாரும் யாரிடமும் சொல்லிக்கொள்ளவும் இல்லை. ‘வெளிநாட்டில் வேலை’ என்பதாக மட்டுமே மெச்சிக்கொள்ளப்பட்டது.

பட்டாளத்துக்குப் போனவர்கள் திரும்ப வந்து ‘போர்’, ‘பீரங்கி’, ‘துப்பாக்கி’, ‘தோட்டா’, ‘பனிப்பிரதேசம்’, ‘எதிரிப் படை’, ‘எல்லைக்கோடு’, ‘தான் சுட்டுக்கொன்றவர்களைப் பற்றிய கதைகள்’, ‘உடன் இருந்து மாண்டவர்கள் குறித்த உறைய வைக்கும் அனுபவங்கள்’, ‘பூட்ஸ்’, ‘துப்பாக்கி’, ‘சீருடை’, ‘இந்தி மராத்திச் சொற்கள்’ போன்றவற்றைப் பெருமையாகக் காட்டிப் பேசிய காலங்கள் மலையேறத் தொடங்கி, ‘விமானப் பயணம்’, ‘சென்ட்’, ‘துபாய்’, ‘கத்தார்’, ‘குவைத்’, ‘ஓமன்’, ‘பெஹ்ரின்’ குறித்த கதைகளாக மாறிப்போயின.

கொஞ்ச காலத்தில் கிணறுகளும் வற்றிப்போனதால், நஞ்சையாய்ச் செழித்த நிலங்களெல்லாம் வானம் பார்த்த பூமியாயின. நிலங்களில் ஆழ்துளைக் கிணறுகள் போடுவதற்கும், நிலத்தில் குறைந்துபோன வருவாயை ஈடுகட்டவும் மேலும் பலர் வெளிநாடுகளுக்குப் போனார்கள். ஆனால், அவனுக்கு மட்டும் வெளிநாடு குறித்த எண்ணம் தலைதூக்கவே இல்லை. காரணம், வயல் மீதும் மாடுகள் மீதும் அவனுக்கு இருந்த நம்பிக்கைதான்.

மாட்டுச் சந்தைகளில் சுகவாசியாகச் சுற்றித்திரிந்த அப்பனின் வரத்து வெகுவாகக் குறைந்துபோனது. கள்ளத் தடுப்பணைகளில் தேங்கிப்போகும் நதிபோல் ஆங்காங்கே தொடுப்புகளின் வீடுகளில் தங்கிப்போய் எப்போதாவதுதான் வீட்டுக்கு வந்தான். விருந்தாளியைப் போல் ஒன்றிரண்டு நாட்களோடு கிளம்பிவிடுவான். அம்மா கேட்டால் அம்மாவோடு சேர்த்து அன்று அனைவருக்கும் இடுப்புப் பட்டையால் விளாசல் விழும். வீட்டுக்கு ஒருவராய் ஓடிப் பதுங்க, அந்த இரவு இரவல் வீடுகளில் கழியும். அம்மா தனியாக மாட்டி இரவெல்லாம் சித்ரவதைகளை அனுபவிப்பாள்.

கடைசியில் ஒருநாள் ஏதோ அவசரத் தேவைக்காக நிலத்தை விற்க வேண்டும் என்று வந்துநின்றான் அப்பன். துடித்துப்போனாள் அம்மா. "புள்ளிங்ளியும் என்னியும் கொண்ணு சுடுகாட்டுக்கு அனிப்பிட்டு அப்பாறம் நெலத்த வித்துக்கோ. என் உசுரு இருக்கிறவரைக்கும் ஒன் நெனப்பு நடக்காது" என்று கடுமையாக எதிர்த்துப் போராடினாள். ஊரே வேடிக்கைபார்க்க மூன்று நாட்கள் தொடர்ந்து அம்மாவை அடித்துச் சித்ரவதை செய்துவிட்டுப்போனவன் மீண்டும் வீடு திரும்பவே இல்லை. அப்பனின் வரத்து நிரந்தரமாக நின்றுபோனது. சந்தைசந்தையாகத் தேடி ஓய்ந்துபோன அம்மா, வீட்டுக்குள்ளேயே முடங்கிப்போனாள்.

முழு குடும்பப் பொறுப்பும் இளங்கோவின் தலையில் இருந்தது. தங்கைகளைக் கரையேற்றி முடிக்கையில் முடிகளெல்லாம் உதிர்ந்து முன்னந்தலையில் வெயிலும் மழையும் தடையின்றி வழிந்து மின்னின.

மூன்றாவது ஊரில் விதைப்புக்கு ஏர் ஓட்டப்போன ஒரு நாளில்தான் மரத்துப்போயிருந்த அவன் பருவத்துள் மழையாக விழுந்தாள் கற்பகம். கூலிக்கு விதை தூவ வந்திருந்தாள். கறுப்பும்

களையுமான அந்த முகம் முதல் பார்வையிலேயே அவனுக்குள் ஆழ விழுந்த விதையாக மெல்ல வேர்விட்டு முளைத்துச் செழித்தது. கொஞ்ச நாட்களிலேயே தனிமைகளில் கற்பகத்தோடு பேசிச் சிரிக்கத் தொடங்கிவிட்டான். அனுதினமும் தவறாமல் கற்பகத்தின் ஊரைச் சுற்றி அலைந்தான். இளங்கோவின் முகத்திலும் நடவடிக்கையிலும் பெரும் மாற்றத்தைக் கண்டு ஆறுதலடைந்த அவன் அம்மாவுக்கு கற்பகத்தின் தகவல் மண்மணம்போல் வந்துசேர்ந்தது.

வீட்டுக்குள்ளாகவே முடங்கிக்கிடந்த அம்மா மீண்டும் இளங்கோவுக்காக வெளியில் வந்தாள். கற்பகத்தைத் தேடிப்போய் சில வாரங்களிலே ஊர் மணக்க வீட்டுக்குள் விளக்கேற்றவைத்துப் பூரித்துப்போனாள். இளங்கோவும் கற்பகமும் வயலில் மனம் மலர்ந்து உழைத்தனர். இருவரின் கொஞ்சலிலும் கூடலிலும் செழித்து நெல்மணிகளால் சிரித்தது வயல். ஆசைகள் கொஞ்சமும் தீராமல் அடுத்தடுத்து மூன்று பெண்பிள்ளைகள் பிறந்தார்கள். வானத்தின் உறவு ஆற்றுக்கும் ஆற்றின் உறவு நிலத்துக்கும் உயிர்ப்போடு இருந்ததால் வீட்டில் செழிப்புக்குப் பஞ்சம் இருக்கவில்லை.

நெல்லின் ரகங்கள் மாறி புதுப்புது விதைகளை அரசாங்கத்தினர் கொண்டுவந்து வலியக் கொடுத்தார்கள். சுத்துப்பட்டு ஊர்களிலும் ஜில்லா முழுவதிலும் இருந்த எந்த வயசாளிகளும் கேள்விப்படாத பெயர்களால் அவ்விதைகள் அழைக்கப்பட்டன. குறுகிய கால மகசூல் விளைந்து சில போகங்களுக்குப் பிறகு ஒரு பெருங்கொள்ளையைப் போல் வறண்டு மலடாகிப்போயின நிலங்கள். வானம் வறண்டு வெயிலை மட்டுமே ஆண்டு முழுக்க ஊற்றியது. மேற்கிலிருந்து இறங்கிவந்த ஆறு சிறைப்பிடிக்கப்பட்டு, காவிரி கடைமடை வெறும் மணல்காடாகி அதுவும் சூரையாடப்பட்டுப் பாழாகிப்போனது.

மாற்றிமாற்றி வழக்குகளும் அறிக்கைகளுமாகி நஞ்சையும் புஞ்சையும் பஞ்சக்காடாகிப்போனதைக் குறிவைத்துப் பணம் கொழுத்த கழுகுகள் நிலங்களை மொய்த்தன.

காவிரியிலிருந்து தண்ணீர் வரும் கனவு தேய்ந்து மறந்தேபோனது. இப்போது ஆற்றில் மணல் வியாபாரங்கள் நடந்தன. ஆயிரக்கணக்கான அடிகள் பூமியைத் துளைத்துத் தண்ணீர் எடுப்பவர்கள் வீடுகள் கட்ட செங்கற்கள் அறுத்து சூளைகள்

போட்டு விற்றார்கள். நிலங்கள் கரம்புகளாகி வாழ்க்கையின் மயானமாயிற்று.

நெல் வாங்க நிலம் தேடிவந்த நகரத்து வியாபாரிகளுக்குப் பதிலாக இப்போது நிலத்தையே வாங்க பெட்டிபெட்டியாகப் பணத்தோடு புதுப்புது கார்களில் வந்தவர்கள், "இனி விவசாயத்த நம்பினா நீங்க எல்லாரும் பட்டினி கிடந்து சாக வேண்டியதுதான். வெளையாத காட்ட வச்சிக்கிட்டு என்ன செய்விங்க? பேசாம நல்ல வெலைக்கு வித்துட்டுப் புள்ளக்குட்டியோட டவுன்ல போயிப் பொழைக்கிற வழியப் பாருங்க. இனி இந்த நெலம் உங்களுக்குச் சோறு போடாது." கறுப்புக் கண்ணாடிகளைக் கழற்றாமல் வேதம் ஓதினார்கள்.

"நெலத்த பழிக்கிறவனப் பாரு, நாக்கு கூசாம. காலகாலமாகப் பாட்டன் பூட்டன் அம்புட்டுப் பேருக்கும் கஞ்சி ஊத்துனது இந்த நெலந்தான். இத விக்கிறப் பேச்சுக்கே எடமில்ல." உறுதியாகச் சொல்லி விரட்டிவிட்டனர் சம்சாரிகள்.

பொலமறிஞ்ச மோப்பக்காரர்கள் உள்ளூரில் ஆட்களைப் பிடித்து நில வியாபாரத்துக்கு ஆதரவாக உள்ளுக்குள்ளே பிரச்சாரம் செய்தார்கள். ஊருக்குள் புகுந்த காட்டுவிலங்கு ஆளைத் தூக்காமல் விடாது என்பதுபோல் நடந்தது நில வேட்டை. கோபாலின் நிலம்தான் முதல் பலி. ஒரே நாளில் கோபால் லட்சாதிபதியான அதிசயம் ஊர் முழுக்கப் பரப்பப்பட்டது.

சுப்பிரமணி தேங்காத்தோப்பு, பட்டாபி பம்புசெட், மண்ணம்மா கெணம் எனக் காலகாலமாக இருந்த நிலங்கள், கசாப்புக்காரனிடம் கைமாறிய சினைமாடுகளாக வெளியூர்க்காரர்களின் பெயர்களுக்கு மாற்றப்பட்டன. இரவு படுத்து காலையில் கண்விழித்துப்பார்த்தால் நிலங்கள் 'சிட்டி'களாகவும் 'நகர்'களாகவும் வேறு பெயர்களோடு கூறுபோடப்பட்டிருந்தன. லட்சாதிபதி மோகத்தில் நிலங்களை இழந்த சம்சாரிகள் புதுப் பணக்காரர்களாக உலவினர்.

கைமாறிய நிலங்களில் இருந்த நூற்றுக்கணக்கான தென்னை மரங்களும், மா, பலா மரங்களும் ஒரே வாரத்தில் வேரோடு பிடுங்கி எறியப்பட்டன. பெரிய ராட்சச இயந்திரங்கள் மிருகங்களாகத் திரிய நிலங்கள் அடையாளம் தெரியாமல் உருமாறின.

சுற்றிலும் செம்மண் கப்பி கொட்டி கம்பிவேலிகள் அடைத்துக் கற்கள் நட்டு 'கிரீன் லேண்ட் நகர்', 'ரெயின்போ சிட்டி', 'ரிவர்

வெயில் நுரைக்கும் இரவுகள் ❖ 53

வியூ சிட்டி' என மஞ்சள் பலகைகள் பல்லிளித்தன. எல்லோரும் மிருகக்காட்சி சாலையில் சிங்கத்தை வேடிக்கைபார்ப்பதுபோல மஞ்சள் பலகையை மொய்த்தனர். செத்தவனுக்குத் தலைமாட்டுக் கல் புதைப்பதுபோல ஆங்காங்கே கற்களைப் புதைத்தார்கள். ஊரெங்கும் இதே பேச்சாகிப்போனது. நெடுக்கநெடுக்கத் தெருக்கள் பிரித்து கம்பர், வள்ளுவர், இளங்கோ, ஔவையார் பெயர்களில் குட்டி மிருகங்களாகப் பெயர்ப் பலகைகள். கழனிகள் வரப்புகளால் பிரிக்கப்பட்டு வாய்கால்களில் தண்ணீர் ஓடிக்கிடக்க, நண்டுகள் நீந்த, நத்தைகள் ஊர்ந்து செழித்திருந்த வயல்களில் கார்களும் பைக்குகளும் உறுமிச்சுழன்றன.

இரவுச் சாப்பாடு முடிந்ததும் எந்நேரமானாலும் கையில் லாந்தர் விளக்கோடு இணையாக வயலுக்குப் போய்வரும் வழக்கம் மறந்தேபோனது எல்லோருக்கும். இரவுபகலாக டிவியில் மூழ்கத் தொடங்கிவிட்டது கிராமம். மழை செழித்த காலத்துக்கு சில வகை நெல்களும், குறையுங்காலத்துக்கு சில வகைப் பயிர்களும், பஞ்ச காலத்துக்கு சில வெள்ளாமைகளும் செய்த நிலம் மீதான நம்பிக்கைகள் முற்றிலும் பொய்த்தேபோயின.

"இனி நிலத்தையே நம்பியிருந்தால் பிச்சை எடுக்கத்தான் போகணும். மழையே வந்தாலும் கர்நாடகாகாரன் தண்ணீ விட மாட்டான். போர் போட்டுத் தண்ணி எடுக்க பல லட்சம் வைக்கணும். அப்படியே போர் போட்டாலும் உன் நிலத்துக்குத் தண்ணி உறவு இருந்தாதான் உண்டு. இல்லாட்டா போர் போட வாங்கின கடனுக்கு நிலத்தை அடமானத்துக்குக் குடுத்துட்டு, குடும்பத்தோட நாண்டுக்க வேண்டியதுதான்."

இப்படி வியாபாரிகள் பேசப்பேச அச்சத்திலும் அவநம்பிக்கையிலும் கையெழுத்துப் போட்டுக்கொடுத்து ரூபாய்க் கட்டுகளை வாங்கி வீட்டுக்குள் பதுக்கினார்கள். நிலம் விற்கும் சந்தைகளாக ஊர்கள் மாறின. இன்னொரு பக்கம், நிலங்களைக் கூறுபோட்டு விற்கும் வியாபாரப் போட்டிகள் பதாகைகளாக உயர்ந்தன. நிலங்களில் அறுவடை களைகட்டியதுபோய், நிலங்களே இப்போ அறுவடைகளாகி அங்கொன்றும் இங்கொன்றுமாகக் கட்டடங்கள் முளைத்தன.

தலைமுறை தலைமுறையாய் வீடுகளில் கொலுவிருந்த விதைநெல்களை நகரத்தில் விற்கவும், பொங்கிச் சாப்பிடவும் தொடங்கிவிட்டனர். இளங்கோவும் இன்னும் சிலரும்

நடைபிணங்களாக ஊருக்குள் திரிந்தனர். நிலங்களை விற்ற வீடுகளில் கொண்டாட்டங்கள் தலைதூக்கின.

ஊரின் காட்சிகள் மாறிக்கொண்டுவந்த இந்தப் பரபரப்புகளுக்கு நடுவில் ஒருநாள் காலையில் அதுவும் நடந்தது. கோபால கிருஷ்ணன் நிலத்தில் சினிமா ஷூட்டிங் நடப்பதாக ஊர்களில் தீயாய்ப் பரவியது செய்தி. ஆடு, மாடுகள் தவிர ஊரில் யாருமில்லை. எல்லோரும் அங்கு கூடியிருந்தார்கள். ஊர்களின் எல்லா தெரு நாய்களும் அங்குதான் சுற்றித் திரிந்தன.

"மண்ணின் முதலீடே பாதுகாப்பான சேமிப்பு, உங்கள் கோல்டன் சிட்டியில் 600 ஸ்கொயர் பீட் டிரிம் ஹோம் பிளாட் வெறும் எழுபத்தைந்தாயிரம் மட்டுமே. ரயில்வே ஸ்டேஷன், பஸ் ஸ்டாண்ட், ஸ்கூல், காலேஜ், மல்ட்டி நேஷனல் கம்பெனிஸ்... எல்லாம் மிகமிக அருகில். ரூபாய் 750 மதிப்புள்ள ஒரு சதுரடி நிலம் உங்களுக்காக வெறும் 125 ரூபாய்க்கு மட்டுமே."

பட்டப்பகலிலேயே பெரியபெரிய விளக்குகள் எரிந்து கொண்டிருந்தன. காருக்கு முன்னால் நின்றபடி கைகளைப் பறவைபோல் ஆட்டிஆட்டிப் பேசியவர்களைக் கிராமத்துப் பெண்கள் உத்துஉத்துப் பார்த்தார்கள். அவர்களால் அந்தக் காட்சியை நம்பவே முடியவில்லை. தினமும் பகலிலும் இரவிலும் சீரியல்களில் அழுது அழவைக்கும் அதே நடிகைகள் கறுப்புக் கண்ணாடியைக் கழற்றாமல்,

"சில அடி ஆழத்திலே சர்க்கரையாக இனிக்கும் தண்ணீர் ஊற்றுக்கல்..."

"சுத்தமான காற்று, சுகாதாரமான வாழ்க்கை... உடனே வீடுகட்டிக் குடியேறலாம்..."

"பட்டா, பத்திரப் பதிவுகள் அனைத்தும் ப்ரீ. மிகக் குறைந்த இடங்களே உள்ளன. முந்தும் பத்து அதிர்ஷ்டசாலிகளுக்கு ஒரு கிராம் தங்க நாணயம் பரிசு."

திக்கித்திக்கி இதையே பலமுறை பேசித் தலையாட்டிய அந்த நடிகைகள் சிரிப்பதைப் பார்ப்பதே ஆச்சரியமாக இருந்தது எல்லோருக்கும்.

அன்றிலிருந்து நில விளம்பரப் படப்பிடிப்புகள், ரெக்கார்டு டான்ஸ்போல ஒரு நாளைக்கு ஒரு ஊரில் நடந்தன. இரவில்

இருண்டுகிடந்த வயல்வெளிகள் பெரியபெரிய விளக்குகளால் பட்டப்பகலாய் ஜொலித்தன.

ஊர் பகலிலும் இருளத் தொடங்கிய நாளொன்றில் இளங்கோவின் வீட்டை விசாரித்துக்கொண்டு ஒரு சினிமாப் பட்டாளம் வந்தது. அவர்களைப் பார்த்ததும் கற்பகத்துக்குப் பெருமை பொங்கியது. சீரியலில் நடிக்கும் பல நடிகைகளும் செய்தி வாசிப்பவர்களும் இளங்கோ வீட்டுத் திண்ணையில் வந்து உட்கார்ந்ததும் ஊரே வீட்டு வாசலில் கூடிவிட்டது.

நிலத்தை விற்றதால் வெளியூர்களிலும் வெளிநாடுகளிலும் இப்போது லட்சாதிபதிகளாக வசதியோடு இருப்பதாக டிவி நடிகைகள் வசனங்களை ஒப்புவித்தார்கள். அவர்களெல்லாம் இளங்கோவின் நிலத்தைச் சுற்றி நிலம் வைத்திருந்தவர்கள். அவர்கள் புதிதாக வாங்கியுள்ள பைக், ஏசி, பெரிய டிவிகளுடனான அடுக்குமாடி வீடுகள் குறித்து, பொறாமைகொள்ளும் தொனியில் பேசினார்கள். மேலும், கர்நாடகப் பிரச்சினை, ஓசோன் ஓட்டை, பூமி வெப்பமாகுதல் என்று கண்களை உருட்டி ஏதேதோ பேசி அச்சுறுத்தவும் செய்தார்கள்.

இளங்கோவின் பிள்ளைகளை அருகில் இழுத்துக் கொஞ்சியபடி, "இவங்க நாளைக்கி உங்கள மாதிரி வெயில்லயும் சேத்துலயும் கஷ்டப்படணுமா? டாக்டராவோ எஞ்சினியராவோ யூஎஸ் ஆஸ்ட்ரேலியான்னு பறக்க வேணாமா? பெத்தவங்கதான் யோசிக்கணும்." மாமியார் நடிகை பேசியதை, சூழ்ந்துநின்றவர்கள் இமை அசையாமல் வேடிக்கைபார்த்தனர். மற்ற நடிகைகளும் மாற்றிமாற்றி ஏதேதோ பேசத் தொடங்குகையில், "என் உசுரே போனாலும் என் நெலத்தை விக்கிறதா இல்ல. பிச்சை எடுத்துன்னாலும் எங் குடும்பத்த காப்பாத்த என்னால முடியும். உங்க யாரோட போதனையும் எனக்குத் தேவ இல்ல." சத்தமாகக் கத்திவிட்டு எல்லோரையும் விலக்கி வெளியேறினான்.

யாருமே எதிர்பார்க்கவில்லை அவன் கோபத்தை. அந்தக் கலைச்சேவைக் குழு மிரண்டு நடுங்கிப்போனது. அவர்களின் சாயம் தோய்த்த உதட்டு மகுடிக்கு மயங்காத பாம்பாக இளங்கோவை பார்த்து வெலவெலத்துப்போனவர்கள் மெல்ல சுதாரித்துக்கொண்டு கற்பகத்திடம் ஆசை வார்த்தைகளை ஓதிவிட்டுக் கிளம்பினார்கள். கற்பகம் அந்த நெனப்பாகவே இருந்தாள்.

நடுராத்திரியில் வீடு திரும்பினான் இளங்கோ. உறங்காமல் விழித்திருந்து சாப்பாட்டை அவன் முன்பாக வைத்தபடி, "ஊர் போற பாதையில நாமளும் போனாத்தான் பொழைக்க முடியும். மூணும் பொட்டப்புள்ளைங்க. இன்னிக்கோ நாளைக்கோன்னு போட்டி போட்டுக்கிட்டு நிக்குதுங்கோ. அவ்ளோ தூரத்திலர்ந்து வந்து, கெட்டுப்போகவாச் சொல்வாங்க? அவங்கள உடவா நம்புளுக்குத் தெரிஞ்சிடுச்சி எல்லாம்?" என்று, உறங்கும் பிள்ளைகளைப் பார்த்து ஒப்பாரிவைத்தாள் கற்பகம்.

பதிலேதும் சொல்லாமல் மௌனமாகவே சாப்பிட்டு முடித்துக் கைக்கழுவியவன், ஈரக்கையோடு கற்பகத்தை அருகில் இழுத்து இதழ் கடித்து முத்தமிட்டான். அவனின் திடீர் அணைப்பால் உள்ளுக்குள் ஒரு நம்பிக்கை துளிர்விட்டது அவளுக்கு.

"நான் குவைத்துக்கு வேலைக்குப் போறேன். இருவது நாள்ல எல்லாம் ரெடியாய்டும்."

வேடிக்கையாக நினைக்க முடியாமல், சிரித்தபடியே அவனை ஏறிட்டுப்பார்த்தாள் கற்பகம். கண்கள் கலங்கி இருந்தன இளங்கோவுக்கு.

"நெலத்த வித்துட்டா மட்டும் நம்ம புள்ளைங்களக் கரையேத்திட முடியுமா? இப்போ வெளையாத காடுன்னு எவனுக்கோ அள்ளாகொள்ளையா வித்துப்புட்டு இன்னைக்கித் துன்னலாம், நாளைக்கி? பணம் என்னா குட்டிப்போட்டுட்டே நம்ம கூடவே இருக்குமா? அதான் கொஞ்சநாள் போயிட்டு ஏதாச்சும் சம்பாதிச்சா நெலமும் மிஞ்சும், கஷ்டமும் மாறும்."

அந்த இரவுக்குப் பிறகு வீடு ஊமையாகிப்போனது. இறுகிப்போன மனத்தோடு, காதடைக்க முதன்முதலில் விமானத்தில் ஏறி குவைத்தில் வந்துவிழுந்தவந்தான்.

எழுந்து உட்கார்ந்து பீடியைப் பற்றவைத்து உறிஞ்சினான். டார்ச் விளக்கைக் கையில் எடுத்துகொண்டு உள்ளே ஒரு வட்டமடித்தான். ஒட்டகங்கள் வாய்திறந்து அசைபோட்டபடி குறுக்கும்நெடுக்குமாக நின்றும் படுத்தும் கிடந்தன. படலைத் திறந்து வெளியே வந்தான். கையில் இருந்த டார்ச் ஒளியை அவன் குடிசையின் அருகில் இருந்த தண்ணீர்த் தொட்டி மீது பாய்ச்சினான். 'வாழ்க தமிழ்.' பூனைக் கண்ணாக மின்னியது.

எதிரில் இருக்கும் பட்டிகள் மீது வெளிச்சத்தை வீசினான். ஆங்காங்கிருந்து பதிலுக்கு இளங்கோவை நோக்கிப் பாய்ந்து வந்தன ஒளிப்பாம்புகள். ஒட்டக மந்தைகளிடையே இயல்பான சமிக்ஞைகள் இவை. ஆனால், இவற்றில் சில பாம்புகளுக்கு அவ்வப்போது விஷப்பற்கள் முளைத்துவிடுவதும் உண்டு.

சந்தையில் ஏலம் கூவத் தொடங்கி சில மாதங்களுக்கு பிறகு ஒருநாள் அர்ஜுமான் சந்தைக்கு இளங்கோ போயிருந்தான். தொண்டைத் தண்ணி வற்ற அரபியில் கத்தின காலம் மாறி, உத்திகள் மெல்லக் கைவர, இவன் குரல் ஓங்கத் தொடங்கியிருந்த நேரம் அது. அன்று வழக்கத்தை மீறி மந்தைமந்தையாக ஒட்டகங்கள் வந்திருந்தன. அவனைப் பார்த்ததும் நிறைய ஷேக்குகள் தங்கள் ஒட்டகங்களை அவனருகில் இழுத்துவந்தார்கள். ஒரு துள்ளலில் எகிறி ஒட்டகங்களின் மீதேறி நின்று ஏலம் கூவத் தொடங்கினான் இளங்கோ. மளமளவென ஒட்டகங்கள் கைமாறின.

அவன் சொற்களால் மனம் நிறைந்த வாங்குவோரும் விற்போரும் இவன்பக்கமாக வந்து ஏதேதோ பொட்டலங்கள் கொடுத்தார்கள். ஜிகினா தாளில் சுற்றிய பாசுமதி அரிசிச் சோறு, வறுத்த கோழி, ஊறவைத்த ஒலிவக் காய்கள், பெருந்திராட்சைப் பழங்கள், பேரீச்சம்பழங்கள், கைவேலைப்பாடுகள் கொண்ட கைக்குட்டைகள், பாலைவனங்களில் நடக்க தோலாலான முரட்டு ஜோடுகள், பழரசம் நிரம்பிய குப்பிகள் என ஏதேதோ இருந்தன. எதைப் பார்க்கவும் சாப்பிடவும் நேரமில்லாமல் ஏலம் கூவியபடி பொழுது சாய்ந்தது.

ஏலம் ஒவ்வொன்றாக முடியமுடிய பணங்களும் ஒட்டகங்களும் கைமாறின. பணம் கைமாறும் இடங்களில் ஷேக்குகளும், ஒட்டகங்கள் கைமாறும் இடங்களில் இளங்கோவைப் போலவே திக்கு தெரியாத தேசங்களிலிருந்து வந்த உதிரிக் கூலிகளுமாக இருவேறு காட்சிகள் வெளிச்சமும் இருட்டுமாக இருந்தன.

அன்று ஏலம் முடிந்து சந்தையிலிருந்து கிளம்புகையில் இளங்கோவிடம் வந்த ஷேக், பெரிய பார்சலை அவன் கையில் திணித்துவிட்டு முகமலர்ச்சியோடு கார் ஏறிப்போனான். அன்றைய ஏலத்தில் விற்கப்பட்ட ஒட்டகங்களில் பெரும் எண்ணிக்கை அந்த ஷேக்கினுடையவை. ஜதைஜதையாக நிறுத்தி அவற்றின் பெருமைகளைப் புகழ்ந்தான் இளங்கோ. எல்லாமே

நல்ல விலைக்குப் போயின. ஒவ்வொரு ஏலம் முடிகையிலும் ஒரே கைதட்டல்கள்.

சந்தைக்குப் போய்த் திரும்பும் ஒவ்வொரு நாளிலும் பசித்த வயிற்றோடு தந்தையின் வரவை எதிர்நோக்கிக் காத்திருக்கும் குழந்தைகளைப் போல் அவனுக்காகக் காத்திருக்கும் கூட்டாளிகளுக்கும் அவனுக்குப் பிரியமானவர்களுக்கும் தனக்குக் கிடைத்தவற்றைப் பிரித்துக்கொடுப்பான். அன்றும் அப்படித்தான் எல்லோரும் அவனைச் சூழ்ந்துகொண்டார்கள். எல்லாவற்றையும் பிரித்துப் பகிர்ந்துகொடுத்தான். கடைசியாகக் கிடைத்த அந்த நீளமான பொட்டலம் சென்ட் பாட்டில்களாக இருக்கும் எனும் எண்ணத்தில் தன் நீண்ட நகத்தால் கீறிப் பிரித்தான்.

அவன் நம்பிக்கையைத் தகர்த்து வெளியில் வந்தது ஒரு பெரிய மதுப்புட்டி. எல்லோர் கண்களிலும் வெளிச்சம் மின்னிமறைந்தது. இறுக்கமாகச் சுற்றப்பட்டிருப்பதைப் பார்த்தாலே தெரிந்தது அது கடத்தப்பட்டது என்று. அப்போ குவைத்தில் மது முற்றிலுமாகத் தடைசெய்யப்பட்டிருந்தது. அப்படியே அனுமதி இருந்தாலும், அடிமைகளுக்கு எல்லாமே தடைதானே.

அன்று இரவு ஐவர் கூட்டணியாக இளங்கோவின் கூடாரத்தினுள் அமர்ந்து வெவ்வேறு பாத்திரங்களில் ஊற்றிக் குடித்தார்கள். பாலைவனமே உறங்கிக்கிடக்க பட்டிக்கு ஒருவனாக போதையில் உளறிக்கிடந்தனர். பீடிகளை உறிஞ்சிக்கொண்டே ஒட்டகங்களைப் பார்த்துக் கையசைத்து உரக்கப் பாடியபடியே கூடாரத்தைவிட்டு வெளியில் வந்தான் இளங்கோ. வேறு பட்டிகளிலிருந்து டார்ச் ஒளிகள் வந்த திசையெங்கும் திரும்பி போதையின் பரவசத்தில் டப்பாங்குத்து ஆடினான். டார்ச் வெளிச்சங்கள் ஆட ஆட இளங்கோவின் பாட்டும் ஆட்டமும் மணல் கிளப்பின. அவை எல்லாமே வெறும் வெளிச்சங்கள் என்றே அப்போது எண்ணினான்.

ஆறாவது நாள் காலையில் பட்டிக்கு வந்த ஷேக், அடுப்பில் காய்ந்த பாலையும் பேரீச்சம் பழத்தையும் நிதானமாகச் சாப்பிட்டு முடித்தான். பின்னர், காரை நோக்கி நடந்தபடியே இளங்கோவை அழைத்தான். மங்கலான இருட்டில் காருக்கும் கூடாரத்துக்கும் இடையில் வெண்மையாய் நின்றுகொண்டிருந்தவனை நோக்கிப்போனான் இளங்கோ, "அய்யோ அம்மா கடவுளே, மாரியாத்தா, இல்ல யஜ்மான், இல்ல சாமி, அய்யோ..."

ஓங்காரமாகக் கத்திப் புரண்டான். கொஞ்ச நேரத்தில் எல்லோரும் பார்த்திருக்க இரண்டு ஷேக்குகள் சாட்டையால் புரட்டி எடுத்தார்கள். உடலெங்கும் பீறிட்டுவந்த ரத்தத்துக்குப் பத்து போட்டதுபோல் கிழிந்த உடலில் மணலேறி மரண வலியில் துடித்தான். குடித்து போதையில் பாடிக்கிடந்ததைச் சொல்லிச்சொல்லி விலங்கை அடிப்பதுபோல அடித்தார்கள். அவனுடைய கதறல் அனாதையாக அந்தப் பாலைவனக் காற்றைக் கிழித்தது.

வேடிக்கைபார்க்க முடியாமல், அச்சத்தில் இருந்த எல்லோரும் அவரவர் பட்டிக்குள் முடங்கிக்கொண்டார்கள். பட்டிக்கு வெளியே குற்றுயிராக அவனை வீசிவிட்டுப் போய்விட்டனர் ஷேக்குகள். இரவெல்லாம் பிதற்றி, அசைய முடியாது வெயிலிலும் குளிரிலும் இருட்டிலும் மூன்று நாட்கள் கிடந்தான். பட்டிக்குள் சேர்க்க அஞ்சி அங்கு வைத்தே சிலர் அவனுக்கு உதவிகள் செய்தனர். நூறு ஒட்டகங்கள் ஒன்றாக ஏறி மிதித்ததுபோல உடல் வதைபட்டது. கொன்றாலும் கேட்பாரில்லை. உடலெங்கும் காயங்களோடு, நகர முடியாமல் கிடந்தான்.

சில நாட்களுக்குப் பிறகு பட்டிக்கு வந்த ஷேக்கின் கால்களைப் பிடித்து மன்றாடினான். புண்ணாகிக்கிடந்த உடல் மீது மீண்டும் சில உதைகள் விழுந்தன. மறுநாள் சில கிழட்டு ஒட்டகங்களைச் சந்தைக்குக் கொண்டுபோய் விற்க வேண்டியிருந்ததால், பெரும் நிபந்தனைகளினூடே மீண்டும் பட்டிக்குள் அனுமதிக்கப்பட்டான் இளங்கோ.

பழைய நினைவுகளுக்குள் அலைக்கழிக்கப்பட்டவனாகப் பெருமூச்சினூடே படுக்கைக்கு வந்தான். சவுக்கடிகளும் ஒட்டகச் சாண நெடியும் வெறுமையான வனாந்திர வாழ்வும்... நொந்துகொண்டவனாக, ஊருக்குப் போகும் நாட்களை எதிர்நோக்கியிருந்தான்.

நாட்கள் கரையக்கரைய வைராக்கியமும் கரைந்து சில நியாயங்கள் அவன் முன்னால் நின்றன.

மின்மினிப் பண்பலையில்... 'ஓராயிரம் பார்வையிலே உன் பார்வையை நானறிவேன்...' டிஎம்எஸ் தன் வெண்கலக் குரலால் அந்தப் பாலைவனத்தையே செழிப்பாக்கி ஆண்டுகொண்டிருந்தார். சோக சப்தத்துக்கு நடுவே அறிவிப்பாளர் நடராஜ், "தமிழ்த்

திரையிசை வரலாற்றில் எம்ஜிஆர், சிவாஜி, ஜெமினி கணேசன், ஜெய்சங்கர் எனப் பல நட்சத்திரங்களின் வாயசைவுக்கு உயிர் தந்தவர் வெண்கலக் குரலோன் டிஎம்எஸ் அவர்கள். மறுபுறம், உடுமலை நாராயணகவி, பாபநாசம் சிவன், கவியரசு கண்ணதாசன், பட்டுக்கோட்டை கல்யாணசுந்தரம், வாலி, வைரமுத்து போன்ற பல கவிஞர்கள் எழுதிய பத்தாயிரத்துக்கும் மேலான பாடல்களைத் தன் குரலால் ஆளுகைசெய்துவரும் நானிலம் போற்றும் குரலரசன் டிஎம்எஸ் தன் தொண்ணூறாவது வயதில் இன்று சென்னையில் காலமானார். குவைத் வாழ் தமிழ் ரசிகர்கள் சார்பாக மின்மினிப் பண்பலை அவருக்குத் தம் ஆழ்ந்த இரங்கலைத் தெரிவித்துக்கொள்கிறது." ஒரு வினாடியில் உடலெல்லாம் வேர்த்துப்போனது இளங்கோவுக்கு. படுக்கையைவிட்டு எழுந்து வானொலியைக் கையில் ஏந்திக்கொண்டான். இந்த வனாந்திரத்தில் எத்தனையோ இரவுகளில் இந்தக் குரல் அவனை எங்கெங்கோ இட்டுச்சென்று இளைப்பாற்றியிருக்கிறது.

'பீப் பீப் பீப்.' தலைப்புச் செய்திகள், "தமிழகத்துக்கு முறையாகக் கொடுக்க வேண்டிய தண்ணீரைத் தாமதமின்றித் திறந்துவிட வேண்டுமென்று கர்நாடக அரசுக்கு உச்ச நீதிமன்றம் உத்தரவிட்டுள்ளது. இதனால், காவிரி டெல்டா விவசாயிகள் மகிழ்ச்சி தெரிவித்துள்ளனர்."

"உள்நாட்டுப் பணியாளர்களுக்கு வேலைவாய்ப்புகளில் முன்னுரிமை வழங்கப்பட வேண்டும் எனும் குவைத் மன்னரின் ஆணையால் சுமார் ஐம்பதாயிரத்துக்கும் அதிகமான தொழிலாளர்கள் தங்கள் சொந்த நாடுகளுக்குத் திரும்ப வேண்டிய அபாயச் சூழல் உருவாகியுள்ளது."

அதற்கு மேல் இளங்கோவின் காதில் எதுவும் விழவில்லை. அவன் கூடாரத்துக்குள் ஓடி தன் பொருட்களைப் பெட்டிக்குள் அள்ளித் திணிக்கத் தொடங்கினான். வெளியில் ஓர் ஒட்டகம் பொலிந்து அறுந்த கயிற்றோடு பாலைவனத்தை நோக்கிக் கத்திக்கொண்டு ஓடியது. அதன் சத்தம் அவனுக்கு ஏர் உழும் எருதின் சத்தம்போலவே கேட்டுக்கொண்டிருந்தது.

- 'திசைஎட்டும்', டிசம்பர், 2018.

●●●

கூச்சலிடும் நினைவுகள்

உச்சிவெயில் வதக்கிக்கொண்டிருந்தது காட்டை. கொடிகொடியாக வீசிய அனல்காற்று, பாறைகளில் நிரம்பிக் குதியாட்டம் போட்டது. நெறஞ்ச போதையோடு கணவாயில் தள்ளாடி இறங்கிக்கொண்டிருந்தான் நாகன். ஒரு கையில் கத்தி. மறுகையில், புட்டிக்குள்ளேயிருந்து தளும்பி அவனோடு ஆடிவந்தது சாராயம். வெக்கை எதுவும் உறைக்காதவனாய்ப் பச்சைபச்சையாய்த் திட்டியபடியே காட்டுடன் சண்டைக்கு நின்றான்.

எங்கெங்கோ போன பேச்சுகள் கடைசியில் மகாவிடம் வந்துநின்றன!

நூறு யானைகள் கூட்டிப் போரடிப்பதுபோல் காட்டின் கம்பீரமாய் நெடுநெடுவென நின்ற மலையைச் சொடக்கு போட்டுக் கூப்பிட்டான். "ஏ எலகல்மல, நீ பெரிய... யா ம்... நீ ஆம்பளையாந்தா ஒண்டிக்கிஒண்டி மோதலாம் வாடி. நீயா இல்ல நானா பாத்துட்லாம், வா."

நின்ற இடத்திலேயே சுற்றிலும் திரும்பி, கண்ணில் படும் உயர்ந்த பெரும் மலைமுகடுகளையும் மரங்களையும் பார்த்து சீக்கை அடித்தவன் முழங்காலுக்கு மேல் லுங்கியை உயர்த்தித் தொடையைத் தட்டினான்.

"ஆஸ்கோ தீஸ்கோ லவ்டிக்க தோஸ்கொ, வாங்கோ இங்கியே நிக்கிறான். தில் இந்தா வாங்டி பாக்கலாம். வெச்சிக் குத்தனன்... அப்டி... யே சும்மா தூள்தூளாப் புடுவிங்கோ. இது இரும்பு புட்ச்ச கையி, தெரியும்ல."

போதையில் அவன் செய்யும் சாகசங்களைப் பக்கவாட்டிலிருந்து பழிப்புகாட்டிக்கொண்டிருந்தது அவன் நிழல். சுற்றிலும் பார்த்தான். அவனிடம் மோதத் துணிவில்லாமல் காடே பயந்து நடுங்குவதைக் கண்டதும் காடு மீது பரிதாபம் வந்தது நாகனுக்கு.

“ம்ச் யாங்கிட்டியேவா அட்டித் தெரிக்க.” முனகியபடியே நடக்கத் தொடங்கினான். வழி நெடுக அவன் வாய் எதையோ பிதற்றியபடியே இருந்தது.

கொசகொசவென ஊர்ந்துகிடக்கும் ஆமைகளாய் உருளைக் கற்களால் நிரம்பிக் காய்ந்துகிடந்த ஆசாங்காணாற்றின் வழியில் அவன் கால்கள் சரியாய் அடிவைத்து இறங்கின. பாறை இடுக்குகளில் நுழைந்து இறக்கங்களைத் தாண்டி குமுரிக்குள் வந்தான். நிழலும் வெயிலும் மாறிமாறி அவன் மீது படிந்துவழிந்தன. முன்பு கச்சிதமாய் இருந்த சட்டைக்குள், இப்போது எலும்பும்தோலுமாக ஒடுங்கிப்போய் ஒரு கிழவனைப் போல் இருந்தன அவன் உடலும் உருவமும்.

புளியமரங்களால் நிறைந்து இருண்டிருந்தது குமுரி. எல்லாம் வெள்ளைக்காரர்கள் காலத்தில் ஆட்களுக்குக் கூலி கொடுத்து நட்டவை. எவ்வளவு வறட்சி வந்தாலும் அங்கு இருக்கும் மரங்கள் மீது யாரும் கத்திவைக்க மாட்டார்கள். கண்களை ஆத்திஆத்தி வானத்தைப் பார்த்துச் சிரித்தான். கேட்பாரற்றுப் பூத்து உதிரும் காட்டுப்பூபோல் சிரிப்பு அவன் உதட்டில் எப்போதாகிலும் இப்படித் தோன்றிமறைவது உண்டு. ‘மச்... ம்ச்...’ எனத் தலையை அசைத்துப் பற்களைக் கடித்து தனக்குள் சதா பேசியபடி இருந்த நினைவுகளுடன் சண்டையிட்டபடியே நடந்தான்.

“டே... மச்சான் நாகா... எப்படி இருக்க. வெறும் வயித்லே ஏத்திட்டியா. சொக்கு தூக்கிருச்சாட்டம் கீது, என்னா... காத்தாலியே கறிப் பெறட்னானுங்களா மேல.”

கடைசி இணுக்குப் பீடியை உறிந்து வீசிவிட்டு, கோணப் புளியமரத்தடியிலிருந்து எழுந்துவந்தான் சிவா. அவன் முகத்தைச் சூழ்ந்து மிதந்தது புகை. மெலிதாய்க் கோத்திருந்த கண்களின் ஈரமும் கால்களின் தடுமாற்றமும் பாசாங்கில்லாத இளம் முறுவலும் அவனது மிதமான போதைக்கு விளக்கு காட்டின. சிவாவைப் பார்த்ததும் உதட்டைப் பிதுக்கி அழத் தொடங்கினான் நாகன். அவனது தோள்களைப் பிடித்து உலுக்கி மர நிழலில்

இருத்தினான் சிவா. நாகன் தன் நடுங்கும் கைகளால் சாராய புட்டியை சிவாவிடம் நீட்டினான்.

“நீ குட்ச்சிட்டுக் குடு மச்சி...”

“மொதல்ல நீ குடி...”

மூடியைத் திறந்து நாகனிடமே திருப்பி நீட்டினான் சிவா. ஏற்கெனவே போதை தலைக்கேறி இருந்தவனுக்குள் நுரைத்து இறங்கியது சாராயம். சிவா மெல்லச் சிரித்துக்கொண்டான். நாகன் திருப்பித்தந்ததை ஒரே நெட்டில் குடித்துவிட்டு, புட்டியைத் தூர வீசினான். தொண்டையும் வயிறும் தீயாய்க் காந்தின. கூடவே, மழைக் காலத்து வெயில்போல் சுள்ளென்று ஏறியது போதை.

“டே நாகா, நானு இருக்கிறன் மச்சி. எதுக்கு அழ்ற...”

உச்ச போதையில், ‘ம்... ம்... ம்... ம்...’ என்று மூக்கைப் புடைத்தபடி இருந்த நாகன், முகத்தை நெளித்து மீண்டும் தேம்பத் தொடங்கினான்.

“மச்... இத பார்... நாகா மச் மச் மச்சி. சிவா செத்துடலடா. உயிரோட இருக்கிறான். நீ அழக் கூடாது. புரிதா... நா கீறன் உனுக்கு. நீ எத்தியப் பத்தியும் கவலப்படாத. நீ அழ்ந்தா நானும் அழுவன். அழ்ட்டுமா சொல்லு, ம் ம் சொல்லு மச்சி...”

போதையில் மாற்றிமாற்றி உளறிக்கொண்டிருந்தார்கள். எச்சிலாலும் பீடித் துண்டுகளாலும் நிரம்பிக்கொண்டிருந்தது மர நிழல். புகையில் தோய்ந்த சொற்கள் காடெங்கும் தள்ளாடின. வானம் மெல்ல சிறுசிறு இடிகளால் படபடத்தது. காட்டின் ஒலிகளுக்கு நடுவில் நாகனுக்கும் சிவாவுக்கும் சாராயம், பட்டி, போலீஸ், சீத்தாப்பழம், புளி, கார்டு வச்சிரு, வெல்லம், பட்டை, மாட்டுக்கறி, குஷ்கா, சினிமா, நடிகர் நடிகைகள், பேட்டச்சிங்க... என்று எங்கெங்கோ போன பேச்சுகள் கடைசியில் மகாவிடம் வந்துநின்றது. குப்பென்று போதையெல்லாம் இறங்கிப்போனது நாகனுக்கு. காடே அவன் தலை மீது ஏறிக்கொண்டதாய்க் கனத்தது. வேகமாய் இருண்டு வந்த வானம் ஒரு பெரிய மின்னலோடு இடித்து அடங்கியது.

“அப்றம் மச்சி, போன வாரம்...”

"செரி மச்சி, மழ ஜோரா வர்து. நா கணவாய ஏறிட்றன். ஒண்ணும் பிக்குரு படதப் போ. ராத்திரிக்கி ஊட்டுக்கு வரன். விலாவறியா பேசலாம்." இழவு சொல்ல வந்தவன்போல் நாகனிடமிருந்து விலகித் தள்ளாடி நடந்தான் சிவா. அவன் வாயிலிருந்து உளறலாய் வழிந்து வழியெங்கும் பாறைகளிலும் புதர்களிலும் மரங்களிலும் சிதறி இறைந்தாள் மகா. வியர்த்துக் கைகால்கள் நீட்ட முடியாமல் உறைந்து நடுங்கியவனாய் நாகன், "சிவா சிவா... டேய் மச்சி சிவா" என்ற வலுவிழந்த கதறலை மீறி, சிவாவின் உளறல்கள் முகடுகளில் மோதிப் பள்ளத்தில் எதிரொலித்தன.

சிவாவும் முன்பு நாகனுடன் பட்டியில் வேலை பார்த்துக்கொண்டிருந்தவன்தான். திடீரென்று சாராய வேலையை விட்டுவிட்டு, மெட்ராஸில் சென்ட்ரிங் வேலைக்குப் போய்விட்டான். இப்படி எப்போது ஊருக்கு வந்தாலும் தவறாமல் காடேறி, பட்டியில் எல்லோரையும் பார்த்துப் பேசிக்கொண்டிருப்பான். பொழுது சாய்கையில் வயிறுமுட்ட சாராயத்தைக் குடித்துவிட்டு வீடு திரும்புவான். அந்த நேரங்களில் காடே கலகலப்பாய் இருக்கும்.

சடசடத்த தூரலில் சுதாரித்தவனாக மெல்ல எழுந்து கோயில் நிலத்துக்கு வந்தான் நாகன். அதற்கு மேல் ஒரு அடிகூட நகர முடியவில்லை. மலையிலிருந்து இறங்கிய கிழ மாட்டைப் போல் மேலும்கீழுமாய் மூச்சுகள் இரைத்தன.

காட்டின் ஒரு திசையில் மனிதர்களின் கூச்சலும், மறுதிசையில் நரிகளின் ஊளையும் மாறிமாறி எழுந்தன. சிறிது நேரத்தில், கூடு கலைக்கப்பட்ட பெருந்தேனீக் கூட்டமாய்க் காட்டை மொய்த்துக்கொண்டது மழை. மின்னல் வெளிச்சத்தில் எங்கேனும் சிவா தெரிகிறானா என்று கணவாய் வழியெங்கும் துழாவின நாகனின் கண்கள். கால்களை வலுவாய் ஊன்ற முடியவில்லை. தரையில் தடுமாறி, கோயில் வேப்பமரத்தடியில் சரிந்து உட்கார்ந்தான் நாகன். வானம் எல்லா அடைப்புகளையும் திறந்து ஊற்றியது. கிழக்கு மலையில் மின்னத் தொடங்கி மேற்கு மலையில் இடித்து அதிர்ந்தது.

"சிவா உன் காலவானா கும்புட்றன், யாருகிட்டயும் சொல்லிடாதடா. ஏற்கெனவே ஒரு பொணமாட்டந்தான்டா நடமாடினு கீறன். நானும் போயிட்டா புள்ளிங்கோ கெதி, அதுங்களுக்கொசரந்தான் உசுரோட ஒலாத்துறான். இல்ல

எண்ணிக்கோ நாணுக்குனுக்குவன்டா. எந்த நெலமிலும் எங்கியும் சொல்லிடாத சிவா, சிவா...” மண்டியிட்டு வேப்பமரத்தை இறுக்கமாய்க் கட்டித்தழுவியபடி கதறிக்கொண்டிருந்தான். அவன் அங்கலாய்ப்பைத் தாங்க முடியாததாய்க் காற்றில் பேயாட்டம் ஆடியது நுனி மரம். மேலிருந்து வழியும் மழையில் கரைந்த குங்குமமும் மஞ்சளும் நாகனின் உடலில் வழிந்தன.

அப்போது நாகப்பன் அஞ்சாப்பு. ஒருநாள் குள்ள வாத்தியார் ஒவ்வொருவரையாக எழுப்பி, பெரியவனானதும் என்ன வேலைக்குப் போவீர்கள் என்று கேட்டுக்கொண்டுவந்தார்.

“போலீஸ் வேலைக்குப் போவன் சார்.” கெங்கராஜ்.

“நான் வாத்தியார் வேலைக்கு சார்.” மனோகரன்.

“நர்ஸ் வேலைக்குப் போவன் சார்.” ரீட்டா.

“நானு சைக்கிள் கடை வெக்கிவன் சார்.” நாகப்பன் சொன்னதும் வகுப்பறையில் எல்லோரும் கலகலவெனச் சிரித்தனர். வாத்தியாரும் சிரித்துவிட்டார். நாகனுக்கு என்னமோபோல் இருந்தது.

“நாகன் சைக்கிள் கடை, குண்டலப்பள்ளியா?” என்று அவர் சொன்னதும் இருண்டருந்த அவன் முகம் தெளிவாகி, “ம்...” என்று தலையாட்டினான்.

இளம் வயதிலிருந்தே நாகப்பனுக்கு சைக்கிள் என்றால் உயிர். அது எப்படி என்றே தெரியவில்லை. இத்தனைக்கும் அந்த ஊரில் ஒன்றிரண்டு சைக்கிள்கள்தான் இருந்தன. நாகப்பனின் அம்மா பிறந்தது கோட்டையூர். அது அவன் ஊரிலிருந்து ஏழு மைல் தூரத்தில் டவுனுக்குப் பக்கத்தில் இருந்தது. அந்த ஊரிலிருந்து சாவுச் செய்தி சொல்ல, கல்யாணப் பத்திரிகை கொடுக்க என எதற்கு வருவோரும், விருந்தினர்களும் பெரும்பாலும் சைக்கிளில்தான் வருவார்கள். அப்படியாக வந்த சைக்கிள்களில்தான் நாகப்பன் அரைப்பெடல் அடிக்கக் கற்றுக்கொண்டது. ஒன்றாம் வகுப்பு சேர்வதற்குள் சைக்கிளில் அரைப்பெடல் கற்றுக்கொண்டவன் அந்த ஊரிலேயே நாகப்பன் மட்டும்தான்.

குண்டலப்பள்ளியில் ஐந்து முடித்து ஆறாம் வகுப்புக்கு கோக்கலூரில் சேர்த்தார்கள். சின்னப் பள்ளிக்கூடத்தில் குள்ள வாத்தியார் சொன்ன ‘நாகன் சைக்கிள் கடை’ என்ற பெயர்

மீதான நெனப்பு ஊறி வளர்ந்தபடியே நாட்கள் நகர்ந்தன. படிப்பு ஏறாததால் ஆறாம் வகுப்பிலேயே மூன்று ஆண்டுகள் பெயிலாக்கிய ஆசிரியர்களுக்கு அவனை வீட்டுக்கு அனுப்பவும் மனமில்லை.

சாத்கரிலிருந்து வரும் ஈஸ்வரன் வாத்தியார் காலையில் வந்ததும், "டேய் நாகா" என்று சத்தமாகக் கூப்பிடுவார். அடுத்த நிமிடமே அவரது சைக்கிளை மிதித்துக்கொண்டுபோய் ரெட்சாணிக் குளத்தில் தேய்த்துக் குளிப்பாட்டி தகதக என்று மின்னக் கொண்டுவந்து நிறுத்துவான். வாத்தியார்களின் சைக்கிள்களில் ஏற்படும் சின்னச்சின்னப் பழுதுகளை அவனே சரிசெய்துவிடுவான். சைக்கிளில் வரும் எல்லா ஆசிரியர்களுக்கும் நாகன் மீது மிகுந்த பாசம். எத்தனை முறை பெயிலாக்கினாலும் ஆறாம் வகுப்புக்கு நாகப்பன்தான் லீடர்.

நாகன் சைக்கிள் ஷாப், குண்டலப்பள்ளி

ஒரு அவுருக்கு - 2.00 ரூபாய்
அரை அவுருக்கு - 1.00 ரூபாய்
ஒருநாள் வாடகை - 12.00 ரூபாய்
சினிமா பார்க்க வாடகை - 3.00 ரூபாய்
சின்ன சைக்கிள் ஒரு அவுருக்கு - 1.00 ரூபாய்
இங்கு பஞ்சர் போடப்படும்
சைக்கிள் ரிப்பேர் ஓவராயிலிங் செய்யப்படும்

உரிமையாளர்: பொ.நாகப்பன்

சுவரிலிருந்து எழுத்துகளைப் பார்த்துப் பூரித்துக் கொண்டிருந்தான் நாகன். சுத்துப்பட்டில் பத்து ஊருக்கு முதன்முதலாய் வந்த சைக்கிள் கடை அவனுடையதுதான். 'குண்டலப்பள்ளில புதுசா சைக்கிள் ஷாப் வந்துருச்சி' என்ற செய்தி எல்லா ஊர்களுக்கும் வேகமாகப் பரவியது. உயரமான மலைகளும் அடர்ந்த மரங்களும் நிரம்பிய காடுகளால் சூழ்ந்திருந்தன ஊர்கள். பெரும்பாலான மக்களுக்குக் காட்டை நம்பிக் கஞ்சி குடிக்கும் வாழ்க்கை. காலகாலமாய்க் காட்டிலிருந்து விறகு, தேன், கிழங்கு வகைகள், காய்கனிகள், வேர்கள் போன்றவற்றைத் தலைகளில் சுமந்து பல மைல்கள் நடந்து பேரணாம்பட், குடியாத்தம், ஆம்பூர் போன்ற பெரிய ஊர்களில் விற்றுத் திரும்புகையில் பொழுதடைந்து இருள் முற்றிப்போகும். இரவெல்லாம் காடுகளில் கிடந்து பகலெல்லாம்

நடையாய் நடந்து திரியும் வாழ்க்கைக்கு ஆறுதலாய் அமைந்தது சைக்கிள் கடை செய்தி.

தினமும் விறகெடுக்க மட்டுமே பத்துக்கும் அதிகமான சைக்கிள்கள் போயின. காட்டிலிருந்து கொண்டுவரும் விறகுத் திண்டுகளைப் பத்து மைல் தூரம் சுமந்துசெல்லும் வேதனையிலிருந்து விடுதலை தந்தன நாகனின் சைக்கிள்கள். முன்பு பத்தூரிலும் சிலரிடம் மட்டுமே சொந்தமாய் சைக்கிள் இருந்தன. இப்போது தேவைப்படும்போது எல்லோரிடமும் சைக்கிள்கள் முளைத்தன. ஆனால், எல்லாவற்றிலும் நாகனின் பெயர் இருந்தது. திடீரென ஏற்படும் சாவுக்கும், நல்லதுகெட்டது எல்லாவற்றுக்கும், காட்டு வழியே ஆந்திராவுக்கும் நாலாப் பக்கமும் மற்ற ஊர்களுக்கும் போவதற்குப் பெரும்பாடாய் இருந்த நிலைமைகளெல்லாம் நாகன் சைக்கிள்களால் மாறியிருந்தன.

விடியற்காலமே வந்து எழுப்புவார்கள். காலையில் கடை திறக்கையில் ஒரு சைக்கிளும் இருக்காது. மூன்று சின்ன சைக்கிள்களைத் தவிர. மாலை இருளத் தொடங்குகையில் பறவைகள் கூடடைவதைப் போல் ஒவ்வொன்றாக வந்துசேரும்.

இரவில் சைக்கிள்கள் நிறுத்தப்பட்டிருக்கும் அறைக்குப் பக்கத்து அறையில்தான் நாகன் படுத்துக்கொள்வான். கிளைகளில் அமர்ந்திருக்கும் பறவைகளாய் சைக்கிள்கள் இரவெல்லாம் பேசிக்கொள்ளும். அன்று அலைந்த தூரங்கள், சுமந்த சுமைகள், ஏறி இறங்கிய மேடுபள்ளங்களைப் பற்றி. நாகன் ஒண்ணுக்குப் போக வெளியே வரும்போதெல்லாம் ஒரு எட்டு போய் அவற்றைப் பார்ப்பான். அவனைக் கண்டதும் பேச்சை நிறுத்திப் பதுங்குவதைப் போல் இருக்கும் அவ்வறையின் அமைதி. இருட்டில் புறாக் கண்களாய் பெல்கள் மின்னும்.

கடை வைத்த எட்டாம் மாதம், தெரிந்தவர்கள் மூலம் மகாவைப் பார்க்கப்போனான் நாகன். பார்த்தவுடன் பிடித்துப்போனது. வட்ட முகம், சொச்சம் சொல்ல முடியாத மூக்குமுழி, இடுப்பை மிஞ்சிய அடர்ந்த கூந்தல் என அவ்வளவு அழகாய் இருந்தாள் மகா. எளிமையான உடைகளும் எடுப்பாய் இருந்தன அவளுக்கு. புதையல் கிடைத்ததுபோல்தான் நாகனுக்கு மகா கிடைத்திருப்பது என ஊரே பேசிக்கொண்டது. நாகனின் தனிமை இணுக்குகளெங்கும் நிரம்பித் தழும்பினாள் மகா. முழுநேரம் சைக்கிள்களோடே வாழ்ந்த அவன் கவனத்தைத் தன்பக்கம்

திருப்பின மகாவின் அழகும் வனப்பும். கோயில் மேட்டிலும் திண்ணைகளிலும் முடங்கிக்கிடந்தவன் முதன்முதலாக வீட்டுக்குள்ளே அடைகாக்கத் தொடங்கினான்.

மகாவின் ஆலோசனைப்படி வட்டிக்குப் பணம் வாங்கி சைக்கிள்களின் எண்ணிக்கையைக் கூட்டினான். வாடிக்கையாளர்களின் விருப்பத்துக்கேற்ப பெரிய கேரியர்களையும் சக்கரங்களுக்கு ரிக்ஷா டயர்களையும் மாட்டினான். சைக்கிள்களின் எண்ணிக்கைகள் கூடக்கூட அவற்றைப் பராமரிக்க நாகன் ஒருவனால் முடியவில்லை. அதுவுமில்லாமல் மகாவுடன் அதிக நேரம் இருக்க முடியவில்லை என்ற தவிப்பு வேறு. அதனால், தேடிப்பிடித்துக் கடையில் ஒரு பையனை வேலைக்கு வைத்தான்.

மகா வந்த ராசி, கடையில் நல்ல வருமானம். அவளுடைய அரவணைப்பு கூடுதல் உற்சாகத்தையும் நம்பிக்கையையும் தந்திருப்பதாக உணர்ந்தான். கடைக்கு ‘மகா சைக்கிள் ஷாப்’ என்று பெயர் மாற்றக்கூட நினைத்தான். ஆனால், எவனாவது போதையில் எங்காவது விழுந்து எழுந்தால், “என்னடா சைக்கிள் இது.... ங்கொம்மா மகா சைக்கிள்னா ....கோ” என்று திட்டுவான் என்று எண்ணி அமைதலாகிவிட்டான்.

பேரணாம்பட்டில் இருந்த வெங்கடேஸ்வரா, ராமச்சந்திரா என்ற இரண்டு சினிமாக் கொட்டாய்கள் பட போஸ்டர்களைத் தவறாமல் நாகன் சைக்கிள் ஷாப்பின் சுவர்களில் ஒட்டினார்கள். அதனால், நாகனுக்கும் நன்மைகள் நடந்தன. பகலில் மட்டுமில்லாமல் இரவு நேரங்களிலும் சினிமாவுக்கு நிறைய சைக்கிள்கள் வெளியே போயின.

அப்போது ராமச்சந்திரா கொட்டாயில் ‘விவசாயி’, ‘நாடோடி மன்னன்’, ‘அன்பே வா’ என்று ஒரே தலைவர் படங்களாய்ப் போட்டார்கள். வெங்கடேஸ்வராவில் புதுப்புது கலர் படங்களாய்ப் போட்டார்கள். தலைவர் படங்களுக்குக் கூட்டம் அள்ளியது. ஸ்டாண்டைத் தாண்டி நிற்கும் சைக்கிள்களில் நாகன் பெயரிட்ட சைக்கிள்கள் நிறைய நின்றன. படத்துக்குப் போனால் நாகன் பணம் கொடுப்பது கிடையாது. இரண்டு கொட்டாய்களிலும் படம்பார்க்க நிரந்தர பாஸ் இருந்தது நாகனிடம். அதுவுமில்லாமல் அங்கு வேலை பார்க்கும் அனைவரும் நாகனுக்கு நல்ல பழக்கம்.

இரண்டு கொட்டாய்களிலும் ஒரு படம் விடாமல் மகாவோடு இரவுக்காட்சிக்குப் போய்வந்தான் நாதன்.

முதல் குழந்தை பிறந்தது. ராணி என்ற பெயரை மகாதான் சொன்னாள்.

சுத்துப்பட்டு ஊர்களில் போட்டியாய் சைக்கிள் கடைகள் முளைத்தன. ஆனாலும், நாகன் சைக்கிள்களுக்கு நல்ல கிராக்கி இருந்தது. 'கீச்மூச்ன்னு எந்த சவுண்டும் வர்றதில்ல. நாகன் சைக்கிளு சும்மா சல்லுனு போவுது. செயினு கழன்றது. பிரில் உட்றதுன்ற சமாச்சாரமே கெடயாது. எவ்ளா வேகமா போனாலும் பிரேக் புடிச்சா டக்கானு நிக்கிது...'

தன் சைக்கிள்கள் மீது இருந்த நம்பிக்கைக்கு ஏற்ப நாகன், நேரம் கிடைக்கும்போதெல்லாம் சைக்கிள்களை ஓவராயிலிங் செய்துவிடுவான். நாளுக்குநாள் நன்றாய் ஓடியது கடை. மகாவும் நாகனும் மகிழ்ச்சியாய்ப் பொழுதைக் கழித்தனர்.

ஊரினுடைய கப்பி வழியின் இரண்டு பக்கங்களிலும் லாரிகள் வந்து ஜல்லிகளைக் குப்பல்குப்பலாகக் கொட்டின. ஊருக்கு பஸ் வரப்போவதாகப் பேசிக்கொண்டார்கள். சிவனகிரி மேட்டில் 'வனச் சரகச் சோதனைச் சாவடி' என்ற பெயர்ப்பலகையோடு செக் போஸ்ட் வந்தது. வனக்காவலர்கள் காட்டுக்குள் சென்று விறகு வெட்டுபவர்களைப் பிடித்து அவர்களின் கத்தி, கோடாரிகளைப் பிடுங்கிக்கொண்டார்கள். தர மறுப்பவர்களைக் கடுமையாய்த் தாக்கவும் செய்தார்கள். தப்பிவரும் விறகுகள் சைக்கிள்களில் செக்போஸ்ட்டைத் தாண்டித்தான் போயாக வேண்டும். அப்போது மடக்கி சைக்கிள்களைப் பிடுங்கிக்கொண்டனர்.

"காட்லருந்து சின்னக் குச்சியக்கூட யாரும் தொடக் கூடாதுன்னு ரேஞ்சர் சொல்லிட்டாரு. எவனுக்கும் வெறகு ஓட்ட சைக்கிள் குடுக்காத. மாட்னா, திரும்பக் கெடைக்கவே கெடக்காது ஆமா." காலையில் கார்டு வந்து நாகனை எச்சரித்துவிட்டுப்போனார்.

நாகன் அசரவில்லை. விறகு போனால் என்ன, மற்ற வியாபாரங்களுக்கு சைக்கிள்கள் போய்வந்தன. சிறு சரிவுதான். அதனால் பெரிய மாற்றம் ஏதும் இல்லாமல் கடை ஓடியது. ஊர்களையும் நகரத்தையும் இணைத்த கப்பி வழி தார்ச்சாலையானது. அரசுப் பேருந்து ஒன்றும், தனியார் பேருந்து ஒன்றும் மாற்றிமாற்றி உள்ளே வந்துபோயின. ஊரிலிருந்து

பேரணாம்பட்டு நகருக்குப் போவது எளிதாய் நடந்தது. பொது வானொலி, பொதுத் தொலைபேசியைத் தாண்டி சில வீடுகளில் கை ரேடியோவும் போனும் வந்தன. அடிபட்ட பறவைகளாய்க் கூட்டிலேயே தேங்கத் தொடங்கின நாகன் சைக்கிள்கள்.

சாவு விழுந்தால் போன்களிலேயே தகவல்களைச் சொன்னார்கள். முதல் காட்சி முடித்து மக்கள் வெளியே வரும்போது இரண்டு கொட்டாய்களின் வாசல்களிலும் பஸ் நின்று எல்லோரையும் ஏற்றிக்கொண்டு வந்தது. க்ளினிக் என்ற பெயரில் மூன்று டாக்டர்கள் ஊர்களுக்கு வந்துபோனார்கள். தவணையில் வண்டி வாங்கும் வசதிகள் தெரிந்து நிறைய வீட்டு வாசல்களில் வண்டிகள் முளைத்து உருமின. புது மழை பெய்த கரம்பென முளைத்து உருமாறிக்கொண்டிருந்தன ஊர்கள்.

இரண்டு, மூன்று சைக்கிள்கள் மட்டுமே வெளியே போயின. அதுவும் அரை மணிநேரம், ஒரு மணிநேரத்தில் திரும்பிவந்து கடையில் தூங்கும். நம்பிக்கைகள் கொஞ்சம்கொஞ்சமாய்த் தூர்ந்து நாகனின் சிரிப்பும் பேச்சும் மெல்ல வடியத் தொடங்கியிருந்தன. காலை, மாலை இரண்டு வேளை மட்டுமே கடைப்பக்கம் போனான். நோய் கண்ட ஆடுகள் பட்டியிலேயே முடங்கி உறங்கிக்கிடப்பதுபோல் எல்லா சைக்கிள்களும் தூசி படிந்தபடி கடையில் நின்றன.

“உடுமே பாத்துக்கலாம். மன்சு உட்ராத, ஆண்டவன் வழி காமிக்காமியா பூடுவான்.”

மகா மூன்றாவது பிள்ளையைச் சுமந்தபடி நாகனைத் தேற்றினாள். நிலைமையைப் புரிந்த கடையில் இருந்த பையன், பெரியம்மா ஊருக்குப் போய்வருவதாய்ச் சொல்லி ஒரு சைக்கிளை எடுத்துக்கொண்டு போனவன் அத்தோடு திரும்பவே இல்லை.

கடை ஓடும் வேகத்தில் சீக்கிரமே அடைத்துவிடலாம் என்று வாங்கிய டிவி, மிக்சி தவணைகளும், கைமாற்றாய் வாங்கிய வட்டிக் கடன்கள் குட்டிகள் போட்டு பெரும் கயிறுகளாகி கழுத்தை நெரித்தன. ஊரே வேடிக்கைபார்க்க தினமும் கடன்காரர்கள் வீட்டுக்கு வெளியில் நின்று கூச்சலிட்டார்கள். அவனால் பதில்சொல்ல முடியவில்லை. உச்சகட்டமாய் ஒருநாள் விடியற்காலையில் கடன்காரர்கள் ஆட்களோடு வந்து எல்லா சைக்கிள்களையும் கொண்டுபோனார்கள். டிவி, மிக்சி எனக்

கையில் கிடைத்தவற்றை எடுத்துக்கொண்டு மீதிப் பணத்துக்குக் கெடுவைத்தார்கள். நாகன் அவர்களின் கைகளைப் பிடித்து மன்றாடிக் கேட்டான். யாரும் சட்டைசெய்யவில்லை.

நாள் முழுக்க சிறு குழந்தைபோல் புரண்டும் சுவரில் மோதியும் அழுதான். அவனை ஆறுதல்படுத்த மகாவால் முடியாமல் போயிற்று. இரவு நெடுநேரம் மகாவும் அவனும் தூங்காமல் விழித்திருந்தனர். கரைக்க முடியாத இருட்டு அவர்கள் மீது கவிழ்ந்து முகங்களை மறைத்தது. கடந்த கால வாழ்க்கை ஒரு படம்போல அவனுக்குள் ஓடி அலைக்கழித்தது.

பல நாட்களாய் சைக்கிள்கள் அவன் கனவில் வந்துபோயின. சைக்கிள்களின் மணிச் சத்தம் எப்போதும் அவனுக்குள் கேட்டபடியே இருந்தது. இரவு படுத்திருக்கையில் யாரோ சைக்கிள் கேட்டுக் கதவைத் தட்டுவதாய் எழுந்து வெளியே போய் இருட்டை வெறித்துவிட்டுவந்தான். என்ன செய்வதெனத் திக்கு தெரியவில்லை. வெளியில் தலைகாட்டாமல் வீட்டுக்குள்ளேயே அடைந்து பித்துப்பிடித்தவனைப் போல் இருந்தான்.

சிந்தக்கணவாய், எர்த்தாங்கல், மோர்த்தனா போன்ற சுத்துப்பட்டு ஊரைச் சேர்ந்தவர்கள் காட்டுக்குள் நிறைய சாராயப்பட்டிகளைப் போட்டிருந்தார்கள். சாராய அடுப்புக்கு விறகும், பாட்டா ஊறலுக்குப் பட்டைகளும் வேர்களும் என மரங்கள் வேரோடு அழிக்கப்பட்டன. திண்டு விறகு வெட்டும்போது இருந்ததைவிட இப்போது பல மடங்கு அழிந்தது காடு. யாருமே கண்டுகொள்ளவில்லை. போலீஸுக்கும் கார்டு வாச்சருக்கும் கத்தைகத்தையாய் மாமூல் போவதாக ஊரில் பேசிக்கொண்டனர். நாகனுக்குக் காட்டுக்குப் போகச் சுத்தமாய்ப் பிடிக்கவில்லை. வெல்லம் தூக்க, விறகு வெட்ட, பட்டைகள் வெட்ட, அடுப்படி வேலைகளுக்கு, சரக்கைக் காட்டிலிருந்து கீழே கொண்டுபோக என ஆண்களும் பெண்களுமாக ஊரில் பாதிக்கு மேல் காட்டில்தான் இருந்தனர்.

“ஊர்லியே இருந்தா அப்பிடித்தான் இருக்கும். ஊர உட்டு வெளியே போனா எல்லாம் மறந்துபுடும், வா” என்று கவுராப்பேட்டை செங்கல்சூளையில் கல் அறுக்க நாகனைச் சேர்த்துவிட்டான் குமார். முதல் ஒரு வாரம் அழுகையாய் வந்தது. ஈரச் செங்கல் மீது போடும் அச்சு அவனது கடைச் சுவரில் இருக்கும் ‘நாகன் சைக்கிள் ஷாப்’ என்ற எழுத்துகளாய் மாறி அவன் கண்களில் ஒளிர்ந்தன.

அங்கு வரும் சைக்கிள்களும் எதிரில் மோட்டார் கொட்டகைச் சுவரில் ஒட்டியிருக்கும் சினிமா போஸ்டர்களும் அவனை ஏங்கவைத்தன. மகாவும் குழந்தைகளும் நினைவுக்குள் வரவே, ரொம்போ இல்லையென்றாலும் கூப்புனு அரிசி இல்லாமல், கடை அரிசி வாங்கிச் சாப்பிடும் நிலைக்காக உழைத்தான்.

மூன்றாவது மகள் பானுவுக்கு இரண்டு வயதானதும் பக்கத்து வீடுகளில் விட்டுவிட்டு, கூடமாட ஒத்தாசைக்கு வருவதாய்ச் சொன்னாள் மகா. நாகன் எவ்வளவு சொல்லியும் கேட்கவில்லை. பத்தாவதுவரை படித்திருக்கவே சூளையில் கல் எண்ணிக் கணக்குபார்க்கும் குமாஸ்தா வேலை கொடுத்தார்கள். வெயிலில் தீயாத வேலை என்றாலும், கடைசிவரை நின்று எல்லோரது வேலைகளையும் கணக்குபார்க்க வேண்டியிருந்தது.

உனக்கு எனக்கு என விழுந்தடித்துக்கொண்டு சூளை வேலைக்கு ஆட்கள் வரவும் கோபுரம்கோபுரமாய்ச் சூளைகள் ஏறின. வெந்தக் கல் வெந்தபடியே லோடுலோடாய் இப்படி குப்பம், ஓசூர், பெங்களூர் என்றும், அப்படி திருப்பதி, சித்தூர், சென்னை என்றும் பறந்தன லாரிகள். முதலாளிக்கு அடிக்கடி உடல்நிலை சரியில்லாமல்போனதால் அவரால் சூளையைச் சரிவர கவனிக்க முடியவில்லை. அதனால், சென்னையிலிருந்து வந்தார் சின்ன முதலாளி. வெள்ளை கதர்ச் சட்டைக்குக் குங்குமப் பொட்டு மிக எடுப்பாக இருந்தது. நிழலிலேயே வளர்ந்த ஊட்டம், நிறத்திலும் வாளிப்பிலும் நன்றாகவே தெரிந்தது. மனைவி, பிள்ளைகள் எனக் குடும்பம் சென்னையில் இருந்தது. அவ்வப்போது போவார். அடுத்த நாளே திரும்பிவிடுவார்.

கண்ணுக்கு எட்டிய தூரம்வரை இருந்த எல்லா நிலங்களையும் வளைத்து வாங்கி நான்கு மூலைகளிலும் போர் போட்டார் சின்னவர். எல்லா இடங்களிலும் வேலைகள் நடந்தன. 'கே.பி.கே. பிரிக்ஸ்' என்ற பெரிய பெயர்ப்பலகையோடு வளர்ந்து நின்றது சூளை. அலுவலக அறையை ஒட்டி குளிர்ச்சாதன வசதியோடு மூன்று அறைகள் கட்டினார். சின்னவரைப் பார்க்க அடிக்கடி சென்னையிலிருந்து அவரது நண்பர்கள் வந்தார்கள். அப்படி அவர்கள் வரும்போதெல்லாம் பாய்மார்களை வைத்து பிரியாணி செய்து மதுவோடு அவர்களுக்குத் தடபுடலாய் விருந்து நடக்கும்.

அங்கு ஏதோ ஒரு மூலையில் கல் அறுத்துக்கொண்டிருப்பான் நாகன். ஆபீஸில் கணக்கு வழக்குகளைப் பார்த்துக்கொண்டிருப்பாள்

மகா. பொழுது சாய்கையில் களத்துக்கு வந்து எல்லோருக்கும் கூலி கழிப்பாள்.

அன்று வேலை முடிந்து கைகால்களைக் கழுவியவன் ஆவாரம் மரத்திலிருந்து லுங்கியையும் சட்டையையும் உதறி மாட்டிக்கொண்டு அலுவலகத்தை நோக்கி வந்தான். உள்ளிருந்து சின்னவர் கூப்பிட்டார். “நாகா, அர்ஜன்ட்டா பெங்களூருக்குப் பத்து லோடு போகணும். லாரிங்க ஆம்பூரத் தாண்டிருச்சாம். மகா இல்லன்னா ரொம்போ கஷ்டம். இன்னிக்கி நீ சீக்கிரமா வீட்டுக்குப் போயிப் புள்ளங்களப் பாத்துக்கோ. லோடு ஏத்தி ஆனதும் மகாவ அனுப்பிவச்சிடறன்” என்றார். திரும்பி வருகையில் வழியெல்லாம் மனசு மறமறனே இருந்தது நாகனுக்கு. வீட்டுக்கு வருவதற்குள் பொழுது இருட்டிப்போனது. வெளித்திண்ணையில் கோழிக்குஞ்சிகளைப் போல் மூலைக்கு ஒருவராய்த் தூங்கிப்போயிருந்தனர் பிள்ளைகள். அதைப் பார்த்ததும் உடைந்துபோனான் நாகன். ‘இனி ஒண்டிக் கஷ்டம் போதும். மகா வீட்டிலேயே இருந்து பிள்ளைகளைப் பார்த்துக்கொள்ளட்டும்’ என எண்ணிக்கொண்டான்.

அன்று நடுராத்திரி ஊரடங்கிப்போன வேளையில் வெளிச்சமும் சத்தமும் தெருவை நிரப்ப, காரில் வந்து இறங்கினாள் மகா. அக்கம்பக்கம் வீடுகளிலிருந்து தலைகள் ஆங்காங்கே எட்டிப்பார்த்தன. அதற்குப் பிறகு வாரத்தில் இரண்டு, மூன்று நாட்கள் அலுவல் காரணங்களைச் சொல்லி மகா இரவுநேரங்களில் கார், ஆட்டோக்களில் வந்திறங்குவது வாடிக்கையானது. நாகனுக்கு என்னவோபோல் இருந்தது. ஊரிலும் சூளையிலும் நாகனின் காதுபட ஏதேதோ பேசத் தொடங்கின வாய்கள்.

பகலில் யாருமில்லாமல் பிள்ளைகள் ஏங்கிப்போனார்கள். ஒரு நாள் பிள்ளைகளோடு வீட்டிலே இருக்கலாம் என்றால் மகா ஒப்புக்கொள்வதில்லை.

“நீ வேணுமினா நின்னுக்கோ. நானு நின்னுப்புட்டா கணக்கெல்லாம் யாரு பாக்குவாங்கோ. அப்புறம் மொதலாளிகிட்ட யாரு திட்டு வாங்க்கிர்து” என்று பிடிவாதமாய்ப் போனாள். அவளுக்குள் நிறைய மாற்றங்கள்.

அவன் நெருக்கத்தை மெல்லத் தவிர்த்தாள். மீறி அவன் நெருக்குகையில் உடல் நாறுவதாய் அருவருப்பாய் முகம் கோணி

விலகினாள். அவனுக்கே அந்த எண்ணம் உண்டு. அதனால், வேலையிலிருந்து வருகையில் எவ்வளவு ராவானாலும் சுடச்சுடத் தண்ணீர் வைத்துக் குளிக்காமல் வீட்டுக்குள் நுழைய மாட்டான். மகாதான் தினமும் கல்லால் உடம்பைத் தேய்த்து சோப்பு போட்டு கைகால்களை உருவிவிடுவாள். உடல் வலியெல்லாம் காணாமல்போய்விடும். இப்போதெல்லாம் உடம்பு தேய்க்கக் கூப்பிட்டால் ஏதாவது காரணம் சொல்லி மறுத்தாள். மகா ஆசையாய் அவனோடு உட்கார்ந்து பேசி நாட்களாயின.

பிறகொருநாள், மகா கையில் புதிய செல்போன் இருந்தது. “இது ‘நீ இல்லாதப்போ கணக்குவழக்கு எதுனா சந்தேகம் வந்தா கேக்கோ கொள்ளோ ஓணும் வெச்சிக்கோ’ன்னு சின்னவரு வாங்கிக்குடுத்தாரு” என்றாள். அதற்குப் பிறகு வேலை முடிந்து வந்ததும் பொழக்கடையில் நின்று மணிக்கணக்காய் செல்போனில் பேசிச் சிரிப்பது, தெருவில் நடப்பவர்களுக்கு அன்றாடக் காட்சியாகிவிட்டது. ஒருநாள் “இதெல்லாம் என்னா மானங்கெட்ட பொழப்போ, த்தூ.” தெருவில் யாரோ காறித்துப்பியது திண்ணையில் உட்கார்ந்திருந்த நாகனுக்குத் தெளிவாய்க் காதில் விழுந்தது.

இரவுச் சாப்பிட்டு முடிந்ததும் மகாவும் பிள்ளைகளும் வீட்டுக்குள் படுத்துவிட்டனர். நாகன் திண்ணையிலேயே படுத்து இருட்டை வெறித்துக்கொண்டிருந்தான். ஊரிலும் வேலையிடத்திலுமாகப் பல முகங்களும் குரல்களும் மாறிமாறி அலைக்கழித்தன. இரவு முழுவதும் இமைகள் மூடவே இல்லை. பொழுது மிசமிசவென இருக்கையில் மகா எழுந்து பொழக்கடைக்குப் போய்வந்தாள்.

“மகா, நாம ரெண்டு பேருமே இல்லாமப் புள்ளிங்கோ ரொம்போ ஏங்கிப்போதுங்கோ. உண்மேல்ட்டு புள்ளிங்கூட நீ ஊட்லியே இரு. நா மட்டும் வேலைக்கிப் போய்வரேன்.”

“மக்கம் நீ மட்டும் போயிக் கிழிச்சிருவ.”

சற்றும் எதிர்பாராத மகாவின் எளக்கார பதிலால் துடித்துப்போன நாகன், ஆத்திரத்தில் அவள் கன்னத்தில் ஓங்கி அறைந்தான். அவனின் விரல்கள் அப்படியே பதிந்து போனது அவள் முகத்தில். கல்யாணமாகி இத்தனை ஆண்டுகளில் கோபமாய் அவன் கை அவள் மீது நீண்டது அன்றுதான் முதல் தடவை. இதுநாள்வரை அவள் மீது அதிகமான செல்லம் மட்டுமே இருந்தது. உதட்டில்

அடிபட்டு ரத்தம் ஒழுகியது. குழந்தையைப் போல் அவள் அழுவதைப் பார்க்க நாகனுக்குத் துக்கம் தாங்கவில்லை.

“மகா, ஏன் இப்படி அடம்புடிக்கிற? நம்போ நேரம் இப்போ செரியில்ல. ஊரு என்னென்னமோ பேசுது மகா. உன்னிய எனுக்குத் தெரியும். எதுக்கு இந்தப் பேரோட அந்த வேலைக்கிப் போவணும்? மாணா மகா. காடோ மோடோ ஏறி நானு சம்பாரிச்சினு வரேன். நூறு, அம்பது இல்லன்னாலும் பத்து, இருவது வர்ட்டும். மானமா கஞ்சோ கூழோ குட்ச்சிட்டு ஊட்டோட கீலாம் மகா...” மகாவின் கைகளைப் பிடித்தபடி உடைந்தழுதான் நாகன். அவன் உடல் மெல்ல நடுங்கியது. அவன் கைகளைத் தட்டிவிட்டு எழுந்து வீட்டுக்குள் போய்விட்டாள். அன்றிலிருந்து இருவரும் சூளை வேலைக்குப் போகவில்லை.

இரண்டு, மூன்று நாட்களாய்க் காட்டுக்குப் போய்வந்தான் நாகன். இரண்டு கணவாய்களை ஏறி இறங்குவதால் இடுப்பு நகர்ந்துவிடுவதுபோல் இருந்தது. கால்களை மடக்க முடியாமல் கணுகணுவுக்கும் வலி உயிர்போனது. அதுவும் பச்சை மரத்தை வெட்டித் தலையிலும் தோளிலும் மாற்றிமாற்றிச் சுமந்துகொண்டு மேடுபள்ளங்களிலும் கணவாய் மலைகளிலும் ஏறி இறங்கி விழுந்து எழுந்து நடக்கும் கொடுமையில் தினமும் விலாவின் பக்கவாட்டுகள் முறிந்துபோனதுபோல் வலி உயிரை எடுத்தது. வயிறு வளர்க்கவே அன்றாடம் சிலுவை சுமப்பவர்கள் மத்தியில், நாகன் மட்டும் மகாவை வேலையைவிட்டு நிறுத்த செத்துச்செத்து உயிர்த்தெழுந்தான்.

அவன் ஒரு திண்டு தூக்கிவருவதற்குள் மூச்சிரைக்க ஐந்து இடங்களில் சுமை இறக்கி உட்கார்ந்து எழுந்தான். சைக்கிள் ஷாப் ஓடிய நாட்கள் நினைவுக்குள் வர, கண்களை மூடிப் பற்களை நரநரவெனக் கடித்தான். அவனைப் பார்க்கப் பரிதாபமாக இருந்தது.

“ஒரு சொம்பு ஏத்திக்கோ நாகா, எல்லாம் பறந்துபூடும். இல்ல பெட்டா ராத்திரிக்கித் தூங்க முடியாது.”

பட்டியில் ஆளாளுக்கு இதையே சொன்னார்கள். நாகனுக்கு மனம் ஒப்பவே இல்லை. மாகவின் நெருக்கம் எல்லா வலிகளையும் மாயமாக்கிவிடும் என்ற நினைப்பில் மறுத்துவிட்டான்.

ஆனால், மகாதான் அவனிடம் முகம் கொடுத்துப் பேசவில்லை. எவ்வளவோ சமாதனம் செய்துபார்த்தான். அவனைப் பார்ப்பதையே விரும்பாதவளாய்த் தவிர்த்தாள். அந்தப் புறக்கணிப்புக்கு முன்னால் காட்டின் தொலைவும் விறகுகளின் சுமையும் லேசாய்த் தெரிந்தன. அவளுக்கு எப்படிப் புரியவைப்பதென்று புரியாமல் பேதலித்து அலைந்தான். குழந்தைகளின் முகங்கள் இருண்டு வதங்கியிருந்தன. மகா சமாதானமானால் எல்லாம் மாறி குடும்பம் பழைய நிலைக்குத் திரும்பிவிடும் என்று எண்ணியவன், அவள் காலில் விழுந்து கெஞ்சவும் தயங்கவில்லை. அவள் இணங்கவில்லை.

தெருப்பக்கம் போய் நாட்களாயின. பேருந்தையும் மோட்டார் சைக்கிள்களையும் பார்த்தால் ஆத்திரமாய் வந்தது நாகனுக்கு. 'நாகன் சைக்கிள் கடை' குட்டிச்சுவரில் அழியாமல் நனைந்து காய்ந்து பல்லிளித்தது.

'எல்லாம் மாறும்' என்ற எண்ணத்தில் காட்டுக்குப் போய்வந்தான். கொஞ்சம்கொஞ்சமாய் மகாவின் முகம் இயல்புக்குத் திரும்பியது. ஆனால், அவனிடம் மட்டும் அவள் முகம் இளகவே இல்லை. குழந்தைகளிடம் கலகலப்பாய் இருப்பதே ஆறுதலாக இருந்தது நாகனுக்கு. பல வாரங்கள் கடந்தும், நாகனுடன் மகா பேசவே இல்லை. இரவில் அவனே சாப்பாடு போட்டு சாப்பிட்டுவிட்டு ஒரு மூலையில் படுத்துக்கொண்டான். மகா அடிக்கடி காலையில் கிளம்பிச் செங்கல்சூளை அலுவலகத்துக்குப் போவதும், அவன் வருவதற்குள் மாலையில் வீடு திரும்புவதுமாக இருந்தாள். இந்தச் சேதி அவன் காதுகளுக்கு எட்டியபோது அவன் துடித்துப்போனான். காட்டின் சுமை பழகிய நாட்களில் நாகன் சாராயம் குடிக்கத் தொடங்கியிருந்தான்.

அன்று மாலை இருட்டிக்கொண்டு வந்தது. மிதமான போதையோடு வீடு திரும்பினான். விளக்கு போடாமல் இருண்டுகிடந்த வீட்டுக்குள்ளிருந்து குழந்தைகள் அழும் சத்தம் கேட்டதும், 'திக்'கென்றது நாகனுக்கு. "சினாமா, ஓ சினாமா" என்றழைத்தபடி ஒரு தீக்குச்சியை எடுத்துக் கிழித்தான். அவன் குரலைக் கேட்டதும் இருட்டுக்குள்ளிருந்து சத்தமாய் அழுதபடி ஓடிவந்தன குழந்தைகள். மூவரையும் சேர்த்து அணைத்தவன், கடக்குட்டி பானுவைத் தோளில் தூக்கிக்கொண்டான்.

"சினாமா, அம்மா எங்கடா போச்சி, வெளக்குகூடக் கொளுத்தாம?"

“பஸுக்குப் போச்சிப்பா.” மூத்த பிள்ளை ராணி சொன்னாள். இருட்டில் தடவித்தடவி விளக்கைப் போட்டான். நடுவீட்டில் குழந்தைகளுக்குப் புதிய துணிகளும் தின்பண்டங்களுமாய் இரண்டு புதிய பைகள் கிடந்தன. அவற்றைப் பார்த்ததும் மேலும் படபடத்தது மனம். குப்பென வேர்த்துக்கொட்ட போதை முழுதாய் இறங்கிவிட்டது. சுதாரித்தபடி பாயை விரித்துப் பிள்ளைகளை அருகழைத்து மடியில் கிடத்திக்கொண்டான். ஒரு நிலையில் இல்லாமல் ஏதேதோ எண்ணங்களால் மனம் கொந்தளித்தது. “மகா” என்று ஒருமுறை உச்சரித்துப்பார்த்தான். அப்படியே நேரங்கடந்தது. பிள்ளைகள் அப்படிஅப்படியே அவனது மடி மீதும் கால் மீதும் தூங்கிப்போனார்கள்.

இரவு கடைசிப் பேருந்திலும் மகா வரவில்லை. அந்த இரவு அவனுக்கு முடிவில்லாமல் நீண்டது. நள்ளிரவில் வண்டியில் வந்து இறங்குவாள் என்று காற்றின் இழைகளைப் பிரித்து நுகர்ந்தன அவன் புத்தியும் காதுகளும்.

விடிந்து காலை பஸ் ஹார்ன் அடித்து ஊரில் நின்று கடந்துபோனது. மகா வரவில்லை. செய்வதறியாமல் தவித்தான். ‘அம்மா அம்மா’ என்று ஏங்கித்தேம்பின குழந்தைகள்.

வெளியில் யாரிடமும் சொல்ல முடியவில்லை. குழந்தைகளுக்கு என்ன சமாதானம் சொல்வதென்றும் தெரியாமல் அவர்களோடு சேர்ந்து அவனும் உள்ளுக்குள் அழுதான்.

மனம் பேதலித்தவனைப் போல் பேருந்திலிருந்து இறங்கி நடந்தான். எந்த இடத்துக்கு வரவே கூடாதென்று எண்ணினானோ அந்தச் சூளைக்குள் மனதைக் கல்லாக்கி நடந்தான். எல்லோரும் அவனை வேடிக்கைபார்ப்பதாய்க் கூனிக்குறுகியே ஆபீஸை நெருங்கினான். கதவில் பூட்டைப் பார்த்ததும் சின்னவர் அங்கே இல்லாதது உரைக்க அதிர்ந்துபோனான். செய்வது புரியாமல் சூளைக்கு எதிரில் இருந்த மரத்தடியில் ஒதுங்கிநின்றவன், கிழக்கும் மேற்குமாய் சாலையைக் கடக்கும் கார், பஸ்களை ஆவலாய் ஓடிஓடிப் பார்த்தான். சூளையில் வேலைபார்ப்பவர்கள் அவனைப் பரிதாபமாகப் பார்த்துக்கொண்டிருந்தனர். சோறுதண்ணி மறந்து சாயங்காலம்வரை அங்கேயே கிடந்தான். வேலை முடித்துக் கிளம்புகையில் சிலர் வந்து அவனிடம் பேசினார்கள். அவனால் யாரையும் நேருக்குநேராய்ப் பார்க்க முடியவில்லை. திடீரென

நாகனுக்குக் குழந்தைகள் நினைவுக்கு வந்தார்கள். “ஐயோ கடவுளே” என்றபடி வேகமாய் வீட்டை நோக்கி நடந்தான்.

மறுநாள் காலையில் சூளைக்குப் போகையில் சின்னவர் இருந்தார். இவனைப் பார்த்ததும், “ஓம் பொஞ்சாதி எங்க போனாளோ, இங்க வந்து கேட்டா என்னடா அர்த்தம், ம்? வேலைக்கி வேணான்னு நீதான நிறுத்திக்கின. பின்ன எப்டி இங்க வந்துவந்து கேக்குற? உம்பொஞ்சாதி எங்கப் போறான்னு பாத்துனுருக்கிறதுதான் வேலயா எங்களுக்கு? ஒழுங்கு மரியாதையா ஓடிப்புடு. இன்னோரு தடவ பொண்டாட்டி கிண்டாட்டின்னு இங்க வந்த, பொட்டா அவள்தான் ஓட்றா.” கோபமாய் விரட்டினார் சின்னவர்.

அவரிடம் எடுபிடியாய் இருந்த ரகுபதிதான் நாகனை வெளியே தள்ளிக்கொண்டு வந்தான். அவன் கைகளைப் பிடித்துக்கொண்டு ஓவென்று அழுதான் நாகன். “புள்ளிங்ள கண்ணுல பாக்க முடியலணா. நேத்துலந்து அம்மா அம்மான்னு உருகுதுங்க. நான் என்ன செய்யிட்டும். எங்கப் போயித் தேடட்டும்” என்று கதறினான். “மன்சு உட்ராத. போ, வந்துரும். தைரியமா போப்பா. நானு சொல்றன் இல்ல. சத்தியமா இங்க வந்தா நான் சொல்லி ஊட்டுக்கு அனுப்பிவக்கிறன், போ” என்றபடி ரோட்டில் விட்டவர், புதிய நூறு ரூபாய் நோட்டை நாகனின் சட்டைப்பையில் வைத்துவிட்டு வேகமாக நடந்தார்.

அதன் பிறகு, மகா வீட்டுக்கு வரவே இல்லை. யார்யாரோ எங்கெங்கோ பார்த்ததாய் ஊரில் உலவிய பேச்சுகள் நாகனின் காதுகளுக்கு வந்தபோது வெளியே காட்டிக்கொள்ளாமல் உள்ளுக்குள் உருகிப்போனான். எதைக் கொண்டு அந்தப் பேச்சுகளை ஓயவைப்பதெனத் தெரியாமல் தவித்தான். பல இடங்களில் போய்த் தேடினான். மீண்டும் சின்னவரைப் பார்த்துக் கேட்க தைரியம் வரவில்லை. பிள்ளைகளைப் பார்க்கவாகிலும் மகா வருவாள் என்ற எண்ணமும் கொஞ்சம்கொஞ்சமாய்த் தேய்ந்துபோனது. அழுது ஏங்கின பிள்ளைகள். “செத்துப்போயிட்டான்னு சொல்லுடா, இதுக்கு மேல என்னா.” நாகனிடம் உறவினர்கள் சொன்னார்கள்.

அக்கம்பக்கத்தில் பிள்ளைகளை விட்டுவிட்டுக் காட்டுக்குப் போகத் தொடங்கினான். முள்ளும்குறுக்குமாய்க் காலம் கடந்தது. மூத்தவள் ராணி தன் பிஞ்சுக் கைகளால் மற்ற இருவருக்கும் எண்ணெய் தேய்த்து தலைசீவிவிடுகையில் தானும் தன்

பிள்ளைகளும் அனாதைகளாகிப்போனதாய் உள்ளுக்குள் குமைந்துபோனான். பிள்ளைகள் பள்ளிக்கூடம் போகாமல் வீட்டிலேயே இருந்தனர்.

மகா இல்லாமலே கெங்கப் பண்டிகையும் பொங்கலும் கடந்துபோயின. ஒருநாள் காலையில் நாகன் காட்டுக்குக் கிளம்புகையில் கடைக்குட்டியைத் தூக்கிக் கொஞ்சிக்கொண்டிருந்தான். "அப்பா, அம்மா செத்துட்ச்சாப்பா ம்... அம்மா செத்துட்சா..." என்று சிரித்துக்கொண்டே கேட்டாள். கெபீரென்று உடலெல்லாம் நடுங்கிப்போனான் நாகன். தான் இல்லாத நேரங்களில் இதுபோல வேறு என்னென்ன சொல்வார்களோ? யாரை என்னவென்று கேட்க முடியும்? இப்போது தன் பிள்ளைகளிடம் பேசவும் தயங்கினான். அதற்குப் பிறகு, மரக்கட்டைபோல் காட்டுக்குப் போய்வந்தான். இப்போதெல்லாம் காலையில் போன உடனேயே சாராயம் குடிக்காவிட்டால் கைகால்கள் நடுங்கின. ஊரிலும் பட்டியிலும் யாரிடமும் நாகன் பேசுவதில்லை. அவன் பேசுவது, சண்டையிடுவது, தன் வேதனைகளைச் சொல்லிப் புலம்புவது எல்லாமே காட்டிடம் மட்டும்தான். அதுவும் நல்ல போதையில் யாருமற்ற தனிமையில். அதற்காகவே காட்டுக்கு நடுயிரவில் போய் நடுப்பகலில் வீடு திரும்பினான்.

மகா காணாமல்போனதற்குக் கண்ணு மூக்கு காதெல்லாம் வைத்துக் கதைகதையாகப் பேசி மறந்து, வேறு புதுக் கதைகளுக்கு மாறிப்போனது ஊர். நாகனும் மகாவை அதிகம் நினைப்பதில்லை. அவளை நினைத்துக் குடித்து வெறித்து அழுது உருகி, கையாலாகாதவன் என்று பெயரெடுத்து ஒடுங்கிப்போனதுதான் மிச்சம் என்ற முடிவுக்கு வந்துவிட்டான். இப்போது அவனுக்குள் மூன்று பிள்ளைகளைப் பற்றிய நினைவுகள் மட்டுமே திரண்டிருந்தன. அவன் உயிரோடு உலாத்துவதே அவர்களுக்காகத்தான். இப்போ ...

"அப்றம் மச்சி, போன வாரம் போரூர் சிக்னல்ல மகாவப் பாத்தண்டா. நல்லா தொண்ணையா, கலரெல்லாம் மாறிட்டிருந்தா. சுடிதார் போட்டுக்கினு யாரோ ஒர்த்தங்கூட வண்டில பின்னால வக்காந்துனுந்தா. கிட்ட போறதுக்குள்ள சிக்னல் உளுந்துட்ச்சி. புர்ர்ர்ன்னு வேகமாக மாங்காட்டு ரோட்டுக்கா பூட்டா மச்சான்."

“இதுக்கு முன்ன ஒரு தடவ மெரினா பீச்சில பாத்தன். உன்னொரு நாளு உதயத்துல பொற்காலம் படம் பாத்துட்டு வெளியே வர்றப்ப பாத்தான். நேத்து போரூர்ல, மூணு தடவயும் கூட வேறவேற ஆளுங்கோ இருந்தானுங்கோ மச்சி. ச்சே, என்ன பொண்ணுடா. மூணு புள்ளிங்கள உட்டுப்புட்டு...” என்று சொன்ன சிவாவின் குரல் நாகனின் காதில் மோதியது.

கூச்சலும் சீக்கையுமாகக் கணவாயில் இறங்கிக்கொண்டிருக்கும் கும்பலின் கலகலப்பை மீறி, ‘பட்டு வண்ண ரோசாவாம் பாத்த கண்ணு மூடாதாம்’ என்று போதையின் பரவசத்தில் சத்தமாய்ப் பாடும் சிவாவின் குரல் நாகனின் காதில் விழுந்தது. “சிவா... சிவா எம் புள்ளிங்க வாழ்க்கையே ஊங்கையிலதான்டா கீது. அத்திங்ள காப்பாத்துடா சிவா.” இறுக்கமாய் வேப்பமரத்தைத் தழுவியபடி கம்மிய குரலில் மன்றாடிக்கொண்டிருந்தான் நாகன். எதிரில் ஒரு காலை மடக்கி மறுகாலைத் தொங்கவிட்டபடி கம்பீரமாய் உட்கார்ந்திருந்த தலை இல்லாத நிர்வாண கெங்கையம்மாளை, காட்டிலிருந்து இறங்கிவந்த கறுப்பு எருது ரங்கை அடித்தபடி பலமாய் முட்டிக்கொண்டிருந்தது.

- ‘தீராநதி’, ஜூன், 2021.

●●●

ஈத்தை

ராவெல்லாம் மிஷினில் போரடித்துவிட்டுவந்து விடிகாலையில் நான்கு மணிக்குத்தான் படுத்தாள். அலுப்பில் அடித்துப்போட்டதுபோல் தூங்கிப்போயிருந்தாள். ஆட்டுப்புளுக்கைகளாய் இரைந்துகிடந்த கருமேகங்கள் திரள மழையா மேல்மாசியா எனத் தெரியவில்லை. மப்பு நமத்து நேரத்தை முழுங்கிக்கொண்டிருந்தது.

படுக்கையில் தலைகீழாய் ஒருக்களித்தபடி குடிசையின் மூங்கில் தட்டியைத் திறந்தாள். பட்டியின் மொத்த ஆடுகளையும் மொய்த்து செவத்தியின் மேல் நின்றன கண்கள். அவளைப் பார்த்ததும் கத்தியபடியே எழுந்த ஆடுகள் சோம்பல் முறித்து உதறின. சூடாய்ப் பெய்யும் அவற்றின் கோமியத்திலிருந்து எழுந்த புகை, கோயிலில் மழைக்காய்ப் பொங்கல் வைக்கையில் எழும்புவதுபோல மிதந்தது.

அவசரமாய் எழுந்து திரும்பியவள் பொடவை சிக்கித் தடுக்கின் மீது சரிந்தாள். தடுமாறி மீண்டுநின்று அவிழ்ந்திருந்த கொசுவத்தை மடித்துச் சொறுகினாள். சொத்தையெல்லாம் முழுங்கியும் ஊத்து காணாத கடும்பாறைக் கெணமாய் பர்ர எலும்புகளுக்கு நடுவில் கிடந்தது வயிறு. அதில் இடி விழுந்த பனைமர முனையாய் இருண்டிருந்தது தொப்புள்.

பொழுது ரொம்பவே ஏறிப்போயிருந்தது. சாணி பொறுக்கவும் போகவில்லை. மந்தை வழியெங்கும் யாரோ பொறுக்கிய சாணி மொத்தைகளின் ஈர நிழல்கள் வெவ்வேறு உருவங்களில் தன்னைப் பார்த்துச் சிரிப்பதாக எண்ணிக்கொண்டாள் தைலு. இப்படித் தூங்கி நெடுநாளானது. பரபரப்பானாள். எல்லா மந்தைகளும் காட்டுக்குக் கிளம்பியிருந்தன.

குட்டிகளுக்குப் பால் குடிப்பாட்டிக் கொடாப்புக்குள் விட்டுவிட்டு ஆடுகளை அவிழ்த்து ஓட்டினாள். தன் வயிற்றுப் பசிக்கும் குட்டிகளின் கத்தலுக்கும் நடுவில் பட்டிக்கும் காட்டுக்குமாய் இழுபட்டுக்கொண்டிருந்தன ஆடுகள். செவத்திக்கு மாசி ஒழுகத் தொடங்கியிருந்தது. காத்து மாசத்தில் கட்டியது இந்தப் பனி மாசத்தோடு ஆறு மாசம் ஆகிறது. ஆடுகளெல்லாம் வெளியே போனதும், மடியில் இருந்த வாழைப்பழங்களை செவத்திக்கு ஊட்டி கஞ்சித் தண்ணியைக் குடிக்கவைத்தாள்.

ஊரின் வழிநெடுகிலும் மண்சுவர்களில் சாய்ந்து தினவுக்குத் தேய்த்தபடி மந்தமாக நடந்த ஆடுகள், முன்மந்தைகளின் கோமிய ஈரங்களை முகர்ந்தபடியே தீட்டுக்கல்லைத் தாண்டிக்கொண்டிருந்தன. பின்னால் கயிற்றில் நடக்கும் கூத்தாடிப் பெண்ணாய் வயிறு இப்படியும் அப்படியும் இறங்கிஏற பெரும் மூச்சிறைப்போடு ஊர்ந்தது செவத்தி. பெருமணல் அள்ளிப்போட்டுக் கத்தியைத் தீட்டினாள். சொணையில் தகதகத்தது கத்தி.

“மொத ஈத்தை ஒத்தக்குட்டிதான் போடும். பாவம் வாயில்லா ஜீவன், வவுத்து நோவு வந்தா யார்கிட்டச் சொல்லும். மன்சாளுங்ளாட்டம்தான அதுங்ளும்.” அம்மா சொன்னதை நினைத்துப் பெருமூச்சுவிட்டபடி நடந்தாள்.

செவத்தியின் மடியைப் பார்த்த தைலுவின் உடல் இனம் புரியாத ஊரலில் உயிர்த்தது. அவளின் வயிறையும் மார்பையும் அது சுமந்து நடந்தது. அதனுள் அவன் — அவன் தரும் மகன்... என எல்லோரையும் ஒன்றாய்ச் சுமந்தபடி இருப்பதாய் அவளின் அசைக்க முடியாத நெனப்பு!

குட்டியாய் இருக்கையில் செவத்தி அவனுக்கும் செல்லப்பிள்ளைதான். காட்டிலிருந்து வரும்போதே அதற்கு மட்டும் தனியாய் மெத்தமாடி இலைக்கொளுந்துகளைக் கிள்ளி டாயர் பையில் கொண்டுவந்து கொஞ்சியபடி ஊட்டுவான். எவ்வளவு போதையாய் இருந்தாலும், “எம் புள்ளடா நீ... எம்புள்ள... ம்ம்” என ஏதேதோ சொல்லி ஒருபாட்டம் அழுதுதீர்ப்பான். குடிக்காத நாட்களிலும் செவத்தியிடம் சொல்லி அழ அவனுக்கு நிறைய சங்கதிகள் இருக்கும்.

ஒரு கண்ணில் விறகும் ஒரு கண்ணில் தழையுமாய்த் தேடி வழிநெடுக நடந்தாள் தைலு. அவள் கையில் இருந்த கத்திச் சொணையின் மேல் சூரியன் பட்டதும் அதிலிருந்து படமெடுத்த ஒரு மஞ்சள் பாம்பு, மரங்கள் பாறைகள் புதர்கள் எனத் தாவித்தாவிக் காடெங்கும் புலியாட்டம் ஆடியது. எல்லா மரங்களின் அடியிலும், இலைகளும் பூக்களும் சருகாகிக் காற்றில் அலைக்கழிக்கப்பட்டுக்கிடந்தன. மெல்லிய முனகல்களோடு ஆடுகள் பரவி மேய்ந்தபடியே விலகிச் சிதறாமல் மந்தையோடிருந்தன.

செவத்தி மட்டும் மோவாயை வயிற்றில் தேய்த்தபடி ஒரு பாறையின் நிழலில் முன்னங்காலால் பூமியைப் பிராண்டிச் சுற்றியது. பிறப்புறுப்பை மொய்க்கும் ஈக்களை வாலை அசைத்து விரட்ட முடியவில்லை. பின்னால் ஒழுகும் மாசியின் ஈரத்தால் தொப்பலாக நனைந்து கனத்தது அதின் வால். அடிக்கடி தலையை உடல்பக்கமாக விசிறி உடலைக் குலுக்கியபடியே இருந்தது. தைலுவின் நெனப்பெல்லாம் செவத்தி மீதே சுழன்றது.

சீக்கம் புதரில் கொழுந்துகொழுந்தாய் அல்லிப்போயிருந்த கட்டுக்கொடியைப் பார்த்ததும் வேகமானாள். சீலையோடு பாவாடையையும் தூக்கி இடுப்பில் செருகிக்கொண்டு குனிந்தாள். குறுக்கும்நெடுக்குமாய் மலிந்துகிடந்த புதர்ச்செடிகளின் அடிப்பாகங்களில் கட்டுக்கொடியின் அடியை மட்டும் வெட்டி இழுத்து சதுரத்தில் போட்டாள்.

"க்ய்ய்யோ... ட்ற்ட்ற்ட்ற்... க்க்ய்க்ய்யோ..." நாக்கிலும் தொண்டையிலும் தெறித்த ஓசையால் ஓடிவந்த ஆடுகள் தேனீக்களெனக் கட்டுக்கொடியை மொய்த்துக்கொண்டன.

தொரட்டியில் வேப்பங்கிளைகளை இழுத்து செவத்திக்கு எட்டும் உயரத்தில் தொங்கவிட்டாள்.

"செவத்தி நோகுதாடா, ம்..." முதுகில் தடவிக்கொடுத்தாள். கால்களைப் பிடித்துவிட்டாள். இரவோ விடியற்காலமோ குட்டிபோடலாம். காம்புகள் நன்றாகச் சேப்புவிட்டிருந்தன. வெயில் நெருங்கநெருங்கத் தன் உடலை நிழலில் விட்டு வெயிலில் தலைநீட்டி அசைபோட்டது செவத்தி.

தேங்கியிருந்த தொனைத் தண்ணீரின் மேல் மாராப்பை உருவிப்போட்டாள் தைலு. மூக்கினுள் பரவும் வாசம்போல் மெல்லமாய்ச் சேலை மீது முளைத்துப் பூத்துப் படர்ந்தது

தண்ணீர். கவிழ்ந்துபடுத்து உறிஞ்சினாள். காட்டிலுள்ள வேர்களின் சுவைகளைக் கூட்டாகத் தேக்கிவைத்திருப்பதான ருசி. ஈரம் பிழியாமல் சீலையை எடுத்துவந்து செவத்தி மீது பிழிந்தாள். அதன் உடல் குளிர்ந்ததிர்ந்தது.

சூரியன் உச்சியில் காய்ந்தது. எதிரெதிர்ச் சீழ்க்கைகள் பறந்து காடெங்கும் மோதிக்கிழிந்தன. மதியச் சாப்பாட்டுக்கான சைகைகள் அவை. அந்தந்தக் கூட்டாளிகள் தண்ணீர் இருக்கும் பாறைகளிலும் அவற்றின் பக்கத்திலும் கும்பல்கும்பலாகச் சேர்ந்து சிக்கங்களை அவிழ்த்தார்கள். அவனுக்குப் பிறகும் அவள் தனியாகிவிட்டாள். அவனுக்கு முன்பும் யாரோடும் கூட்டுசேராமல் தனியாகவேதான் ஆடுகளை மேய்த்தாள். அவனோடு வருகையில் இந்தப் பக்கமாக வரும்போதெல்லாம் தோசைப்பாறையின் நிழலில்தான் இருவரும் சாப்பிடுவார்கள்.

பச்சைமிளகாய், உப்பு, பச்சைப்புளியங்காய் மூன்றையும் பாறையில் போட்டு, சிக்கிமுக்கிக் கல்லால் இடித்து இணுக்கினால் நுரைத்துக் கொப்பளிக்கும் சாறு. களியைப் புட்டுத் தொட்டுத்தொட்டு முழுங்கினால் ருசி உடம்பெங்கும் புளிப்பும் காரமுமாகப் படரும். சாப்பிட்டு முடிந்த பிறகும் வெறும்பாறையில் விரல் தொட்டு நக்கிக்கொண்டிருப்பான். காய்ந்த பாறை அவன் எச்சிலால் ஈரமாகும். இருவரும் போய்வந்த வழியெங்குமுள்ள மறைவுகள் அவர்களின் மூச்சிறைப்புகளையும், பாறைகள் களி ஊறுகாயோடு அவர்களின் கொஞ்சல்களையும் அசைபோட்டுக்கொண்டிருக்கும்.

தோசைப்பாறையில் எப்போதும் உட்காரும் இடத்தில் உட்கார்ந்தவள், அவனுடைய நெனப்பில் களியைப் புட்டு வெறும் பாறையில் தொட்டுத்தொட்டு முழுங்கியபடி இருந்தாள். கறைபடிந்த பற்களோடு அவளைச் சிணுங்கினான் அவன். அவள் மட்டுமே உணரும்படி பாறையில் அவன் எச்சில் ஈரம் காரமாய்ப் புளிப்பாய் எதுஎதுவாகவோ ஊறிக் களியை உள்ளே அனுப்பியது.

களி தின்று ஆனதும் அவனைப் போலவே ஒருக்களித்துப் படுத்து பாறையை நக்கினாள். அவன் வாசம் கொஞ்சம்கொஞ்சமாய் அவளுக்குள் பரவியது. அவன் நெனப்பு மூர்க்கமாய் அவளை இழுத்தணைத்தது. சிலிர்த்து மெல்ல வெப்பமானாள். ஆட்காட்டி விரல் ரத்தமாய்ச் சிவக்கச்சிவக்கப் பாறையிலிருந்து அவன் ஈரத்தை வழித்து நக்கினாள். ஈரத்தோடு அவன் சிக்கலக்கா

மூட்டும் இடமெங்கும் வருடிய அவளின் விரல்கள் சிலிர்ப்பேதும் கொள்ளாமல் ஏமாற்றமாய்த் துவண்டுதொங்கின.

தைலு அவளின் அம்மா வயிற்றில் இருக்கும்போதே அப்பன் போய்ச்சேர்ந்துவிட்டான். பிறந்த சில ஆண்டுகளுக்குள் வீட்டில் எல்லாமுமாக மாறிப்போனாள். பள்ளிக்கூடம் பக்கமாய்ப் போனதுகூட இல்லை. அப்படி ஒரு ஏக்கம் வரும்படி அவள் ஓய்ந்திருந்ததுமில்லை.

"கொசுருகான் மவ சூரியா கீறாபா ஆளு, பொண்ணு ரொம்போ சாலாக்கி."

"ம்ம் ஆம்பளையா பெறக்க வேண்டியவ, தப்பா பொண்ணு உருவா படச்சிட்டான் ஆண்டவன்." ஊரார் வாயில் இப்படித்தான் விழுவாள்.

நெல் மூட்டைகளைத் தூக்க முடியாதென்று நெல்லடிக்கும் களங்களில் பெண்களைச் சேர்க்க மாட்டார்கள். ஆனால், தைலு களத்தில் இறங்கினால் ஆண்கள் அஞ்சுவார்கள். பத்து மரக்கால் மூட்டையை அலேக்காகக் தூக்கிக்கொண்டு நெடுந்தூரம் நடப்பாள். கழுத்தெங்கும் புடைத்திருக்கும் நரம்புகள் பார்ப்பவர்களை அதிரவைக்கும்.

"பத்து ஆம்பளைகளக் குறுக்கால முழுங்கினவளாட்டம் வேலை செய்றாடாயப்பா. வயசுப் பொண்ணு அடங்கிஒடுங்கி ஊட்ல கீறாளேன்னு இல்ல. பேயாட்டம் காடுமேடெல்லாம் அலையிறா ராட்சசி." அவளை நெருங்க முடியாத இளவட்டங்கள் இப்படித்தான் பொருமின.

மரம் ஏறுவதில் தைலுவை மிஞ்ச ஆளில்லை. புளி, நெல்லிக்காய், களக்காய்க் காலங்களில் இருவரும் நிறைய சம்பாதிப்பார்கள். பாவாடையைக் கோமணமாய்ச் சுருட்டிப் பின்னால் சொறுகிக்கொண்டு கையில் எச்சிலைத் துப்பி அனல்பறக்க உரசிவிட்டு எவ்வளவு நேரான மரத்திலும் ஒடம்பு உரசாமல் சரசரவென ஏறி உச்சிக்கிளையில் உட்கார்ந்துவிடுவாள். தூரத்துக் குண்டுகளிலிருந்து குரங்குகள் வைத்த கண் வாங்காமல் அவள் மரமேறும் வேகத்தையும் கிளைகள் தாவுவதையும் பார்த்தபடி இருக்கும்.

"தைலு, உங்கொம்மா மெய்யா உன்னிய உங்கொப்புனுக்குத்தான் பெத்தாளா, இல்ல உடும்புக்குக் கிடும்புக்குப் பெத்தாளா?" அவள் மரம் ஏறுவதைப் பார்த்த மிரட்சியில் ஒரு நாள் அவன் விளையாட்டாய்க் கேட்டான்.

மரத்திலிருந்து தைலு பறித்துப் போடப்போட அவன் கீழிருந்து பொறுக்கிக் கோணிப்பைகளில் நிரப்புவான். புளியமரங்கள் என்றால் ஏறிய வழியிலேயே இறங்க மாட்டாள். கிளைகளில் தாவி ஊஞ்சலாடியபடியே குதித்துவிடுவாள். அவன் ஒப்புக்குத்தான் உடன் வருவான். எல்லா வேலைகளையும் அவளே செய்வாள்.

ஆம்பிள வேலை பொம்பள வேலை என்றில்லாதபடி வயல், காடு, வீடு எனச் சுற்றிச்சுழன்றாள். வலுக்கட்டாயமாகத்தான் திருமணம் செய்துவைத்தார்கள். "மீசை வளர்ந்த ஆம்பளைக்கும், மீசை வளராத ஆம்பளைக்கும் கல்யாணமாண்டா டோய்" என்றனர். எந்தப் பெரிய உதவிகளுக்கும் ஆம்பளைகளை வேண்டும் அவசியம் இல்லாதபடி அவளே செய்தாள். அவளிடம் பெண்ணின் நளினம் இல்லை என்றே எண்ணினார்கள்.

அந்த உறவின் இணைவு முதலில் வெறுப்பாகவே தோன்றியது அவளுக்கு. ஆனால், இத்தனைக் காலத் தனிமையும் விலகலும் அவன் பாசத்துக்குள் பிணைத்துப்போட்டன. தைலு சிரித்தாள். காடும் வீடும் அதிரும்படி குலுங்கிச்சிரித்தாள். அவை அவளைக் கரைத்தன. அவனது அரவணைப்பும் அசைவுகளும் தீண்டத்தீண்டத் திரண்டு இளகினாள். ஏழு வருஷமாகியும் எதுவும் தங்காத கவலையைத் தவிர எல்லாமுமாய் அவன் இருந்தான்.

"உடுமே... உம் மடியில நானு, எம் மடியில நீயி. இதுக்கு மேல என்னா ஒணும்? ம்... எனுக்குப் பொட்டப்புள்ள நெனப்பு வந்தா நீ, உனுக்கு ஆம்பளப்புள்ள நெனப்பு வந்தா நானு." போதையில் ஒருநாள் சொன்னான். அந்தக் கணத்தில் கவலைகள் கரைந்து லேசானதாய் உணர்ந்தாள்.

"நீ எந்த வேலைக்கும் போவலன்னாலும் பரவாயில்ல மாமா, உனுக்குக் காடுவெட்டி நான் கஞ்சி ஊத்துறேன்." அவளின் அந்தச் சொற்களால் இளகிய அவன், அவள் கையில் வணையத்தந்த களிமண்ணாய்க் குழைந்தான். ஒருவருக்கு ஒருவர் குழந்தைகளாகி மகிழ்வித்து, மகிழ்ந்தனர்.

ஊரில் அவள் செய்யாத வேலைகளும் இல்லை, காட்டில் அவள் ஏறாத பெருமரங்களும் இல்லை. எந்தெந்த மரங்களில் என்னென்ன பறவைக்கூடுகள் உள்ளன, எந்தத் தொனைகளில் அதிக நாட்கள் தண்ணீர் தேங்கியிருக்கும், மழை வந்த மறுநாள் காலையில் எந்தெந்தப் புதர்களில் காளான் முளைத்திருக்கும், மூங்குருத்துத் துளிர்த்திருக்கும் என்பதெல்லாம் அவளுக்குத் தண்ணிக் குடிச்ச பாடு. குழந்தைப் பருவத்திலிருந்தே பெரிய மனுஷியைப் போல் காட்டை நோட்டம்விட்டு வைத்திருந்தாள் தைலு.

அவனை முதன்முதலாகக் காட்டுக்கு அழைத்துச்சென்ற நாளில், அவனை ஒரு பாறை மீது மர நிழலில் விட்டுவிட்டுப் பள்ளத்தில் விறகு வெட்டப்போனாள். அவன் பீடியை உறிஞ்சியபடி காட்டைச் சுற்றிமுற்றி வேடிக்கைபார்த்தான். திடீரென இரண்டு பாறைகள் மோதி உடைவது போன்ற பெருஞ்சத்தம் காட்டை அறைந்து எதிரொலித்தது. அது, தைலு விறகு தேடிப்போன பள்ளத்திலிருந்து வரவே, "தைலா... ஏய் தைலா..." கத்தியபடி இறங்கி ஓடினான்.

பெரும் பாறாங்கல்லைத் தலைக்கு மேலாகத் தூக்கி ஆவேசத்தோடு அவள் நிற்பதைப் பார்த்தான். சில நொடிகளில் முழு வலுவோடு எதிரே வீசினாள். காடு மீண்டும் ஒரு பெரும் ஒலியால் அதிர்ந்தது. அங்கு ஒரு பெரிய மலைப்பாம்பு உடல் நசுங்கி வாய் கிழிந்து பெரும் பாறையின் ஓரத்தில் துடித்துக் கிடந்தது. அதன் வாயிலிருந்து பிதுங்கி வெளியே வந்த முயல் துடிதுடித்து அடங்கியது. பாம்பின் பெருமூச்சோடு அந்தப் புதரின் இலைகளில் ஒழுகியபடி மண்ணில் படர்ந்தது சிவப்பு ஈரம்.

"ஒண்ணுல்ல மாமா, இந்த மலப்பாம்பு மொசுல புட்ச்சி முழிங்கினு இந்துச்சி. வாயில்லா ஜீவன். பாவம். அப்பகுட அந்த மொசுலக் காப்பாத்த முடியல." சாதாரணமாகச் சொல்லிவிட்டு, அங்கு வெட்டிய விறகுகளை அள்ளித் தோளில் வைத்து ஏறிவந்தாள். வியர்வை ஈரத்தில் நெற்றியில் வழிந்த முடிகளிலும் கழுத்திலும் மேல்மார்பிலும் சீக்கைப் பூக்கள் ஒட்டிக்கிடந்தன. அவளுடைய பேராண்மையைக் கண்ட நடுக்கம் அடங்காமல் அவை வெளிறிப்போயிருந்தன.

அவளை நெருங்கவே அஞ்சி மூக்கு வழிகள் புடைக்கப் பேச்சற்று நின்றவனை இழுத்து அணைத்து மார்புரசி நடந்தாள் தைலு.

வாயிக்கு எட்டிய இடங்களில் ஆங்காங்கே செல்லமாய்க் கடித்தாள். ஆனாலும், உள்ளுக்குள் நடுக்கம் அடங்காமல் உதறியபடியே அவள் பிடியில் கிடந்தான். ஏதோ எறும்பைக் காலால் நசுக்கியதாய், அவள் உடலில் சிறு பதற்றமும் இல்லை. அவள் முன்னால் நடக்கப் பின்தொடர்ந்தான் ஜலியன்.

தோசைப்பாறையைக் கடந்தால் குட்டை உச்சியில் இருந்தது நரிகுண்டுப்பாறை. நான்கைந்து தலைமுறையைப் பார்த்து வளர்ந்த பனைகளின் உயரம். வீசிக் குவியும் பறவையின் கறுத்த சிறகுகள்போல் ஒட்டிக் குவிந்துநின்றன இரண்டு பாறைகளும். அதன் பக்கவாட்டில் கிளைபரப்பிச் செழித்து அசைந்தன ஒட்டந்தழைகள். சிவந்த சிமிருகளில் இளம்பச்சை, பழுப்பு, அடர்ப்பச்சை என மூன்று நிறங்களில் இலைகள் காற்றுக்கு உருவம் தந்தன. நிலங்களுக்குத் தழை உரங்கள் அறுக்கையில் அதிகமாக அறுக்கப்படும் தழைகளில் ஒட்டந்தழையும் ஒன்று. ஆடுகள் மேயும் இந்த இலைகளோடு வெல்லம் கலந்துதின்று தற்கொலை செய்துகொண்டு மாண்டவர்களின் நினைவுகள் எல்லா ஊர்களிலும் உண்டு. செங்குத்தான பாறை விளிம்பில் தடுமாற்றமில்லாமல் ஏறியவள், குனிந்து கைநீட்டி அவன் ஏறிவரக் கைகொடுத்து இழுத்தாள். பாம்பைக் கண்ட நடுக்கம் அடங்காமல் அவன் கைகள் தடுமாறின.

உச்சியில் இரு பாறைகளினுடைய இடுக்கின் தொறையில் தேன்கூடு கட்டியிருந்தது. நீளமான தேனடையில் பர்த்தியாய் நெய் இருப்பதை, பறந்து மொய்க்கும் ஈக்கள் காட்டிக்கொடுத்தன. பார்வைகள் நுழையும் இடுக்கினுள், மிஞ்சிப்போனால் சிறு மூங்கில்குச்சி நுழையும். கை நுழைய வழியில்லாத இடுக்கு. அந்த உயரத்துக்கு ஏறுவது ஆகாத ஒன்று என எண்ணினான்.

சுற்றிலும் மண்டியிருந்த செடிகளைக் கூட்டுக்கு அசைவும் போகாதபடி கத்தியாலும் கைகளாலும் கிள்ளியெடுத்தாள். ஈக்களின் சிறுசிறு சிணுங்கலோடு தொங்கியது தேன்கூடு. அவனை அருகில் இழுத்து அவன் டாயருக்குள் கை நுழைத்து பீடி நெருப்பெட்டியை வெளியே எடுத்தாள். ஒன்றும் விளங்காமல் மலைத்துப் பார்த்துக்கொண்டிருந்தான். அங்கிருந்து ஓணானாய் ஊர்ந்து ஏறி மலையுச்சிக்குப் போனாள். மனிதர்கள் அவ்வளவு எளிதாக அந்தப் பாறை உச்சிக்குப் போய்விடவே முடியாது. சுற்றிலும் கிடுகிடு பள்ளம். தவறினால் பற்றிக்கொள்வதற்குக்

காற்றைத் தவிர ஏதுமில்லை. இரண்டு கால்களையும் சமமாய் வைக்க இடம் போதாத கூர்முனையில் சில்லுகள் பெயர்ந்த பள்ளங்களில் பெருவிரல்களால் ஊன்றிநின்றாள்.

காற்றின் வேகத்தைச் சமாளித்தபடி முந்தானையை உருவி முக்காடு போட்டாள். வாயில் பீடியை வைத்துக் கொளுத்தினாள். நாலே நாலு உறிஞ்சலில் முழு பீடியும் எரிந்து சாம்பலாகி உதிர்ந்தது. ஆனால் அதின் மொத்த புகையும் அவளின் வாயிக்குள்

கை நிரம்ப மண் அள்ளி வீசுவதுபோல் கொப்புகொப்பான புகையைத் தேன்கூடு மீது உமிழ்ந்தாள். நிலைகுலைந்த ஈக்கள் ஜொய்ய்ய்ங்கெனக் கூட்டமாய் எழுந்தன.

"ஏய் தைலா..." தேனீக்கள் மீதான பயத்தில் கத்தினான் ஜலியன். இரவில் காட்டின் வழியோரங்களில் தலையைச் சிறகுள் நுழைத்துக் காய்ந்த சருகாய் இரவைக் கழிக்கும் பூர்வடியைப் போல் தைலு தலையைப் புதைத்து முடங்கி உட்கார்ந்தாள் மலையுச்சியில். தேனீக்கள் அவளை நெருங்காமல் தீ ஜுவாலை அடங்குவதுபோல் கொஞ்சம்கொஞ்சமாகத் தேய்ந்தடங்கின. அந்தக் கிளையை ஒடித்தவள், வௌவாலெனக் கீழ் நோக்கிப் படர்ந்து அவனிடம் நீட்டினாள்.

ஆந்திராவிலிருந்து வரும் எரு லாரிகள் ஒரு மாசமாய் வரவில்லை. சேர்த்துவைத்த திப்பை (சாணக்குவியல்) அப்படியே காய்ந்து கிடந்தது. கைச்செலவுக்குப் பணம் ஏதுமில்லை. எப்படியாவது ஒரு திண்டு விறகு கொண்டுபோனால் சைக்கிள்கார தாஸிடம் கொடுத்து இருவது ரூபாய் வாங்கிடலாம். செவத்தியின் ஈத்தைச் செலவுக்கும் ஆகும் என நினைத்தாள்.

ஓங்கி எடதாழ் மரத்தை வெட்டத் தொடங்கினாள். கத்தியின் கூர்மையைவிட அவளுடைய காத்தத்துக்குத் துண்டாகின விறகுகள். உதிர்ந்த மெல்லிய இலைகள் பூமியின் வெடிப்புகளில் ஒருக்களித்து நுழைந்தன. மண்ணுக்குள் கிளைபரப்பிச் செழித்திருந்த வேர்கள், மரத்தை வெட்டவெட்ட மின்னல் கீற்றுகளாக பூமியைப் பிளந்து வெளியே வந்தன. பருந்தைப் போல அமிழ்ந்துஅமிழ்ந்து எழுந்தது வெயில். செவத்திக்கு ஒழுகும் மாசியைப் போல், மேற்கு வானத்தில் தொங்கிக்கொண்டிருந்தது பொழுது.

செவத்தியின் ஈத்தையை நினைத்தாள். தைலுவின் உடலெங்கும் ஈரமாய் ஒரு வெளிச்சம் ஊர்வதுபோல உணர்ந்தாள். “கெடாக்குட்டிதான்.” ஜலியனே உயிர்ப்பெற்று வருவதுபோல நினைத்தாள். அவன் பெயரை உச்சரித்ததுகூட இல்லை. இப்போது அவளுக்கு நினைவுக்கு வந்தது ஏன் என்று தெரியவில்லை.

வெட்டிய விறகுகளைப் புதருக்குள்ளிருந்து வெளியே வீசிக்கொண்டிருந்தாள். கருமேகம் திரண்டு மந்தமான இருள் கவியத் தொடங்கியது. தூரத்திலும் அருகிலும் நரிகள் ஊளையிட்டன. கத்தியைக் கையில் எடுத்துக்கொண்டு வெளியில் வர நகர்ந்தாள். பின்னந்தொடையில் ஒரு கூரான முள் வலுவாய் ஏறி தலை வரை கடுகடுத்தது வலி. அசைய முடியவில்லை. சுண்டுவிரல் பெரிய கூரான முள், பொடவைப் பாவாடையைத் துளைத்து உள்ளிறங்கியிருந்தது. ஆடுகள் மிரண்டு ஓடும் சத்தம் கேட்டது. வேகமானாள்.

“...ம்ய்ய்யாஆஆ...” காடே அதிர்ந்த அலறல் அவள் கர்ப்பத்தில் ஓங்கி அறைந்தது. அது செவத்தியின் குரல் என்று அவளுக்கு உரைத்தது. ஆடுகள் சிதறிப் புதர்கள் நரநரத்தன. பல்லைக் கடித்து முள்ளை இழுத்துப் போட்டுவிட்டு வெளியே வந்து விழுந்தாள். ஒருகணம் நிலைகுலைந்ததால் நிதானப்பட முடியவில்லை.

“செவத்தி ஏய்ய்ய்...” அவளின் ஓங்காரம் ஒரு கொடிய மிருகத்தின் கர்ஜனையாய்க் காட்டின் அமைதியைப் பாளம்பாளமாய்க் கிழித்தபடி அலைந்தது. அவள் கையிலிருந்து பறந்துபோய் ரத்தக்கறையோடு விழுந்ததிர்ந்த கத்திக்கு அருகில் ஒரு ஓநாயின் கால் துண்டாகித் துடித்துக்கொண்டிருந்தது.

செவத்தியினருகில் எப்படி வந்து விழுந்தாளெனத் தெரியவில்லை. அதன் கழுத்திலிருந்து வந்த ரத்தம் செடிகளின் மீது பீச்சி அடித்துக்கொண்டிருந்தது. கடித்துப்போட்ட வேப்பம் மண்டைகள் மீது உதைத்துக்கொண்டிருந்த அதன் கால்களைத் தொட நடுநடுங்கினாள். தலை தொங்கிய நிலையிலிருந்து மெல்லமாய் எழுந்த கத்தல் கழுத்துத் துவாரத்தில் ரத்தமாய்ப் பிசுபிசுத்தது. திறந்த வாயில் பற்களை மீறித் தொங்கிய நாக்கு நடுங்கியது. நிலைகுத்திப்போன அதன் கண்கள் அவளையே பார்த்திருந்தன. மொத்த காற்றையும் உள்ளிழுத்து வெளியேற்றினாள். செவத்தியின் கண்கள் அசைந்தன. ஒரு கருவின் இரண்டு வயிறுகளிலிருந்து

வெளியேறும் மூச்சில், காட்டின் மரங்களெல்லாம் கருகிச் சருகாகித் துவண்டன.

உடலிலிருந்து பொடவையை உருவிச் சுருட்டி செவத்தியின் கழுத்தில் சுற்றித் தூக்கினாள். நிற்கவைக்கவும் முடியவில்லை. உடலே ஒன்றாய்த் திரண்டு கண்ணை மோதித்தள்ளி வெளிவரத் துடித்தன. உடலுக்குள்ளிருந்து பாறைகள் வெடித்தன. அவனைத் தூக்கியனுப்பிய இந்தக் காட்டிலிருந்தே அவனைப் பெற்று எடுத்துச்செல்ல எண்ணிய அவள் கனவெல்லாம் உள்ளுக்குள் தீய்ந்துகருகின.

செவத்தியின் வயிற்றுக்கும் முன்னங்கால்களுக்கும் நடுவே தலையை நுழைத்துத் தூக்கி நிமிர்ந்து எழுந்தாள். ஆறு மாதமாய் வளர்ந்த அவள் கனவின் கருவுக்குள்ளிருந்து கனத்தார்கள், ஜலியனும் அவன் தரும் பிள்ளைகளும். வானத்தை நோக்கிப் பார்த்தபடியிருந்த சீலை சுற்றிய செவத்தியின் கழுத்தை இடதுகையில் பிடித்திருந்தாள். மாசுடன் குட்டிப்போட திறந்திருந்த செவத்தியின் பிறப்புறுப்பை வலதுகையால் மூடியபடியே உடலைத் தாங்கியிருந்தாள்.

காடதிர தைலு நடந்தாள். அவளின் இடதுகையில் வழிந்த செவத்தியின் ரத்தம், தொடையில் கொப்பளித்த அவளின் வெம்மையான ரத்தத்துடன் ஒன்றுகலந்து இடதுகாலில் வழிந்தது. அந்த ஒற்றைக் காலடிகள் வழியெங்கும் ரத்த முத்திரைகளாய்ப் பதிந்தன. அவள் நடந்த வழியின் இருமருங்கிலும் சுருண்டுநின்று நடுங்கியபடி வேடிக்கைபார்த்தது காடு. இப்படித்தான் ஜலியனையும் ஒருநாள் இதே காட்டிலிருந்து வாரிச் சுமந்துகொண்டுபோனாள்.

கைகளில் வழிந்த ரத்தம் நீர்க்கத் தொடங்கியிருந்தது. அடிக்குஅடி கனக்கத் தொடங்கியிருந்தார்கள். இமைகள் அசையாமல் இரண்டாம் முறையாய்க் காட்டுக்கு முதுகுகாட்டி கல்லாய் ஊர்ந்தாள் தைலு.

- 'தி சண்டே இந்தியன்', 2007.

●●●

உதிர முத்தம்

காடும் ஊரும் சந்திக்குமிடத்தில் இருந்தது மரகதத்தின் வீடு. வாசலில் வேம்பு, புங்கன், வேலிக்காத்தான் மூன்றும் பிணைந்த நிழலில் எப்போதும் குளிர்ச்சி தங்கியிருக்கும். அங்கு காட்டுக்குப் போய்வருபவர்கள் சுமையை இறக்கிவிட்டுப் பானையில் தண்ணீர் மொண்டு குடிக்காமல் போக மாட்டார்கள். ஆடு, மாடு, மக்கள் எல்லோரும் களைப்பாறுமிடம் அதுதான். ஆனால், இப்போதெல்லாம் காட்டிலிருந்து வருபவர்கள் வேகமாய் நடையைக் கட்டிக் கடந்துவிடுகிறார்கள். 'ஆம்பளைங்கள முழுங்கற ஊடு.' தற்போது ஊரார் அந்த வீட்டுக்கு வைத்திருக்கும் பெயர்.

வதங்கிய இளஞ்சிமிரைப் போல் வீட்டுக்குள் முடங்கிக்கிடந்தாள் மரகதம். தூக்கம் வராவிட்டாலும் கண்ணை இறுக்க மூடியிருந்தாள். வாசல் திண்ணையின் ஓரத்தில் ஒருக்களிக்கப்பட்ட கயிற்றுக் கட்டில் பின்னல்களின் சந்துகள் வழியே மோகனின் நினைவுகள் முறைத்துக்கொண்டிருந்தன. நடுயிரவின் அமைதலில் எங்கேயோ கத்திக்கொண்டிருந்த கோட்டான், மரகதம் வீட்டு மரத்துக்கே வந்து அலறியது ஊரையே திடுக்கிடவைத்தது.

போதையில், வேப்பமரத்தைப் பார்த்துத் திட்டிக் கொண்டிருந்தான் பார்வதிக் கிழவன். அக்கம்பக்கத்திலிருந்து ஓடிவந்த பெண்கள் கமலாவையும் மரகதத்தையும் ஒயப்படுத்தினார்கள். உடைந்துபோயிருந்த கமலா தன் மகளை மடியில் கிடத்திச் சேர்த்தணைத்தபடி விசும்பினாள்.

குடியாத்தம் ஏரியில் செங்கல் அறுத்துக்கொண்டிருக்கையில்தான் மரகதம் பிறந்தாள். சேகருக்குப் பூரிப்பு தாங்க முடியவில்லை. அடுத்த நாளே குதிரைவண்டி வைத்து தாயையும் பிள்ளையையும் ஊருக்குக் கொண்டுவந்தான்.

“எம்மக ஜான்சிராணி, பாத்தியா குதிரவண்டியில வந்து எறங்குனத.” தெருவெல்லாம் சொல்லிப் பெருமையாய் அலைந்தான். கூட்டாளிகளுக்கெல்லாம் சாராயமும் சாக்கணாவும் வாங்கிக்கொடுத்தான். கொழுகொழுவென அழகாய் இருந்த குழந்தையை ஊரே வந்து பார்த்தது. சேகரே மூணு வேளையும் குழந்தைக்குத் திருஷ்டி சுத்திப்போட்டான். தொடப்பக்குச்சிகள் வெடிக்கும் சத்தத்துக்கு யார்யார் கண்களையோ திட்டித்தீர்த்தான். ராப்பகலாய் உழைத்து வகைவகையாய் வாங்கிவந்து குறையில்லாமல் வளர்க்கும் நெனப்பில் சுழன்றான்.

ஆனால், அந்தச் செல்வாக்கு அதிக நாட்கள் நீடிக்கவில்லை. மரகதம் ஆறாவது படிக்கையில் சேகர் திடீரெனப் போய்ச்சேர்ந்துவிட்டான். கமலா துடித்துப்போனாள். மனதுக்குள் கட்டிய எல்லாக் கற்பனைக் கோட்டைகளும் நொறுங்கிப்போயின. அங்கலாய்த்து அழுதழுது ஓய்ந்துபோனாள். கமலாவும் மரகதமும் காட்டோர வீட்டில் தனித்துவிடப்பட்டவர்களாய்க் கிடந்தனர். இரவில் சேகரின் வேட்டிக் கிழிசலில் எரியும் விளக்கு மட்டுமே ஆண்துணை அவர்களுக்கு.

அவன் இறந்த புதிதில் கொஞ்ச நாள் ஆதரவாய் வந்து திண்ணையில் படுத்திருந்தாள் சேகரின் அம்மா பூபதிக் கிழவி. போதையில் தினமும் தன் மகனை நினைத்துப் பாடிப்பாடி ஒப்பாரிவைத்து அழுவாள். அடுத்த கிளாஸ் சாராயம் உள்ளே இறங்கியதும், அழுகையினூடே ஊளையிடும் நாய்களையும் கடவுளையும் திட்டித்தீர்ப்பாள். அதுவும் சீக்கிரமே நின்றுபோனது.

இனி, மகள்தான் உலகம் என்றாகிப்போனது கமலாவுக்கு. மரகதத்தை நிறைய படிக்கவைத்து ஆளாக்க வேண்டும் எனும் அவளின் ஆசையிலும் மண் விழுந்தது. ஏழாவது படிக்கையில் பெரியவளான மரகதம், வாத்தியார் கிள்ளுவதாயும் கண்ணடித்து சைகைகள் காட்டுவதாகவும் சொல்லிப் பள்ளிக்கூடம் போக மறுத்துவிட்டாள்.

‘கடைசிவரை கண்கலங்காமல் கஞ்சி ஊத்திக் காப்பாத்தும் ஒரு பையன் கிடைத்தால், தன் சுமையை இறக்கிவைத்துவிடலாம்’ எனத் தனக்குள்ளே அடிக்கடி நினைத்தவளாய்ப் பெருமூச்சுவிட்டுக்கொள்வாள். நான்கைந்து இடங்களிலிருந்து கேட்டனர். யாரும் மனசுக்கு வரவில்லை. மேட்டுவீட்டு தனபாக்கியம்தான் ஒருநாள் மோகனையும் அவன் குடும்பத்தைப்

பற்றியும் சொன்னாள். "கூலி வேலைசெய்றவனா இருந்தாலும் நல்ல குணம். சந்தோஷமா வச்சிக்குவான். ஒரு கொறையும் சொல்ல முடியாது. என்னிய நம்பிக் குடு. அப்புறம் நீயே தெரிஞ்சுக்குவே!"

கல்யாணத்துக்குப் பிறகு கமலா வீட்டிலேயே இருப்பதில்லை. பகலில் வேலைகளுக்குப் போய், பொழுதோட வந்து சமைத்து முடித்ததும் கீழ்த்தெருவில் இருக்கும் ஜெயா வீட்டில் படுக்கை. மீண்டும் தம் வீட்டுக்குள் நிம்மதி, கூடுகட்டிக்கொண்ட களிப்பு அவளுக்குள்.

இருபது நாட்கள் கடந்தன. மோகனும் மரகதமும் காடுகரையெங்கும் சுற்றித்திரிந்தனர். பகலெல்லாம் காட்டின் பாறைகள், குகைகள், புதர்வெளிகள் எனப் பொழுதுகள் மகிழ்ந்து கழிந்தன. இரவில் மட்டுமே வீட்டுக்குள் வந்தனர்.

ஊரிலிருந்து ஆண்கள் குழுவாக தஞ்சாவூருக்குக் கரும்பு வெட்டப் போனார்கள். தன் மன நெருடலை மரகதத்திடம் எடுத்துச்சொல்லி சம்மதம் வாங்கிப் புறப்பட்டான் அவனும். மரகதம் நினைவாகவே இருந்தது. அப்படிஇப்படிப் பல்லைக் கடித்துக்கொண்டு எட்டு நாட்கள் வேலைபார்த்தான். அதற்கு மேல் அவனால் தாக்குப்பிடிக்க முடியவில்லை. பிரிந்து பல மாதங்களானதுபோல இருந்தது. எட்டு நாள் கூலியை வாங்கிக்கொண்டு திரும்பி வந்துவிட்டான்.

வானம் மந்தாரமாய் மூடிக்கொண்டிருந்தது. மூலையில் முடங்கிக்கிடந்தவள், எதிர்பாராத அவன் வருகையால் குதித்துவந்து கட்டிக்கொண்டாள். கமலாவுக்கு முன்னால் எதுவும் காட்டிக்கொள்ளவில்லை அவன். அவள் வெளியே போனதும், மரகதத்தை அள்ளி அணைத்தான். மெல்லக் கடித்துக்கடித்து முத்தங்களால் அவளை முகர்ந்து மலர்த்தினான். கொஞ்சம்கொஞ்சமாய் அவன் பிடி வலுக்கவே விலக்கித்தள்ளினாள்.

இரண்டாம் நாள் என்பதால் போக்கு அதிகமாயிருந்தது மரகதத்துக்கு. வலியும் கடுமையாகவே வதைத்தது. சொல்ல மேலெழுந்த வார்த்தைகள் வலுவற்று மௌனிக்க அவனின் அணைப்பு நெருக்குதலில் திரண்டெழுந்த மூச்சுக்காற்றின் வெப்பத்துக்குள் கட்டுண்டுபோனாள். கூட்டை மொய்த்துக்கொண்ட ஒற்றைத் தேனீயாய் அவளைப் படர்ந்து முயங்கிக்களைத்தான். இயல்பாய்

சுவாசிக்கும் நிதானம் வருவதற்குள் அடுத்தடுத்தென உடல்கள் விழிக்க மூர்க்கம் தெளியாமல் கூடித்திளைத்தார்கள்.

இளகி உளையும் அவள் மீதெழுந்த உதிரக் கவுச்சி புதிதாயிருந்தது அவனுக்கு. தழுவிப் பக்கமாய்ச் சரிந்தவன், மார்பின் மேல் அவளைக் கிடத்திக்கொண்டு கூந்தலைக் கோதியபடி இயல்புக்கு வருகையில்தான் வெளியே பெரும் சத்தத்தோடு மழை பெய்துகொண்டிருப்பதையே உணர்ந்தனர் இருவரும்.

தாலாட்டு கேட்பதைப் போல் களைப்பில் அப்படியே தூங்கிப்போனாள் மரகதம். மோகனுக்குள் வெப்பம் லேசாய் அடைக்கத் தொடங்கியது. தன் மீதிருந்த போர்வையை விலக்கி அவளுக்கு முழுமையாய்ப் போர்த்திவிட்டு லுங்கியைத் தேடி எடுத்து இடுப்பில் சுற்றினான். வாசற்படிக்கு வந்தவன் தாழ்வாரத்தில் ஒழுகும் மழைத்தாரைகளில் கைகளை நுழைத்துக் கொஞ்சம்கொஞ்சமாக நனைந்தான். 'ஈரம்' நனைக்கநனைக்க அவன் உடல் நடுங்கத் தொடங்கியது. கண்களெல்லாம் நெருப்புக்குள் விழுந்ததாய் எரிந்தன. நரம்புகள் முறுக்கேறி இழுத்தன. சமாளித்தவனாய்ப் படுக்கையில் வந்து அப்படியே கிடந்தான். மின்னல் கிளைத்து மறைய இடித்துத் தள்ளியது வானம். இருட்டு குழைந்து சேராய் அப்பியிருந்தது ஊரை. வெளிச்சம் அத்துப்போன அத்துவானக்காடாய் மழையில் கரைந்தன தெருக்கள்.

"கமலக்கா... கமலக்கா..."

"மோகனுக்கு இஸ்பு வந்து துடிச்சின்னுகிறான் வாக்கா சீக்கிரம்." கீழ்த்தெரு ஜெயா வீட்டின் கதவை வேகமாய்த் தட்டிக்கொண்டிருந்தான் ரகு. கதவைத் தட்டும் சத்தம் மட்டும் கேட்டது. வேறெதுவும் கேட்கவில்லை. கதவைத் திறந்ததும் கோணிப்பையைப் போர்த்திக்கொண்டு நின்றிருந்த ரகு, மோகனுக்கு இஸ்பாட்டம்..."

என்னவென்று கேட்கும் பொறுமையில்லை கமலாவுக்கும். ரகுவின் கலவர முகம் ஏதோ ஆபத்து என்பதை மட்டும் உணர்த்தியது.

மேட்டில் மரகதம் வீட்டில் இடி விழுந்துவிட்டதாகப் பேசிக்கொண்டனர். மழையின் வேகம் கூடிக்கொண்டே இருந்ததால் இரண்டு மூன்று பேரைத் தவிர யாருமே வெளியே வர முடியவில்லை. வெறும் புட்டிவிளக்கு மட்டுமே காற்றோடு

போராடி அடையாளம் காட்டிக்கொண்டிருந்தது உருவங்களை. சாவைக் குளிப்பாட்டுகையில்தான் கமலாவை ஏதேதோ செய்து மயக்கம் தெளிவித்தனர்.

பொழக்கடைக்குப் போக வெளியே வந்தவள் வாசற்படியைத் தாண்டாமல் அதிர்ச்சியில் அப்படியே பின்னால் சரிந்தாள். உடம்பெல்லாம் நடுங்கியது. பொழக்கடை முள்ளுமரத்தில் சொருகிவைத்திருந்த மரகதத்தின் பொடவையையும் பாவாடையையும் இழுத்துவந்து வாசலில் கடித்திழுத்து நக்கி மூலைக்கு ஒன்றாக மென்றுகொண்டிருந்தன நாய்கள்.

கனமான எதையோ கட்டி இழுப்பதுபோல மார்புகள் கல்லாய் இறுகித் துணிகளின் தொடுகையையும் தாங்கிடாமல் வலித்தன. கூட்டம்கூட்டமாய்ப் பெண்கள் வந்து மரகதத்தைக் கட்டிக்கொண்டு மாரடிக்கும்போதெல்லாம் உயிர் போய்வந்தது. அழுகைகள் சற்று ஓயும்போது பெருக்கின் அடங்காத கவுச்சி அமிழ்ந்தமிழ்ந்து வீசியது. ரத்தக்கட்டிகள் உடைந்து வெளியேறுகையில் துடித்து அலறினாள். அது மோகனின் இழப்புக்கான கதறல்.

காற்றில் அலைந்த கவிச்சி, பிணத்தின் மீதிருந்துதான் வருகிறதென்று மோகனின் கை இடுக்குகளில் புதினா கட்டுகளையும் உடலைச் சுற்றி உமியையும் கொட்டி மூடினார்கள்.

“ஜன்னி வச்ச உடம்பு ரொம்போ நேரம் தாங்காது. சீக்கிரம் ஆவர வேலையைப் பாருங்க.”

மோகனின் மரணம் ஊரைப் பெரிதும் உலுக்கிவிட்டது. இருட்டின் இணுக்குகளும் மழையின் முன்னறிவிப்பும் மரணக்குறிப்புகளாய்த் தெரிந்தன. பல நாட்கள் அவன் நினைவுகள் ஊராரின் பேச்சுகளில் புகைபோல் மூண்டபடியே இருந்தன.

வேலை மேல் போனால் ஞாபகம் கொஞ்சம் மறக்கும் என்பதற்காக கமலாவே வலிந்து மரகதத்தைக் கூலி வேலைகளுக்கு அழைத்துப்போனாள். போன இடங்களிலெல்லாம் அவளைப் பார்த்த சம்சாரிகள் ‘உச்’ கொட்டினார்கள்.

உள்ளடங்கியிருந்த மரகதத்தின் உடல், வெடித்து வெளிப்பட்டது. மார்பும் முகமும் பொலிந்துகொண்டு திரும்பின. பருவத்தின் எல்லா அழகும் வனப்பும் கண்கள் கூசச் செழித்துக்கிளம்பின. மகளின் அழகையும் மலர்ச்சியையும் கண்டு வேதனைப்படும்

தன் நிலையை நொந்துகொண்டாள் கமலா. ஆறுதலுக்காக வெளியே அழைத்துப்போன அவளே, மரகதத்தை வம்படியாய் வீட்டில் விட்டுவிட்டுக் கூலிக்குப்போனாள். அம்மா வேலைக்கு அழைத்துக்கொண்டுபோனதும், இப்போது வீட்டிலே இருக்கும்படி விட்டுவிட்டுப்போவதற்கும் மரகதத்துக்குக் காரணம் புரியவில்லை.

சேகரின் படத்துக்குப் பக்கத்திலேயே பெரிதாக மோகனின் படத்தையும் ஆணி அடித்து மாட்டியிருந்தார்கள் வீட்டில். ‘அந்த மூன்று நாட்கள்’ வரும்போது மோகனின் படத்துக்கு முன்னால் விழுந்து அழுதுகொண்டிருப்பாள் மரகதம். கூலிக்குப் போய்த்திரும்பும் கமலாவும் தன் கணவனின் படத்துக்கு முன்னால் விழுந்து அழுதபடி, “உங் கனவில இப்படி இடி விழுந்துருச்சே ராசா, எங்கக் கூப்பாடு உனக்குக் கேக்கலியா, ஓ சாமி” என்று மரகதத்தைக் காட்டி மாரடித்துப் புலம்புவாள்.

மோகனுக்கு மட்டும் ஒவ்வொரு மாதமும் நினைவுநாள் வந்தது. அதை மரகதம் மட்டுமே அறிந்திருந்தாள்.

அதுபோன்ற நாட்களில் அம்மாவும் அப்பனின் படத்துக்கு முன்னால் விழுந்து அழுவதால், அம்மாவின் மனசிலும் ஏதோ ரகசியம் இருக்குமோவென எண்ணத் தொடங்கிய மரகதம், பொழக்கடை ஓலையில் கமலா சொருகிவைத்திருக்கும் வேட்டிக் கந்தல்களை இழுத்து முகர்ந்தபடி ஈரங்களை ஆராய்ந்துகொண்டிருந்தாள். இந்த நேரங்களில் தன் அம்மாவை நேருக்குநேர் ஏறிட்டுப்பார்க்க முடியாமல் தவிப்பாள்.

பக்கத்து வீட்டு ருக்குவுடன் மலவெளிக்குப் போய்த்திரும்பிய மரகதம், பொழக்கடையில் கால் அலம்பிவிட்டு நிமிர்ந்தாள்.

“ஏண்டி சினாலு, ஒரு நாளிக்கு சொன்னா உங்கட்டைக்கி ஒரைக்காது... ம். நேத்துதான காறி மூஞ்சேன் அவகூடக் கூடாத, அவகூட எங்கியும் போகாதன்னு. ம்...”

“வவுறு நோகுயே. அதன் எளந்த மரத்துக்கா போயிருந்தேன். அவ வந்தா. வரும்போது ஒண்ணா வந்தோம்.”

“பேலப்போறதுக்கு வேற கூட்டாளியே ஆப்புடலியாக்கும். ஒரே மாசத்ல அவுக்குனு ஆம்பிடியான முளிங்கிப்புட்டா. அவதான் ஆப்ட்டாளாக்கும்... ம்... ஊட்டுக்காரனப் பறிகுடுத்த

உடம்பாட்டமா கீதும். தடவி... தடவி... மேப்பாயிப்போன புது செட்டியாட்டும் விரிஞ்சினு போறா."

ருக்குவின் அம்மா நீலா பொறிந்துதள்ளிக் கொண்டிருந்தாள். அந்த சொற்கள் பாம்பு கொத்தியதுபோல உடலெங்கும் விஷமாய்ப் பரவியது மரகதத்துக்கு. புழுங்கும் மனத்துக்கு எதிரியாய்த் திமிறிப்புடைத்திருக்கும் உடலை நொந்துகொண்டாள்.

அழுதழுது அப்படியே தூங்கிப்போயிருந்தாள் மரகதம். ரகு கதவைத் தட்டினான். இந்த ஊரில் மோகனுக்கு வாய்த்த ஒரே சிநேகிதன் அவன்தான். மோகனும் ரகுவும் மாமா மச்சான் என்றுதான் கூப்பிட்டுக்கொள்வார்கள். ரகு மரகதத்தை, பாசமாக "குட்டி" என்று கூப்புடுவான். ஒரு வயித்து பிறப்பாக அவ்வளவு பிரியமாக இருப்பான். மோகன் சாவில் ஓடியாடி எல்லாவற்றையும் அவன்தான் செய்தான். உடலை எடுக்கையில் எடுக்கவிடாமல் புரண்டழுதான். சாவுக்கு வந்த எல்லோருமே அவனைப் பார்த்து அப்படி ஆச்சரியப்பட்டார்கள்.

அதற்குப் பிறகு தினமும் வந்து மோகன் படத்துக்குக் கீழ் கற்பூரம் ஏற்றிக் கும்பிட்டுவிட்டுப் போவான். தினமும் படத்துக்குப் பூ வாங்கிப் போடுவான். மரகதம் அவன் முகத்தைப் பார்க்க முடியாமல் உள்ளே போய் முடங்கிக்கொள்வாள்.

கதவைத் திறந்த மரகதம், வழக்கம்போலவே அவன் படத்துக்குக் கற்பூரம் ஏற்றிவிட்டுக் கிளம்பிவிடுவான் எனும் எண்ணத்தில், உள்ளே போய் மூலையில் முடங்கிக்கொண்டாள். உள்ளே வந்தவன் தயங்கித்தயங்கி அவள் படுத்திருக்கும் மூலைக்கு வந்தான்.

"குட்டி, இப்புடியே இருந்தா எப்புடி? அவன்தான் நம்பளை ஏமாத்திட்டுப்போயிட்டானே. திரும்பிவரவாப் போறான்... ம்... எழு குட்டி, ஆவுறதப் பாப்போம். ஒரு வழி மூடுனா உன்னொரு வழி. இனிமே நானு இருக்கேன், நீ எதுக்கும் கவலைப்படாத என்ன. நானு வேற அவன் வேறயா... ம்.."

வார்த்தைகள் மெதுவாய் அவளை நெருங்கின, அவனது மூச்சின் வெப்பம் தீண்டியதும் அதிர்ந்து திரும்பியவளை வாகாய் அள்ளி அணைத்தான். அவனது கைகள் மிக வேகமாய்ப் படர்ந்து அவனது எண்ணத்தைப் புலப்படுத்தின. கலக்கத்திலிருந்து மீண்ட மரகதம் அவனைப் பிடித்துத்தள்ளியபடி தலையில் அடித்துக்கொண்டாள். மீண்டும் மூர்க்கமாய் நெருங்கினான்.

சாராய நெடி அந்த வீடெங்கும் பரவியது. அவளைச் சுவரில் சாய்த்தபடி மடைகட்டிக்கொண்டான்.

“குட்டி நானு… நானு கீறன். எதுக்கும் பயப்புடாத… ம்… ம்… ம்.” அவன் முகத்தை அவள் கழுத்துக்குக் கீழாய்க் கொண்டுவந்து மூர்க்கமாய் மார்புகளை அழுத்தினான். முரண்டுதள்ளியவள், “மாமா” என்று அலறியபடி பொழக்கடைக்கு ஓடினாள்.

கூட்டிலிருந்து விழுந்து காகத்திடம் சிக்கிய குருவிக்குஞ்சாய் நடுங்கிக்கொண்டிருந்தாள் மரகதம். அக்கம்பக்கத்து வீட்டார்கள் இது மோகனை நினைத்து அவள் கதறும் அன்றாட நிகழ்வாய்க் கண்டுகொள்ளாமல் இருந்தனர். ரகு வேகமாய் வெளியேறினான். அவன் போய் வெகு நேரமான பிறகும் மரகதத்துக்கு வீட்டுக்குள் போக துணிவு வரவில்லை.

நடுக்கமும் அருவருப்பும் ஒருசேரக் கொமட்டிக்கொண்டு வந்தது அவளுக்கு. நெஞ்சின் படபடப்பு காதில் அறைந்து. மார்புகள் ஏறிஏறி இறங்கின. துணிந்து வீட்டுக்கு உள்ளே போய் கதவை வேகமாய்ச் சாத்தி தழிட்டதும், தரையில் புரண்டு கதறியபடியே உடலைத் தேய்த்தாள்.

மிதமான போதையில் இருந்த பூபதிக் கிழவி, மரகதம் வீட்டு மேட்டின் ஓரத்தில் நின்றவாறே கால்களை அகட்டி சிறுநீர் கழித்துக்கொண்டிருந்தாள். நடுங்கும் முகமெங்கும் குறுக்கும்நெடுக்குமாய்ச் சுருக்கங்கள் விரவிக் கிடந்தன.

பல கால வெற்றிலைப் பாக்குப் பழக்கத்தால் வாடிய செம்பருத்தி மொட்டுகளெனக் கிடந்த உதடுகள் சதா எதையோ கிசுகிசுத்துச் சிணுங்கியே கிடந்தன. மூக்கிலிருந்து அடிக்கடி ம்க்க்ம்… ம்க்க்ம் எனும் விக்கல் மெதுவாய் எதிரொலித்தது. மோகன் செத்தபோது அவள் மைசூரில் இருந்தாள். தகவல் கிடைத்து வந்தவளுக்கு, மாலைகள் வதங்கிய வெறும் குழியைத்தான் காட்டினார்கள். மாஞ்சிமாஞ்சி அழுதாள். இந்தத் தொண்ணூறு வயசில் எத்தனையோ சாவுகளைப் பார்த்திருப்பாள். இளமையில் வெட்கத்தோடும் தயக்கத்தோடும் வெளிப்படும் உணர்வுகள், காலம் போகப்போகத்தான் மாய்மாலமில்லாமல் வெளிப்படுகின்றன என்பது பூபதிக் கிழவியின் அழுகையில் தெரிந்தது.

ஊரில் அவளுக்கு விதவிதமான பெயர்கள். பெண்கள் ‘டாக்டரம்மா’ என்றும், முறையான விடலைகள் ‘சீப்பு-கண்ணாடி’ என்றும், சிலர்

‘சில்க் சுமிதா’ என்றும் கூப்பிடுவார்கள். ஏழூருக்கும் அவள்தான் பிரசவம் பார்க்கும் மருத்துவச்சி.

கோலூன்றியபடி மெதுவாய் மேட்டை ஏறி நீலா வீட்டு வாசலின் புங்கமர நிழலுக்கு வந்தாள். போதையில் தடுமாறிவரும் கிழவியைப் பார்த்ததும் முகம் மலர்ந்துபோனது நீலாளுக்கு. சாதாரணமாகவே கிழவி வந்தால் கலகலப்பாகிவிடும். போதாக்கொறைக்கு போதை வேறு. பாய் எடுத்துவந்து மரநிழலில் போட்டாள் நீலா.

“சீப்பு-கண்ணாடி.” புதருக்குள்ளிருந்து ஒரு கல்லோடு வந்தது குரல்.

“யார்றாவன், எஞ்சாண்ட குடிச்ச மவன். வவுறு வெந்துனு கீறப்போ கேலி என்னாடா கேலி. போயி உங்கொம்மா மாருங்களக் கூப்டுவாங்களாண்டா. அட எ நாமிடியான் உங்கொம்மா அக்காமாருங்கள... கோ.”

அவளின் வாய் உதிர்க்கும் பச்சைபச்சையான வசவுகளைக் கேட்கவே அவள் வாயைக் கிளறுவார்கள். இளம்வயதில் பூபதிக் கிழவி படு சோக்குக்காரியாம். கூலி வேலைகளுக்குப் போனாலும் மடியில் சீப்பு-கண்ணாடி வைத்துக்கொண்டு அடிக்கடி சீவிசிங்காரித்துக்கொள்வாளாம். அப்போது தொடங்கிய கேலி, வழிவழியாய்த் தொடர்கிறது.

வந்ததுமே பூபதிக் கிழவியின் கச்சேரி தொடங்கியதில் நீலாளுக்குக் குசாலாயிருந்தது. இப்படி போதையில் இருக்கையில்தான் நிறைய சுவாரஸ்யமான பழைய சம்பவங்களைச் சொல்வாள். இடையிடையே ‘பச்சை’ சொலவடைகளும் பழமொழிகளும் சரம் தொடுத்து வரும். இதற்காகவே இளவட்டங்கள் சாராயம் வாங்கிக்கொடுத்து அவள் வாயைப் புடுங்குவார்கள்.

“பாத்தியாடி, நேத்து போட்ட புளுக்க என்னிய கேலி பண்றத. இவுங்க அம்மாளுங்க சூத்திலிருந்து நானு இழுத்துப்போட்ட ஜிர்ரிங்கோ, இப்போ என்னியப் பாத்து மீசைய முறுக்கி உட்டுக்கினு போவுதுங்கோ.”

“செரி செரி உடு அத்தி, நம்ம ஊரு புள்ளிங்கோதான. உன்னிய கேலி பண்ணாம வேற யாருகிட்ட வளாடுங்க.”

நீலா சொல்லவும் ஓய்ந்து மெல்லமாய் மரகதம் வீட்டு வாசற்படியை எட்டிப்பார்த்தாள். ஒருக்களித்திருந்த கதவைப் பார்த்ததும் மரகதம்

உள்ளே இருக்கிறாள் என்பதைப் புரிந்துகொண்டு சத்தத்தைக் குறைத்துக்கொண்டாள்.

“ம்ம் பாவம் எம்பேத்தி, அந்த ஆண்டவனுக்குக் கண்ணு அமிஞ்ச மாதிரிப் பண்ணிப்புட்டான்.” பெருமூச்சுவிட்டாள்.

“அத்தி உனுக்கு இந்த வைதிகம் பண்ற டிக்னிக்கெல்லாம் யார் கத்துக்குடுத்துது?”

மெதுவாய்க் கிழவியின் வாயைக் கிளறிய நீலா, கால்களை நீட்டி உட்கார்ந்து அவள் வாயையே பார்த்துக்கொண்டிருந்தாள்.

“நான் என்னா இன்னிக்கி நேத்தா பண்றேன். இந்தத் தேசமெல்லாம் சுத்திக்கினு வந்துட்டேன். இந்தக் கையால இழுத்துப்போட்ட புள்ளிங்கோ கணக்கே இல்லை.”

“அப்புடிச் செய்யொகொள்ளோ பெய்மா இல்லியாயே உனுக்கு?”

“இதுல என்னாடி பெயம்? எல்லாம் பழகப்பழகச் செரியாப்பூடும். ஆனா ரொம்போ கெவனமா ஆண்டவன வேண்டிக்கினு செய்யிணும்.”

“எம்மாமியாளுக்கு அம்மா இந்தாளே செவத்தக் கெளிவி அவதான் எல்லாத்தியும் எனுக்குக் கத்துக்குடுத்தா. இப்போ நானு இருக்கிற மார்சி அப்போ அந்தக் கெளிவிதான் வைதிகம் பாக்குவாள். ஏமூருக்கும் எங்க போனாலும் வாலாட்டம் எடுபுடி வேலைங்களுக்கு என்னிய இட்டுக்கினு பூடுவா. கல்யாணம் ஆன புதுசுல நானே எங்கூட்டுக்காரனக் கொண்ணுபுட்றதுக்கிருந்தேன். அப்புடி ஒருகட்டம் வந்தப்போதான், கெளிவிக்கிட்ட இவ்ளோ வேல கீறதே தெரிஞ்சிச்சி.”

“மாமாவியா, மாமாவ என்ன பண்ணிப்புட்ட அத்தி?”

“நானா பண்ணேன், அறியாத வயசில யாரு பேசுனாங்கோ, அந்த மனுஷங்ககிட்ட ரெண்டாவது பொண்ணு மலரு பெறந்தா பெறவுதான் நேரா மூஞ்சியவே பாத்தேன்.”

“ம்.” எச்சில் ஒழுகச் சிரித்தாள் நீலா. கண்களைச் சிமிட்டியபடி சுத்திமுத்தி நோட்டம்விட்டபடி தொடர்ந்தாள் பூபதிக் கிழவி.

“அப்போ நாங்க மைசூர்ல கரி சுட்டுக்கினு இந்தோம். எனுக்குக் கன்னாலமான அஞ்சா நாத்தே இட்டுனு பூட்டாங்கோ

மைசூருக்கு. அங்க காட்ல குட்ச்ச போட்டுக்கினு மரங்கள வெட்டி மூட்டம்போட்டுக் கரி சுட்றதுதான் வேல. பக்கத்துல எங்களாட்டமே எந்தெந்த ஊர்லர்ந்தோ ரொம்ப பேரு அங்க வந்து குட்ச்ச போட்டுக்கினு கரி சுட்டுக்கினு இந்தாங்கோ. அப்போ ஒருநா...

கன்னாலமான புதுசுல இவுரு கரிமூட்டம் ஏத்திக்கினு 'என்றி பேட்ட' கூட்ரோட்டுக்குப் போயிட்டு நாலு நாளு கள்ச்சி வந்தாரு. எனுக்கு 'மாசக் கணக்கு' ஆயினிந்துச்சி. தெனிக்கும் தண்ணி ஊத்திக்கினும் மஞ்சா தடவிக்கணும்ன்னு புதுசிலேயே இவுரு சொல்லிட்டாரு. நானும் தெனிக்கும் அப்பிடியே அவரு சொன்ன மார்சியேதான் இக்குவேன். அன்னிக்கி எங்க மாமியாக்காரி பன்னிக்கறி எடுத்துக் கெட்டியா பெறட்டிட்டுக் களி செஞ்சிருந்தா. துன்னுப்புட்டு வேளயோடவே படுத்துட்டோம்.

அப்போவெல்லாம் எனுக்கு ஒண்ணுமே தெரியாது. இவுரு மீசைய பாத்தாவே, கொலையெல்லாம் கிடுகிடுன்னும். வயசுக்கு வந்ததும்வராததுமா எனியப் புடுச்சிக் கட்டிவெச்சிட்டாங்கோ.

அஞ்சாறு நாளா வெளியூர் போய் வந்த அலுப்பு. போதாக்கொறைக்கி அந்த விஷயத்துல ஆளு ரொம்போ சோக்கு வேற. எல்லாம் ஆச்சி. நல்லா தூங்கினு இக்குறோம். பாதி ராத்திரி இருக்கும். திடீனு இவுரு உடம்பெல்லாம் அதிரு எடுத்துக்கிச்சி. ஐயோ பாப்பா பாப்பான்னு பெனாத்துறாரு.

பல்லெல்லாம் நரநரன்னு கடிக்கிறாரு. கண்ணெல்லாம் ரத்தமாட்டம் மாறிப்புடுச்சி. கைகாலெல்லாம் இள்த்துக்கினு வெர்ச்சிப்புடுச்சி. பானைங்க உள்ளருந்த பொடவிங்ளவும் கோணிப்பைங்ளவும் எடுத்து மேல போத்தறன். ஒன்னும் தாங்கல. ஒடம்பு கடகடன்னு ஒதருது. அதுக்கு மேல என்னால முடியல. ஐயோ, அத்தி, ஆயான்னு கத்தறன். கிட்ட நிக்க முடியல. அனலடிக்குது. என்னென்னமோ பெனாத்தறாரு. தலையெல்லாம் எனுமே ஏறுதுன்னு விலுக்விலுக்குன்னு ஒச்சிக்கிறாரு.

ஆளுங்க கத்தினு ஓடியாந்தாங்கோ. கைகாலத் தொட்டுப்பாத்த செவத்த கெளிவி, வெளக்க கிட்ட எத்துனு போயி அவரு கண்ண விர்ச்சிப் பாத்ததுமே கண்டுக்கினா 'பலான ஜென்னி'ன்னு.

முடிய புட்ச்சிக்குனு என்னியவ உள்ள இள்துக்கினு போனா. ஊட்டு உள்ள வச்சி எம் பாவாடைத் தொட்டும், குனிஞ்சி

மோந்தும் பாத்தா. நாத்தத்த வச்சியே கண்டுபுடுச்சிட்டா. தூ அருப்பெடுத்த தெவிடியாளேன்னு முடிய புட்ச்சி கீழத்தள்ளிக் காரி மூஞ்சில துப்புனா. எனுக்கு ஒண்ணுமே புரியல. கைகாலெல்லாம் கிடுகிடுன்னு ஒதறுது. முழிக்கிறேன்.

அந்தக் காட்டுல அதுவும் அந்த நேரத்துல டாக்டர் ஏது? நர்ஸ் ஏது? ஆத்தரம் அவசரம்னா ஜோலிக் கட்டி தூக்கினு ஏழு மைல் கீழ எறங்கனும். அந்தக் கெளிவி எல்லாருக்கும் ஒரொரு வேல குடுத்து, முடுக்குற ஆளுக்கு ஒரு மூலையா ஜனங்க ஓடிஓடியாறது.

'அஞ்சி தும்ப பூ அஞ்சி மூட்ட பூச்சி மூணு மொளுகுக் கொட்ட ஒரு திரி பூண்டு மையில எள்தின காயிதம் வெள்ளிச் சொம்பு ஒரு பாலாட ரெப்பியும் தாய்ப்பால்.'

எல்லாத்தியும் வெச்சி மருந்து தயாராகுது. உள்ள அவரு துடிக்கிறத பாத்து செத்துப்பூடுவாரோன்னு ஏ மாமியா மார்ல அடிச்சிக்குனு பொரளுது. நேரம் ஆவஆவ ஜன்னி உச்சிக்கி ஏறிடுச்சி அவருக்கு."

எதுவும் புரியாதவளாய் நீலா முழித்து முழித்துப்பார்த்தாள். கிழவிக்கு வேர்த்துப்போய் போதையெல்லாம் இறங்கி வார்த்தைகள் குழறாமல் வந்தன.

"அப்புறம் சொம்பக் கவுத்துட்டு மையில எள்துன கயித்த நெருப்புல சுட்டு அதிலிருந்து ஒரு சிட்டிக்க சாம்பல் எடுத்துப் பூண்டு திரியவும், மொளுகுக் கொட்டைங்களவும் நசுக்கி அந்தச் சாம்பல்ல நைசா கொள்ச்சி மூட்டப்பூச்சிங்ள உள்ளங்கையில வெச்சிப் பிசுக்கி அந்த ரத்தத்தவும், தும்பப்பூவுங்கள நிமிட்டிச் சாறு எடுத்து எல்லாத்தியும் தாய்ப்பால்ல கொளக்கித் தைலமாட்டம் எடுத்தா கெளவி."

"ம்..."

"அஞ்சி ஆம்பளைங்கோ கை கால கெட்டிமா புட்ச்சிக்கினாங்கோ. ரெண்டு கண்ணுலயும் மூக்குத்தண்டு மேல வெச்சி அந்த ஓரத்துல புளிஞ்சா அத்தியவ. கண்ணுல அது எறங்குனதும் சும்மா துடிக்கிறாரு பாரும்மா. அப்பிடி துடிக்கிறாரு. எர்சுலுக்கு, எவ்ளோ ஆம்பளைங்க புட்சியும் திமிர்றாரு. என்னால முடியல. என்னிய சாகடிச்சிடுங்கோ, எம்மா என்னால முடிலன்னு பொறள்றாரு. மழயாட்டம் கண்ணு வழியா ஊத்துது தண்ணி. கொஞ்ச நேரம் ஆனப் பொறவு எந்தொடைய சூரிக்கத்தியால கீறி ரத்தம்

எடுத்து அத்தியவும் அவுரு கண்ணுல உட்டாங்கோ. அப்பிடியே கெடந்தாரு. ரெண்டு நா கள்ச்சிதான் உயிரே திரும்பவந்துச்சி... அப்பாறம்..."

"ஐயோ மாமா மாமா நானே உன்னியக் கொன்னுட்டனா... நானு... ஐயோ மாமா நானு..." கதவைத் திறந்து கத்தியபடி தலைவிரிக் கோலமாகச் சுடுகாட்டு வழியில் ஓடிக்கொண்டிருந்தாள் மரகதம்.

– 'புதிய பார்வை', மே 2008.

•••

காட்டோடையை உடுத்தியவள்

"தொலைவில் இருந்தாலும் உன் கடிதத்தின் சொற்கள் உன் நெருக்கத்தைப் பரிசளிக்கின்றன. பார்க்காமல் இருப்பதன் வலி மூர்க்கமாய் அணைத்துக்கொள்கிறது நீயென என்னை." அவள் எழுதிய சொற்கள் அவள் குரலில் காற்றை ஈரமாக்கி மிதந்துவந்து என்னைச் சுற்றி மகிழம்பூக்களாய் மலர்ந்து மணக்கின்றன.

அவளை எப்படிச் சொல்வது? பூக்களைக் கோத்து வார்த்தைகளாக்கிப் பேசுவாள். கனகாம்பரம், ஆவாரம், மனோரஞ்சிதம், கிச்சிலி, காட்டுமல்லி என நிறம்நிறமாய் மலர்ந்து மணக்கும் அவள் சொற்கள் போதையேற்றும். அவள் என் மனதுக்கு அறிமுகமானதே ஒரு ரம்மியமான பொழுதில்தான்.

அன்று தொலைக்காட்சியில் நேரலை நிகழ்ச்சி முடித்துவிட்டுவந்து ஒப்பனை அறையில் அலங்காரத்தைக் கலைத்தபடி இருந்தேன். வெளியில் நல்ல மழை. நனைந்துவந்த காற்று ஜன்னல் வழியே குளிராய் வீசியது. முகம் பார்க்கும் கண்ணாடிக்குள் பெய்த மழை என் முகத்தை நனைக்காமல் பெய்துகொண்டிருந்தது.

என் பெயர் சொல்லி யாரோ அழைத்தார்கள். இதுவரை என் பெயரை இத்தனை இனிமையாய் என் காதுகள் கேட்டதில்லை. சுழித்தோடும் மென்னோடையில் இதழ் குவித்து நீரின் இதழ் கவ்வி உறிஞ்சும் மென்மை குழைந்த அந்தக் குரல் ரேகையாய்ப் பதிந்துபோனது என் நினைவடுக்கில். கண்ணாடிக்குள் தெரியும் மழைக்குள்ளிருந்து அழைத்ததுபோல் இருந்தது. சுற்றிலும் பார்த்தேன். அந்த அறையில் நானும் ஒப்பனைக் கலைஞன் அருண் இருவர் மட்டுமே இருந்தோம். எனக்கு மட்டுமே கேட்ட பிரம்மையோ என்று எண்ணியபடி இருந்தேன். 'முகில் வாழ்த்துகள் உங்கள் தமிழுக்கு.' மழையில் நனைந்தபடி வந்தவளை முதன்முதலில் கண்ணாடிக்குள்தான் பார்த்தேன். தொப்பலாய்

நனைந்திருந்தாள். சினிமாவில் நாயகி அறிமுகமாவதுபோல் இருந்தது.

துருதுருவென அசைந்தாடும் ஈரமான ஓவியமாய் என் விழிகளுக்கு அறிமுகமானவள், கண்ணாடிக்குள் இருந்த என்னைப் பார்த்து ஏதேதோ பேசினாள். அன்றைய 'காலைத் தென்றல்' நிகழ்ச்சி குறித்து உற்சாகம் ததும்ப நிறைய சொன்னாள். தொலைக்காட்சி வழியாய் அவள் முன்னமே என்னை அறிந்துவைத்திருந்தாள். என்னிடம் பேச வேண்டுமென நெடுநாளாய் எண்ணியிருந்ததையும் சொன்னாள். நான் சொற்களற்றவனாய் மௌனித்துக் கண்ணாடிக்குள் அவள் முகம் பார்த்துக்கொண்டிருந்தேன். பேசுகையில் அவளின் முகப்பாடுகள் குழந்தையின் கொஞ்சும் குறும்புகளாய் மாறிமாறி ஒளிர்ந்தன. சிறிது நேரத்தில் ஒரு புத்தகத்தை என்னிடம் கொடுத்துவிட்டு மழைக்குள் தோன்றிமறையும் ஓவியமாய் ஓடிமறைந்தாள். வெகுநேரம் மழையிலிருந்து என் பார்வை விலகவே இல்லை.

புத்தகங்கள் வாசிப்பதில் தீராத வாஞ்சை கொண்டிருந்தாள். வைக்கம் முகம்மது பஷீரின் 'சப்தங்கள்'. இதுதான் அவள் எனக்குப் பரிசளித்திருந்த புத்தகம். அதன் முதல் பக்கத்தில், 'ஊற்றென ஒளிரும் முகிலின் தமிழுக்கு வாழ்த்துகள்...' என்று எழுதியிருந்தது. புத்தகத்தின் பக்கங்களெங்கிலும் ஆவலாய் அவள் பெயர் தேடினேன். எங்குமே இல்லை. என் பெயரை உச்சரித்த அவளின் குரல் எனக்குள் ஒலித்தபடியே இருந்தது.

அடுத்து, அருணின் திருமண வரவேற்பில் சந்தித்தோம். கைகளில் வண்ணவண்ணக் காகிதங்கள் சுற்றிய பரிசுப்பெட்டிகளுடன் கூட்டம் மேடையேறியபடி இருக்கையில் அவள் வந்தாள். எல்லோர் பார்வைகளும் அவள் பக்கமாகத் திரும்பி அவள் கைகளை மொய்த்தபடி இருந்தன. தொட்டியிலிருந்து ஓரிரு அடிகள் மட்டுமே வளர்ந்து அழகழகான மெல்லிய செவ்விழுதுகள் தொங்கும் செழித்த ஆலமரத்தைப் பரிசளிக்கக் கொண்டுவந்திருந்தாள். அது அவளே நெடுநாட்களாக வளர்த்திருக்க வேண்டும். அந்தத் தொட்டிக்கு அவள் தீட்டியிருந்த வண்ணம், உயிர்ப்பான ஒன்றைப் பரிசளிக்கும் அவளின் மனம்... அவள் தனித்த அடையாளமாகத் தெரிந்தாள். ஆலமரத்தை அவ்வளவு சிறிதாகப் பார்ப்பதே பேரதிசயமாக இருந்தது. நகரத்து வாழ்க்கையில் அவளுடனான அடுத்தடுத்தான சந்திப்புகளில்,

மாய்மாலமில்லாத அவளின் சொற்களும் நேசமும் என்னுள் மண்வெடிப்பில் பெய்யும் மழைத்துளிகளாய்த் தூறின. நான் உயிர்த்து, துளிர்த்து, பூத்து, கனிந்து ஏதேன் தோட்டமாய் மாறிப்போனேன்.

காலையும் மாலையும் தவறாது தொலைபேசியில் பேசிக்கொண்டோம். பல நேரங்களில், அவள் படிக்கும் புத்தகத்தில் வரும் அழகிய காட்சிகளையும் வரிகளையும் சொல்வாள். தாகூரும் பஷீரும் பாரதியும் அவள் வளர்க்கும் தொட்டிச்செடிகளைத் தேடிவரும் பட்டாம்பூச்சிகளும் இயற்கை மீதும் வனம் மீதும் தீராத தாகத்தை அவளுக்குள் விதைத்திருந்தனர்.

ஒருநாள் திருப்போரூர் கோயிலுக்கு அவள் அம்மாவுடன் போயிருந்தவள், அங்கே கோயில் குளப் படித்துறையில் அமர்ந்து தண்ணீரில் தெரியும் வானத்தின் அழகையும் மீன்களையும் ரசித்தபடி பேசினாள்...

“இப்போ இப்போ நீ இங்க இருந்தா... ம், இந்த அழக வேற மாதிரி ரசிப்படா. தண்ணியில தெரியிற வானம் அவ்ளோ அழகு. ‘ஏரி குளங்களின் தெளிந்த தண்ணீரில் தெரியும் வெயில் நேரத்து வானத்தின் அழகு’ அப்படின்னு எதோ ஒரு புத்தகத்துல படிச்சிருக்கேன்.. அப்படியே அப்பா...”

***

அவளே தொடர்ந்தாள்...

“கோயிலுக்குள்ள போகவே மனசு வரலடா. அம்மா மட்டும் போயிருக்காங்க. தண்ணிக்குள்ள தெரியிற மரத்தோட இலையும் கிளையும் தண்ணீர் நிறத்துலியே அவ்ளோ அற்புதமா இருக்கு... இப்படியே இங்கயே இருந்துடணும்போல இருக்கு. பறந்துவந்துடேன்டா... ப்ளீஸ்...”

அதற்குப் பிறகு பல நாட்கள் அந்தக் கோயில் குளக்கரையை நினைவுபடுத்தியபடி இருந்தாள். அந்த வெயில் அவளுக்குள் உதிராமல் மென்மையாய்ப் பூத்திருந்தது. ‘என்றாவது ஒருநாள் அந்த இடத்துக்கு இருவரும் போய், அந்தக் குளத்தின் பழமையான படித்துறையில் அமர்ந்து, அங்கு பெயர் தெரியாமல் பூத்திருக்கும் செடிகளுக்குப் பெயர்வைக்கலாம்’ என்பது அவள் அடிக்கடி நினைவுறுத்தும் கனவுக்கடன்.

இப்படி அவளை நினைக்கும் தனிமைகளில் எனக்குள் மொய்க்கும் வண்ணத்துப்பூச்சிகள் எந்தக் கண்களுக்கும் கிடைக்காத பேரழகு. அவளின் பார்வை அமர்ந்துபோன கிளையாய்ப் படபடத்திருக்கும் என் மனதுள், கனவுகள் புதிதுபுதிதாய்த் தோன்றியபடி நாட்கள் நகர்ந்தன.

நான்கு பக்கமும் காடும் மலைகளும் சூழ்ந்த எனது கிராமம் குறித்து அவளிடம் நிறைய சொல்வேன். கதைகளிலும் காட்சிகளிலும் மட்டுமே காட்டையும் மலைகளையும் பார்த்திருந்த அவள், அவற்றை நேரில் பார்க்க ஏங்குவாள். நாங்கள் கன்னிமாரா நூலக வளாகத்தில் வாரம் ஒரு நாள் சந்திப்போம். சிமெண்ட் பலகைகளில் பழங்களையும் இலைகளையும் உதிர்த்து நிழல் பரப்பிக்கிடக்கும் தேன்காமர நிழல் சனிக்கிழமைகளில் எங்களுக்காய்க் காத்திருக்கும். நினைவுப் பதிவுகளிலிருந்து, பார்த்த படித்த கேட்ட எல்லாவற்றையும் பேசிக்கிடப்போம். அப்படி ஒருநாளின் சந்திப்பில் எங்களுக்குள் ஓர் ஒப்பந்தம் போட்டோம், பார்க்காத நாட்களின் நிகழ்வுகளைக் கடிதங்களாக எழுதுவது என.

நாட்கள் நகர்ந்தன. எங்களுக்குள் யாதொரு பெயர் சொல்லும் உறவும் இல்லை. அதனால், என்ன எழுதுவது என்கிற தயக்கம். நான்தான் முதலில் அவளுக்குக் கடிதம் எழுதினேன். அது எனக்கு வந்த ஒரு கனவு...

ஒளி மயங்கும் மாலைப் பொழுதில் நானும் அவளும் என் கிராமத்துக் காட்டை நோக்கி நடந்துகொண்டிருக்கிறோம். காட்டிலிருந்து ஆடுமாடுகள் ஊர் திரும்பிக்கொண்டிருக்கின்றன. மரங்களையும் பறவைகளையும் தூரத்தில் கேட்கும் விலங்குகளின் ஓசைகளையும் அவளுக்கு அறிமுகப்படுத்தியபடி நகர்கிறேன். நான் சிறுவனாய் இருக்கையில் பருவம் பூத்து பறந்தன. அந்த வெளியெங்கும் பட்டாம்பூச்சிகளாய்க் காற்றை நிரப்பின. அவள் பரவசத்தில் திக்குமுக்காடினாள்.

சில அடிகளில் நீரின் சலசலப்பு கேட்கிறது. தூரத்தில் மலையிலிருந்து குதிக்கும் அருவிச் சத்தம். ஆவல் பொங்க அந்தத் திசை நோக்கி ஓடுகிறாள். சில அடிகளில் தடுமாறி ஓடையில் சாய்ந்து மண்டியிடுகிறாள். ஓடையின் தண்ணீர் பாறைகளிடம் கர்ஜித்து, கூழாங்கற்களிடம் குழைந்து, மணல்களிடம் மவுனமாய்ப் பேசியபடி குறுகியும் அகண்டும் கிடக்கிறது. என் சிறுவயது முதல்

எத்தனையோ முறை இங்கு வந்து விறகுகள் உடைத்துப் பழங்கள் பறித்துத்தின்று குளித்து விளையாடிக் கழித்த வெளி இந்தக் காடும் ஓடையும்.

ஓடையைப் பார்த்தபடி நடந்து காட்டையே வியாபித்துப் பூத்திருந்த பெரும் மரத்தடிக்கு வந்தோம். அது வாதுமை மரம். அதன் தோற்றமும் கம்பீரமும் மிரட்சியளிக்கின்றன. இதுவரை இத்தனை பிரம்மாண்டமான மரத்தை எங்குமே பார்த்ததில்லை. இதற்கு முன்பு அந்த ஓடைக்கரையில் இப்படியொரு மரம் இருக்கவில்லை. இலைகள் செழித்துப் பூத்துக்குலுங்கிய அம்மரத்தின் பரந்த வெளிக்குள்தான் காடே அடங்கியிருப்பதாய்த் தெரிந்தது. மறுகரை காண முடியாத கடலாய்த் திசையெங்கும் வியாபித்திருந்தது மரம். வகைவகையான பறவைகளின் கிரிச்சிடல்கள் இசையாய் அரங்கேறும் மேடையாய் இருந்த அந்த மரத்தின் பூக்களில் தேனுறிந்து, அதன் கிளைகளில் பெரும் தேனடைகளாகக் கட்டித் தேனுறிந்துகிடந்த வண்டுகளின் ரீங்காரம் பரவசப்படுத்தின.

அண்ணார்ந்து பார்க்கையில் அடர்ந்த கிளைகளில் புதுப்புதுப் பறவைகள் இணைஇணையாய் சுகித்திருந்தன. நடக்கநடக்க முடிவுறாத யாருமே கண்டறியாத உலகமாய் வெகுதூரம்வரை நிழல் படர்ந்துகிடக்கிறது மரம்.

இயற்கையின் படைப்பில் ஒன்றையொன்று அறியாமலே சார்ந்து ஒருமித்திருக்கும் இடம் காடு மட்டுமே!

மெல்லிய அவளின் பார்வையையும் சுவாசத்தையும் இணைத்துக்கொள்கிறது காடு. காட்டின் அழகைத் துளித்துளியாய்த் தன் நினைவுகளுக்குள் சேமித்தபடி காட்டின் பரப்பைச் சுற்றிச்சுழல்கின்றன அவள் கண்கள்.

வாதுமைப் பூக்களிலிருந்து ஒழுகிய தேனிழைகளில் பூக்கள் உதிர்ந்து படிந்த தொடுக்கப்பட்ட பூச்சரங்களாய் மரத்துக்கும் பூமிக்கும் நடுவே வழிந்துகிடக்கின்றன. தரையில் காட்டின் அத்தனைஅத்தனை வகைப் பட்டாம்பூச்சிகளும் மகிழாட்டம் போட்டன. எல்லாத் திசைகளிலிருந்தும் பறவைகளும் விலங்குகளும் வண்டுகளும் மரத்தை நோக்கி வந்தபடியே இருந்தன. தாய்ப்பறவையாய்க் கிளைகளிலும் தாய்க்கோழியாய்த்

தன்னடி நிழலிலும் உயிரினங்களைச் சேர்த்து அரவணைத்தது மரம்.

ஓடைக்கு அருகில் வியாபித்திருந்த பெரும் பாறையில் அமர்ந்திருந்தோம்.

"நீ சம்மதிச்சா... இந்த மரக்கிளைகளில் பறவையாகவோ காட்டோடையில் வெறும் பாசியாகவோகூட வாழ்ந்திடுவன்டா உன்னோட..."

உணர்ச்சிகள் கொப்பளிக்க என் மார்பில் புதைந்து தேம்புகிறாள்.

தன் அழகு மீது இன்னும் கூடுதலாய் வாதுமை மரத்தை ஓவியமாய்ப் பிரதிபலித்த ஓடை பேரழகாய்த் தெரிகிறது. இங்குமங்கும் ஓடி பாறைகள் மீது ஏறிநின்று காட்டின் காட்சிப் புதையல்களால் திக்குமுக்காடியபடி களைப்பறியாத விளையாட்டுப் பிள்ளையாய்க் குதூகலிக்கிறாள்.

பறவைகளின் குரலுக்குப் பதில்கொடுத்தபடி ஒரு பறவையாகவே மாறி மகிழ்கிறாள். தாவரங்களின் துளிர்க் கொழுந்துகளையும் பூக்களையும் முகத்தால் வருடி முத்தமிடுகிறாள். காற்றாய்ப் பாறைகளில் படுத்துப்புரள்கிறாள். காடு தோன்றியதிலிருந்து அதன் அழகை அதன் உன்னதத்தை இத்தனைப் பரிசுத்தமாய் நேசித்தவளை, காற்றின் வழியாகவும் காலடி மண்ணின் வழியாகவும் அவளை அழகாக்குகிறது காடு. பல பூக்களிலிருந்து சேமிக்கப்பட்ட வண்ணமாய்க் காட்டின் மொத்த அழகின் கலவையாய் அவள் தெரிகிறாள். அவளின் சுவாசம் மரங்களைத் தீண்ட அவை இசையாய் ஜொலிக்கின்றன.

அந்த ரம்மியமான சூழலில் அவளுக்கு ஏதாவது பரிசளிக்க வேண்டும் எனப் பொங்குகிறது என் மனம். எதைக் கொடுப்பது? எது அவள் மனநிலைக்குப் பொருத்தமானதாக இருக்கும்? இப்படியான உணர்வெழுச்சியில் சுற்றிலும் தேடுகிறேன். மனம் சேராத விழிகளின் பார்வையோடு காடெங்கும் அலைந்து களைப்படைகிறேன்.

அந்த நொடியில் யாரும் யாருக்கும் பரிசளிப்பதற்கெனத் தீண்டாமல் கிடந்த காட்டோடையைப் பார்க்கிறேன். தரிக்கட்டையிலிருந்து அவிழ்க்கப்படாமல் காற்றில் ஆடும் புதிய சேலையாய்க் கிடக்கிறது ஓடை. அதில், நீண்ட இருகரையின் ஓரங்களும்

மிதந்துசிரிக்கும் பூக்களாலும் பாசிகளாலும் நாணல்களாலும் கரையோரத் தாவரங்களின் சல்லிவேர்களாலும் வேலைப்பாடுகள் கொண்டிருந்தன. தண்ணீர்ச்சேலையின் நடுவில் மீன்குஞ்சுகள், தலைப்பிரட்டைகள், கோலப்பூச்சிகள், கூழாங்கற்கள் என இடைவெளியோடு நீந்திச்சிரித்தன. மனம் வாஞ்சையோடு இயக்குகிறது என்னை. உறக்கத்தில் தேவதையைக் கண்டு சிரிக்கும் குழந்தையின் பரிசுத்த முகமாய்த் தெரிகிறது காட்டோடை. இரு கைகளாலும் ஓடைச் சீலையின் ஓரத்தில் பிடித்து அள்ளிச் சுருட்டி அவளின் தோள் மீது சாத்துகிறேன். இமைகள் படபடக்க நடுக்கத்தோடு இரு கைகளாலும் தழுவிக்கொள்கிறாள். காட்டோடையின் இருமுனைகளும் அவளிலிருந்து வழிந்து முன்னும்பின்னும் ஓடையாய்ப் பாய்ந்துகிடக்கின்றன.

காட்டின் பார்வைகளிலிருந்து விலகிப் பாறையினடியில் இருந்த பெரும் குகைக்குள் மறைவாய்ப் போனவள், உடுத்தியிருந்த ஆடைகளைக் களைந்து மறைந்தபடி நீர்ச்சேலையை உடுத்தத் தொடங்கினாள். திக்கித்திக்கிக் கொய்யும் அவளின் மென்விரல்களில் கொசுவமாய் மடிந்து இளகுகிறது ஓடை. அவள் உடலைத் தழுவிக்கொண்ட ஓடை, ஓடையை உடுத்திய அவள்... கற்பனைக்கு எட்டாத பேரழகியாய்க் குகையிலிருந்து வெளிப்பட்டாள். ஓடைக்குள் உயிர்த்திருந்த மீன்கள், கூழாங்கற்கள், பாசிகள், இலைகள், பூக்கள், மர நிழல்கள், நீர்ப்பூச்சிகள், வேர்கள் என அத்தனை அழகும் அவளைத் தழுவியபடி அப்படியே வாழ்ந்திருந்தன. அவளுடலைத் தழுவியே பாய்ந்துகிடக்கிறது ஓடை.

ஓடையை உடுத்திய தேவதையைக் காடே கனவாய்க் காண்கிறது. காடறியாத புதிய ஒளி அவளிலிருந்து பரவ மெல்ல நடுங்குகிறது காடு. பாறையில் நின்றபடி தன் கூந்தலை அவிழ்க்கிறாள். பட்டிக்குள்ளிருந்து ஓடிவரும் கறுப்பு ஆட்டு மந்தையாய்ப் பாறையில் புரள்கிறது கூந்தல். அதனுள் நுழைந்த காற்று சுகந்த நறுமணத்தால் நிரம்பிக் காடெங்கும் தள்ளாடித்திரிகிறது.

அவள் நடக்கிறாள்... அவளின் காலடிகளில் நீர்ச்செடிகள் முளைத்து வளர்ந்து கிளைபரப்பி வியாபிக்கின்றன. அவற்றில் பூத்துக்குலுங்கிடும் வண்ணவண்ணப் பூக்களைக் காட்டுக்குப் பரிசளித்தபடி நடக்கிறாள்.

எல்லாப் பூக்களிலும் இலைகளிலும் வெளிச்சம் பிறந்து பூமியில் வழிகிறது. பறக்க முடியாத செழித்த மின்மினிகளாய் அவை தரையில் நீந்தி அவளை ரசிக்கின்றன. காட்டுடன் நானும் நெகிழ்ச்சியாய்ப் பார்த்துக்கொண்டிருக்கிறேன். என்னையும் அச்சம் சூழ்கிறது.

"ஏதேனில் ஏவாளுக்கு ஆதாமும் கொடுக்க நினைக்காத பரிசுடா நீ எனக்குக் கொடுத்திருப்பது..." என்றவள் நெருங்கும் ஒளியாய்க் கூசுகிறாள். அவளின் கண்களை நேராகப் பார்க்க முடியாமல் விலகிநடக்கிறேன்.

அவளிலிருந்து வெளிப்படும் மணம், ஒளி, குரல் எல்லாம் என்னை மேலும் கலவரமடைய வைக்கின்றன. அவளால் படைக்கப்பட்ட நீர்விருட்சங்கள் குலுங்கி ஆரவாரிக்கின்றன. புதுப்புதுப் பெயர்களால் அவற்றைக் கூவி அழைக்கிறாள். அழகழகான பெயர்கள் அவளின் குரலால் மேலும் இனிமையாய் உச்சரிக்கப்படுகின்றன. காட்டின் உயிர்களெல்லாம் தங்கள் பெயர்களைத் துறந்து அவள் சூட்டும் புதிய பெயர்களுக்காய் ஏங்கியபடி நிற்பதுபோல் தெரிகின்றன.

மறு ரூபமானவளாய் மெல்ல அடியெடுத்துவைத்தபடியே கைகளை விரித்துத் தன் அருகே அழைக்கிறாள். அவள் உதடுகளின் அசைவில் மேலும் கமழ்கிறது காடு. நான் அவளைப் பார்த்தபடியே பின்னால் நகர்கிறேன். அவள் சத்தமாய் அழைத்தபடி புன்னகையோடு என்னை நோக்கி வந்தவள், நீர்ச்சேலையை அவிழ்த்து வலையாய் என் மீது வீசி இழுக்கிறாள். அகலமான பாறையின் பரப்பில் ஓடைச்சீலைக்குள் அவளும் நானும்.

அமைதியின் அர்த்தம் கொண்ட அவளின் பெயரை முதன்முதலாய்க் கூவி அணைக்கிறேன். மூர்க்கமாய் என் மார்போடு தழுவி அவளின் காதுமடல்களை மாற்றிமாற்றிக் கொறிக்கிறேன். ஓடையினடியில், நனையாமல் முகர்ந்து தீண்டிக் கடித்து அவள் கூந்தலுள் மூழ்கி வருடுகிறேன். அவளின் மயில்தோகை விரல்கள் என் தலையைக் கோதி வழிகின்றன. மணக்கும் அவள் உடலெங்கும் என் சுடுமூச்சுக்காற்று நத்தைகளாக ஊர, கடித்து முத்தமிடுகிறேன். அவளின் போதை ஏற்றும் முனகல்கள் பீறிட்டுக் காடெங்கும் பாடலாய் எதிரொலிக்கத் தள்ளாடுகிறது காடு.

திடுக்கிட்டு முழித்துப் பெருமூச்சால் அந்த விடியலை சபித்தேன்.

தடுமாறித்தடுமாறி இந்தக் கனவைக் கடிதமாய் எழுதி அவளிடம் கொடுத்தேன். காட்டோடையை உடுத்தியிருந்த 'அவள்' அழகைப் படித்தவள் வெட்கத்தில் நெளிந்தாள். என் முகம் பார்த்துப் பேச முடியாமல் தவித்தாள். அன்றுதான் அவள் மனதின் மணத்தை முதன்முதலாய் முகர்ந்தேன். இரவு பேசுவதாய்ச் சொல்லியவள் சீக்கிரமே போய்விட்டாள்.

அன்று இரவு நல்ல மழை பெய்துகொண்டிருந்தது. அவள் குறுஞ்செய்தி அனுப்பியிருந்தாள்,

'இந்த சேலை ரொம்போ அழகு
வெளியில் பெய்யும் மழை
இதை நனைக்கத் திணரும்'

கடிதத்தில் படித்த காட்டோடைச் சேலை குறித்து எழுதியிருந்தாள். மழையில் இறங்கி நடந்தேன். என்னை நனைத்த துளியெங்கும் அவள் மணந்தாள். நேரில் அவள் விரல் பற்றி அறியாத நான், மழைத்துளிகளின் தீண்டலில் அவள் விரல்களின் தொடுதல்களை உணரத் தொடங்கினேன். அவளாய் என் மீது பெய்த எந்தத் துளியும் கீழே வழியாமல் எனக்குள்ளே தேங்கிக் கனப்பதாய் உணர்ந்தேன். மழையின் ஈரம் உலரும்வரை அவளை என் பிடிக்குள் சேர்த்தணைத்திருப்பதாய் எண்ணிக்கிடந்தேன்.

அவள் என் செல்ல மழையாகிப்போனாள். அவளை நான் 'மழை' என்றே அழைத்தேன். மழை வரும் நாட்களில் தவறாமல் செய்தி அனுப்புவாள்.

என் கடிதத்தைப் படித்த பிறகு காட்டின் மீதான ஆவல் வலுத்தபடி இருந்தது அவளுக்குள். கனவில் அவள் உடுத்தியிருந்த காட்டோடையைக் காணத் தீவிரித்தாள். 'எப்போது போகலாம்', 'அடுத்த வாரம்', 'உழைப்பாளர் தினம்' எனக் கேட்டபடியே இருந்தாள். அப்போது கோடை வெயிலால் காடே தீய்ந்துகிடந்தது. மேல்காட்டில் அடைமழை விடாமல் சில நாட்களுக்குப் பெய்தால் 'நெல்லேரி' நிரம்பும். அதிலிருந்து ஊற்றெடுக்கும் தண்ணீர் பல மாதங்களுக்குக் காட்டோடையாய்ப் பாய்ந்துகிடக்கும். அந்த நாளுக்காய் அதற்கான அடைமழைக்காய்க் காத்திருந்தோம். எனது ஊரின் மேல்காட்டில் மழை பெய்ய அவள் தினமும் வேண்டுதல் செய்துவந்தாள்.

'மனிதர்கள் யாருமற்ற அந்த இரவில் காடு நமது உலகமாய் விரிந்திருக்கும். பறவைகளின் சிருங்காரமும் முயல்களின் இன்ப முனகல்களும் நம்மைக் கிளர்ச்சியடையவைக்கும்.'

'நம் சந்திப்புகளை மொய்த்திருக்கும் நகரத்தின் இச்சைப் பார்வைகளின் துரத்தல்களின்றிக் காடே நமக்கான வெளியாய்க் கிடக்கும்.'

இப்படி வரப்போகும் அந்த நாளின் இரவுபகல்களைக் கற்பனைகளால் நிரப்பி எதிர்நோக்கியிருந்தோம். அந்தக் கனவு எங்கள் நெருக்கத்தைத் தீவிரப்படுத்தியது. காடு எங்களைப் பூரணப்படுத்தியது. மழை நாட்கள் முடிந்த காட்டின் தனிமைக்காய் நாங்கள் ஏங்கினோம்.

எந்தச் சொல்லும் உணர்த்த முடியாத ஒன்றை எங்களுள் உணர்ந்தோம். அடுத்தடுத்த சந்திப்புகளில் பார்வைகளாய், புன்னகையாய், புருவம் உயர்த்தலாய், சொற்களாய், வாக்கியங்களாய்த் துளிர்த்து வெளிப்பட்ட தருணங்களில் சந்தித்துப் பேச இயலாமல் தவித்தோம். மொழியே மறந்த உயிர்களாய் இருவரும் மனதோடு பேசிக்கொண்டோம். "அப்புறம்... அப்புறம்", "வேற...வேற..." எனும் உச்சரிப்புகளின் இடைவெளிகளில் ஒருவரையொருவர் வாசித்துக்கொண்டிருந்தோம்.

நாங்கள் பூரணமாய் உணர்ந்த கணத்தில் அழுதோம். கண்ணீர் அத்தனை இனிமையானது என்று உணர்ந்த தருணங்கள் அவை. தவிக்கத்தவிக்க நேசித்தோம். வைரமணிகளைவிட விதைகள் உயிர் பொதிந்தவை என்பதாய் அவளுக்குள் நானும் எனக்குள் அவளும் விதைத்துக் கனவுக்காடுகள் வளர்த்தோம். பரந்த நினைவெளியில் மீன்கூட்டங்களால் நிறம் மாறும் கடல்மட்டமாய் அவள்.

"என்னோட வாழ்நாள்ன்றது நான் உயிரோடிருக்குற நாளுங்க இல்ல. நீ என்னோடிருக்குற நாளுங்க மட்டும்தான்."

இப்படி அவள் சொல்லிய ஒரு மாலைப் பொழுதில் என் மார்பில் புதைந்தவள் வடித்த கண்ணீர் உலராமல் இருக்கிறது இன்னமும். நாங்கள் துயரப்பட்டு அழுத கணங்கள் மிகவும் குறைவுதான். பார்க்காத நாட்களின் தவிப்பில் எழுதப்படும் கடித வரிகளில் நிறைய உடைந்தழுவோம்.

அவளறியாமலே அவளுக்குப் பிடித்தமான சொற்களைச் சேகரித்துவந்தேன் நான். கற்பனைக் கோட்டைகள் எதுவுமில்லை எங்களுக்குள். 'அடுத்தடுத்த நொடிகளின் வாழ்தலே கற்பனைமயமானது' எனும் உணர்த்தல்களில் கிடந்த உண்மை ஒவ்வொரு நொடியிலும் புதுப்பித்தது எங்களை.

அப்படியான நாட்களில், கடந்த வாரத்தில் வந்த செய்திகள்...

'அதிசயம், ஆனால் உண்மை. வேலூரில் வெளுத்துவாங்குகிறது கோடைமழை. நேற்று அதிகப்படியாக வேலூரில் 17 செ.மீ. மழை கொட்டித்தீர்த்தது.'

'கடந்த நான்கு நாட்களாக வேலூரிலும் அதன் சுற்றுப்புறங்களிலும் வரலாறு காணாத மழை.'

செய்திகளைப் பார்த்ததும் உணர்ச்சிக் கொப்பளிக்க என்னைத் துரிதப்படுத்தினாள். குழந்தையின் குதூகலமும் தவிப்பும் நிரம்பியவளாய் இருந்தாள். அதற்குமேல் அவளின் ஆவலைத் தள்ளிப்போடக் கூடாமல் நேற்று மாலையில் ஊருக்குப் புறப்பட்டேன்.

இருட்டில் தன் நிழலைப் போர்த்திக்கொண்டு நின்றிந்த மரங்களிலிருந்து சிலுசிலுவென வீசியது காற்று. பேருந்தின் வேகத்துக்கேற்ப இருட்டும் ஒளியும் மாறிமாறி வந்துபோயின. பூந்தமல்லியைத் தாண்டி வந்துகொண்டிருந்தேன். திடீரென மழைத்துளிகள் சில என் மீது வந்துவிழுந்தன. உடனே அவளைப் பார்க்கத் தோன்றியது. குறுஞ்செய்திப் பக்கத்தைத் திறக்கிறேன்...

"இங்கு மழை, நேற்று உன்னோடு இருக்கையில் வராததால் நான் நனையவில்லை." - உன் மழை.

"இந்தப் பூ உற்சாகமாய்ச் சிரிக்குது உன்னோடு பயணித்ததால்." - மழை.

"இந்த மழையைத் திசைமாற்றி ஊருக்குக் கூட்டிட்டுப்போயேன், இந்த இரவுமழையால் தீரட்டும் நம் ஏக்கம்."

"தூக்கமும் விழிப்பும் மாறிமாறி... உனக்கு." - மழை.

இப்படிப் பல இரவுகளில் அவள் அனுப்பிய குட்டிக் கடிதக் கொஞ்சல்கள் திரையில் இருந்தபடி அவளாய்ப் பேசுகின்றன. செல்பேசியில் பேசுவதைவிட செய்திப் பரிமாற்றமே எங்களின் ஆவல்.

பூசணி விதைகளைக் கோத்த சரங்கள் என வெயில் கீற்றுகள் என்னைச் சுற்றியிருந்தன. பறவைகளின் குரலால் உருவம் கொண்டிருந்த காற்று, போர்வையுள் வந்து குளிர்ச்சியாய் முணுமுணுத்தது. அதன் மணம் சுதியேற்றப்பட்ட அவள் நினைவுகளால் என்னைச் சிணுங்கின. அதற்கு மேல் படுத்திருக்க முடியவில்லை.

வழியெங்கும் எண்ணிலடங்காப் பூக்கள் வண்ணவண்ணமாய்ப் பூத்துக்குலுங்கும் அதிசயத்தை நிகழ்த்தியிருந்தது மழை. வழியில் எங்கு பார்வைகளை வலையவிட்டாலும் பூக்களை மட்டுமே ஏந்தித்திரும்பின.

எத்தனையோ மழைக்காலங்கள் வந்துபோயிருக்கின்றன. ஆனால், ஒருபோதும் காடு தன்னை இத்தனை அழகாய் அலங்கரித்திருந்ததில்லை. இந்த மழையால் காட்டின் எல்லாத் தாவரங்களுக்கும் ஒரே நேரத்தில் பூக்காலம் வந்துவிட்டதாய்த் தோன்றியது. கொம்மிப் பூக்களின் மணம் காட்டையே நிரப்பி நுரைத்திருந்தது.

அளவாய்ப் பேசி மௌனித்திருக்கும் அவளின் இதழ்களாய்ச் சிவந்து புன்னகைத்திருக்கும் சீக்கைப் பூக்கள். கொத்துக்கொத்தாய் அள்ளிவைத்த வெண்மேகங்களாய்க் காட்டுச்சோளப் பூக்கள். வேரிலிருந்தே கிளைத்துச் செழித்திருக்கும் ஆவாரஞ்செடிகளின் நுனிகளில் மஞ்சள் பூங்கொத்துகள், இசை வகுப்பில் சுதிகூட்டும் அவளின் விரல்களாய்க் காற்றில் வளைந்து எதையோ தேடின.

தேவதாரு மரத்தின் வனப்பும் கொங்குலிய மரத்தின் பால்கொளுந்தும் காட்டுக் கிச்சிலியின் மணமும் பெரண்டைக் கொடிகளின் பசுமையும் நாதேருப் புதர்களின் சிவந்த பழங்களும் முட்களும் பாறைகளும் குன்றுகளும் அவளைக் கேட்டு அடம்பிடித்தன.

வடக்குக் குன்றின் மூலையில் இருந்த நாவல்மரத்தில் காட்டின் பறவைகள் கூடி ஆரவாரித்தன. காடெங்கும் எதிரொலித்த அவற்றின் ஓசை எந்த இசைக்கருவிகளாலும் வாசித்துக்காட்ட முடியாத இசைக்கோவைகள், எந்த மொழி எழுத்துகளாலும் விவரிக்க முடியாத பாடல்கள்... இப்படி ஏகோபித்த பல குரல்கள் ஒலித்தன.

மழையில் குளித்து உலர்த்தாமல் படுத்திருக்கும் குளிர்க்காட்டின் அழகிலும் ஓசைகளிலும் மணங்களிலும் அவளே தெரிந்தாள். என் மீது வீசிய காற்று அவளைத் தீண்டிவந்ததாய்ச் சிலுசிலுத்தது. அப்படியே நடந்து காட்டோடைக்கு வந்துவிட்டேன். அத்தனை அழகோடும் நளினத்தோடும் ஓடைவெளி மீது நீந்திக்கொண்டிருக்கிறது நீர். பாறைகள் மீதும் நாணல்களிலும் அமர்ந்து தண்ணீரைத் தீண்டித்தீண்டிப் பறவைகள் விளையாடிக்கொண்டிருந்தன. உயர்ந்திருக்கும் மரங்களின் நிழல்கள் சுழித்தோடும் தண்ணீரின் மேல் மிதந்து, கட்டப்பட்ட ஓடங்களாய்த் தளும்பிக்கிடந்தன. ஓடையில் மூழ்கி நமத்துப்போன சூரியன் கண்கூசாமல் மென்னொளியோடு நீரின் மேல் மிதக்கிறது.

என் கனவில் அவள் சேலையாய் உடுத்தியிருந்த இந்தக் காட்டோடையைத்தான் அவள் பார்க்கத் துடித்தாள். பெரும்பாறையின் மடியில் எங்களைப் போர்த்தி இன்பம் துய்க்கவைத்த அந்தக் காட்டோடை அவள் மீதான ஆவலைக் கூட்டுகிறது. கைப்பேசித் திரையில் அவள் முகம் ஒளிர அவளை அழைக்கிறேன். மழை... அவள் அலைபேசியில் மணி ஒலிக்கிறது. அவள் எடுக்கவே இல்லை. மீண்டும்மீண்டும் முயல்கிறேன். கடைசியாய் ஒரு குறுஞ்செய்தி அனுப்பினேன்,

'மழை, நான் காட்டோடைக் கரையில் இருக்கிறேன்.'

....

'நான் வந்துகொண்டிருக்கிறேன்...'

அவள் மிகுந்த உணர்ச்சிவயப்பட்டவளாய் இருப்பாள். அது போன்ற தருணங்களில் வார்த்தைகளற்றவளாய், இரண்டு கைகளுக்குள்ளும் முகத்தைப் புதைத்துக்கொள்வாள். இப்போதும் அப்படித்தான் இருப்பாள். காட்டோடையைப் பார்க்கும்வரை அவள் மௌனம் இப்படியே நீளும்.

காற்றில் வீசும் மணங்களையே பாதைகளாக்கிப் பூக்களை நோக்கி வரும் தேனீயாய் அவள். என் கனவில் வந்த 'காட்டை', 'காட்டோடையை', 'தன்னை...' தேடிவருகிறாள். வண்ணங்கள் குழைத்த மஞ்சளாய் மாறியிருந்த வானம், மந்தமான மாலைப் பொழுதைக் கிளர்ச்சியூட்டுகிறது. நினைவுகள் அவளுக்கான சொற்களைத் தேடி என்னுள் பயணிப்பதைக் கட்டுப்படுத்த முடியவில்லை. காட்டின் காட்சிகள் மாறிக்கொண்டிருக்கின்றன. கனவையும் சேர்த்து அவளைச் சுமந்துவரும் பேருந்துச் சத்தம்

நெருங்குகிறது. அவள் வருவதை உணர்ந்து காற்றில் ஆடும் கைத்தறிச் சேலையாய்த் தளும்புகிறது காட்டோடை. அந்தக் கனவை வேடிக்கைபார்க்க உயரமான மரத்தைத் தேடுகின்றன கண்கள்.

– 'காக்கைச் சிறகினிலே', ஜனவரி, 2014.

●●●

கரியோடன்

ஒரு பெரும் வேட்டையை ஒற்றையாய்க் குதறித்திரும்பும் மிருகமென அவன் வீடு திரும்பிக்கொண்டிருந்தான். பின்னிரவில் தனித்துக்கிடந்த நீண்ட பெருவெளியைக் கடக்க எந்தச் சாமிகளின் துணையும் வேண்டியிருக்கவில்லை அப்போதும், முன்பு எப்போதும். பின்தொடரும் கறுப்பு நாய்க்குட்டிபோல அவனின் நிழல், வழியோர மர நிழல்களுடன் புரண்டு விளையாடியபடியே உடன் வந்துகொண்டிருந்தது. உடலின் ஊற்றாய்க் கசிந்துவழியும் வியர்வை வாடையில் வீசிய ஈத்தையின் ரத்தக் கவுச்சி அவனுக்கே கொமட்டியது.

பிச்சோடன் புளியமரத்தை நெருங்கினான். "க்ட்ர்ர்ர்ர்ர்... க்ர்ர்ர்ர்ர்ர்ர்..." செருமிய தெருநாய்கள் குரைத்தபடியே அவனை நோக்கிப் பாய்ந்து ஓடிவந்தன. "ஏய் அட்டிங்கோ, ஏய்ய் அடி நீ எம்மா." அதட்டியபடி, கல்லை எடுப்பதுபோல் குனிந்து தரையைத் தொட்டதும் தொலைவிலேயே பின்வாங்கின நாய்கள். இப்போது அவன் நிதானமாக நடந்தான்.

அவனைத் தழுவிக்கடக்கும் காற்றில் அந்த வீச்சத்தின் நெடியைப் பலமாய் மோப்பம்பிடித்த நாய்கள் வெறிகொண்டு உறுமியபடி கோரைப்பற்களைக் காட்டி அவனைச் சூழ்ந்து நெருங்கின. அவற்றில் பெரும்பாலானவை தெருவில் அவனைப் பார்த்தாலே தலைதெறிக்க ஓடுபவை. தன் நடையால் அவற்றை நெருங்க விடாமல் சுதாரித்தான். அவனுக்குப் பயம் புதிது. இதுவரை எதற்கும் பயந்தவன் இல்லை. வீடு இருக்கும் சந்துக்குள் வந்துவிட்டான். மிகக் குறுகலான இடம். அவனைச் சூழ்ந்த நாய்கள், பின்பாகவே வந்தன. திடீர் யோசனை வந்தவனாக உதட்டைக் குவித்து, "ப்ர்ருஞ் ச்ச்ச் த்ச் த்ச் ஜூட்டா த்ச்" என்று குரல்கொடுத்தான்.

குரல் கேட்டதும் வாசலிருந்து பாய்ந்து ஓடிவந்தது அவன் வீட்டு ஜுட்டன். அதைப் பார்த்த தெருநாய்க் கூட்டம் மெல்லப் பம்மிப் பின்வாங்கின. கீற்றுத் தடுக்கையைத் திறந்து வீட்டுக்குள் நுழைந்துவிட்டான். ஜுட்டனையும் நெருங்கவிடாமல் அதட்டியபடியே பொழக்கடையுள் நுழைந்து, உடுப்புகளைக் கழற்றாமல் மொடாவில் இருந்த தண்ணீரை மொண்டுமொண்டு அப்படியே தலையில் ஊற்றினான். அவனின் உடலை நக்கி வழிந்தோடிய தண்ணீர் நாக்குகள் ரத்தத்தால் சிவந்துபுரண்டன. விடியலின் முதல் சேவல் எங்கிருந்தோ கூவியது.

அவன் அனுபவத்தில் ஒரே நேரத்தில் இரண்டு ஆடுகள் ஈத்தை எடுத்தது இதுதான் முதன்முறை. நள்ளிரவில் அந்தக் காட்டோரப் பட்டியில் கண்ணாடிக் குடுக்குவெளக்கு தவிர ஒத்தாசைக்கு ஒரு ஆளும் இல்லை. மழை இல்லாமல் பல காலமாக விதைக்காமல் தரிசாகக்கிடந்த காட்டோரக் கரம்பில் ஏதோ நம்பிக்கையில் கிடைபோடச் சொல்லியிருந்தார் முதலாளி. மழை விழும்வரை ஆள் நடமாட்டம் இல்லாத வானம் பார்த்த பூமி அது. அதன் தலைமாட்டில் நடுக்கல்லாய் உயர்ந்துநின்ற குன்றில் மிச்சசொச்ச உயிர்களாய் ஓணானும் உடும்பும் அரணைகளும் நடமாடின. எருக்கும் நெருஞ்சியும் கள்ளியும் புரகதண்டியும் பனியால் செழித்தும் வெயிலால் கருகியும் கிடந்தன.

இரண்டு ஆடுகளும் மூன்றுமூன்று குட்டிகள் போட்டன. ஆறு குட்டிகளையும் வெளியே எடுக்க இரண்டு ஆடுகளையும் மாற்றிமாற்றித் தடவிக்கொடுத்தபடி அலைந்தான். ஒவ்வொரு குட்டியை ஈனும்போதும் அதன் முழு உருவம் வெளியேறியதும் குட்டிகள் தங்கியிருந்த நீர்ப்பைகள் கொப்பளித்து உடைந்து அவனை நனைத்தன. ரத்தமும் நீரும் அவன் உடலில் வழியவழிய குட்டிகளைக் கைகளில் ஏந்துவான். குட்டிகளின் தலையைச் சுற்றியிருக்கும் நீர்வலைகளை, முக்கியமாய் மூக்கு வாயை மூடியிருக்கும் மெல்லிய திரைகளை வழித்து எடுத்துத் தாயாடுகளுக்கு நக்கக்கொடுக்கையில் அடுத்த குட்டி வெளியில் வரும். சத்தை விழுவதுவரை மாறிமாறி அலைந்தான். கொஞ்ச நேரமும் ஓய்ந்து உட்கார முடியாமல் உடல் நிமிர்ந்துபோனது.

கவுச்சி பட்டுவிடாமல் இருக்க, ஆடுகள் குடிக்கும் தண்ணீர்த் தொட்டிகளுக்குள் கைகளைக் கழுவாமல் பட்டிக்கு வெளியே மணலில் புரட்டி, கரம்பில் கிடந்த செடிகளைப் பிடுங்கி

முழங்கைவரை வழித்துத் துடைத்தான். எரிச்சல் எடுக்கத் தொடங்கியதும் துடைப்பதை நிறுத்திக்கொண்டான்.

தாயாடுகளுடன் போட்டிபோட்டுக் குட்டிகளின் உடலை நக்கியது காற்று. "ம்ம் ஆ... ம்ம்மஆ" என மெல்லக் கத்தியபடி தடுமாறி விழுந்து எழுந்த குட்டிகளின் தலையைத் தாயாடுகளும், தாயாடுகளின் கால்களைக் குட்டிகளும் முகர்ந்து முதல் மணத்தைப் பதித்துக்கொண்டன. முதல் பால் புகட்டக் குட்டிகளைத் தூக்கும்போதே மேலே தூக்கிப்பார்த்தான். "மூனு பொட்ட, மூனு கெடா" என்று முணுமுணுத்தபடியே காம்புகளைப் பிடித்துக் குட்டிகளுக்கு ஊட்டினான்.

ஆறு குட்டிகளும் குடித்து மீந்த சீம்பாலைக் கறந்து ஆண்டையின் வீட்டுக்கு முன்னால் நிற்கையில் மூணு மணிச் சங்கு கூவியது. தூக்கத்தில் திட்டியபடியே வந்த கிழவி, ஈசல் பிடிக்கும் உடும்பின் நாக்கைப் போல் கையை வெளியில் நீட்டி பாலை வாங்கிக்கொண்டு கதவடைத்துக்கொண்டாள். திரும்பவும் பட்டிக்கு ஓடிவந்து தாயாடுகளைப் பிடித்து மிச்சசொச்சத்தைக் குட்டிகளுக்கு இரண்டாம் பால் புகட்டிவிட்டு அவற்றைக் கொடாப்புக்குள் விட்டு நிமிர்கையில் உடல் வலி பிழிந்தெடுத்தது.

கொறட்டைவிட்டுத் தூங்கிக்கொண்டிருந்தான். நெருப்பெட்டி கம்பெனி, ஷூ கம்பெனி, கிளவுஸ் கம்பெனி, கான்வென்ட் என எல்லா வண்டிகளும் ஷேர் ஆட்டோக்களும் உருமி ஓடி அடங்க மணி பதினொன்றைத் தாண்டியிருந்தது. இரண்டு மூன்று ஆட்கள் வந்து சொல்லிவிட்டுப்போன பின்பும் அவனை எழுப்ப காமாட்சிக்கு மனசு வரவில்லை. களைப்பில் அவன் தூங்குவதைப் பார்க்கப் பாவமாக இருந்தது.

"ஓ, ரேய் யால்றா, ரேய்ய்ய் கண்ட்ட எந்த்த ஆவ்த்தாதீ, இங்க்கா ஏமி சேஸ்த்தாவு லோப்பல?"

வீட்டுக்குப் பின்னாலிருந்து வந்த ஆண்டை வெங்கட்டப்பனின் அதட்டலில் அதிர்ந்து எழுந்தவன் அப்படியே பொழக்கடைக்கு ஓடி ஒன்னுக்கிருந்தபடி வாய்க்கொப்பளித்தான்.

"வெயில்ல ஆடுங்க செத்துனு கெடக்குது, தூக்கம் எப்படிடா வரும் தூக்கம்? ம்ம்ம் இன்னிக்கே வித்துப்புடலாமா சொல்லு? எனக்கு என்ன? உங்கிட்ட வந்து கத்தி மாரடிச்சிச் சாகிறதுக்கு

நான் நிம்மதியா இருந்துருவென். நீயும் தொந்துருவே இல்லாமக் காலம்பூராவும் தூங்கலாம்.”

நிழல்போல் தெலுங்கிலும் தமிழிலும் மாற்றிமாற்றித் திட்டியபடி பழைய சைக்கிளில் பின்னாலேயே வந்துகொண்டிருந்தார் ஆண்டை. கீக்.... கீக்... கீக்... எனப் பெடலின் சத்தமும், வழியில் பாழடைந்துகிடக்கும் வனத்துறை அலுவலக மரங்களிருந்து கேட்கும் அணில்களின் சத்தமும் மாறிமாறிக் கேட்டன.

பதில் பேசாமல் மந்தையை நோக்கி ஓடிக்கொண்டிருந்தான். வழியோர மரங்களிலிருந்து, குட்டிபோட்ட ஆடுகளுக்கெனக் கொஞ்சம் வேப்பங்கொப்புகளையும் மெத்தமாடித் தழைகளையும் ஒடித்துத் தோளில் போட்டு நடந்தான். அவன் நிழல் அவன் காலடியில் கிடந்தது.

ஆடுகளுக்குத் தண்ணிகாட்டிவிட்டு அவிழ்த்து ஓட்டுகையில் தலையை அழுத்தும் கரகமென வழக்கத்துக்கு மீறிய களைப்பு அவன் உடலில் கனத்தது.

குட்டிகளைக் கொடாப்புக்குள் மூடியதும் எல்லாக் குட்டிகளும் சேர்ந்து கத்தின. அடைப்புக்குள்ளிருந்து கேட்கும் அலறல்களால், இளங்குட்டிகளின் தொப்புள்கொடியைக் கொத்தி இழுக்கவந்த காகங்கள் தெறித்துப் பறந்தன. தம் குட்டியின் குரலறிந்து பதில்குரல் கொடுத்தபடி ஆடுகள் ஊரைத் தாண்டி காட்டுவழியில் நடந்தன.

அவன் ராஜம்மா பெட்டிக்கடையில் பீடிக்கட்டை வாங்கி ஒன்றைப் பல்லிடுக்கில் கடித்துக்கொண்டு மீதிப் பீடிகளை லுங்கியைத் தூக்கிப் பச்சை டாயருக்குள் போட்டபடியே நடந்தான். மரங்களின் நிழலை ஏறுபொழுது முழுமையாகத் தின்று முடிந்திருந்தது. அவன் பார்வையிலிருந்து வெகுதூரத்துக்குப் போய்விட்டிருந்தன ஆடுகள். அவன் வாயிலிருந்து வழிந்த புகை வெயிலில் நீந்த, ஓவியங்களாய் அதன் நிழல் தரையில் உருண்டன. “க்க்கயோ ஓஓஓ த்ச்டத்தட்த்வ்ட் க்க்க்கயோஓஓஓ...” அவன் குரலுக்கு ஆடுகளிடமிருந்து பதில்குரல்கள் வந்தன. அவற்றின் சத்த அளவு அவனது நடையின் வேகத்தைக் கூட்டியது.

சிவந்துபோயிருந்த கண்களின் எரிச்சல் வெயிலால் மேலும் காந்தியது. ஓய்வுஒழிச்சல் இல்லாத நெருக்கடியான வாழ்வாகப் போய்விட்டது அவனுக்கு. நிம்மதியாகத் தூங்கவும் முடியாத தன்

நிலையை நொந்தபடி ஆடுகளை நோக்கி நடந்தான். ஒத்தாசைக்கு ஒரு ஆளும் இல்லை. எந்த நல்லதுகெட்டதுக்கும் வீட்டில் இருக்க முடியாது. எல்லா நாளும் காடேறும் வாழ்வின் துக்கம் மனதைப் பிசையும்போதெல்லாம் அப்பனை நொந்துகொள்வான். சில நொடிகளில் அந்த நெனப்பும் நீர்த்துப்போகும். அப்பனும் இதுபோன்ற தனிமைகளில் தனது பாட்டனை நொந்திருப்பானோ என்று நினைத்து அடங்குவான்.

அவன் அப்பன் லட்சுமணனுக்குச் சொந்தமான ஒரு மந்தை ஆடுகள் இருந்தன. களத்துமேட்டுச் சின்னக்கொழந்தைதான் லட்சுமணனின் கூட்டாளி. இரண்டு வீட்டு ஆடுகளையும் ஒன்றாகப் பத்தி மேய்க்கையில் காடே அவர்களின் வீடாய் இருந்தது. ரெண்டு கட்டு பீடியும், நாலு உண்டைக் களியும் இருந்தால் போதும், எதைப் பற்றியும் கவலை இல்லாமல் பகலெல்லாம் காடுமலை ஏறிஇறங்கி மரக்கை ஆட்டுக்கும் மடி இறங்கும் அளவுக்கு மேப்புகாட்டுவார்கள் இருவரும்.

இருவர் ரெட்டைகளிலும் களி சுமந்த சிக்கம் தொங்கும். ஊர் தாண்டும்வரை இடுப்பில் இருக்கும் வேஷ்டி காட்டு எல்லைக்குள் கால்வைத்ததும் கழுத்துக்குத் தாவவும், வெறும் கோமணத்தோடுதான் காடு முழுக்க அலைவார்கள். தண்ணி இருக்கும் திசையைக் கண்டுபிடித்து அந்தத் திசைக்கு மந்தைகளை ஓட்டிப்போவதில் இருவரும் பேர்போனவர்கள். ஒருவருக்குத் தெரியாமல் ஒருவர் காட்டிலிருந்து நிறைய பழங்கள், கிழங்குகள், தேன் எனக் காட்டுத்தினுசுகளைக் கொண்டுவருவார்கள். அப்படியான நாட்களில் லட்சுமணன் நேராகச் சின்னக்கொழந்தை வீட்டுக்கும் சின்னக்கொழந்தை லட்சுமணன் வீட்டுக்கும் போக, “மாமா... மாமா...” என இரு வீட்டுப்பிள்ளைகளும் மொய்த்துக்கொள்வார்கள்.

யார் வீட்டில் சந்தர்ப்பம் என்றாலும் இரண்டு மந்தைகளையும் ஓட்டிக்கொண்டு அடுத்தவர் காட்டுக்குக் கிளம்பிவிடுவார். ஒருபோதும் அவர்கள் முகம் கோணியோ மறுப்பு தெரிவித்தோ யாரும் பார்த்தது இல்லை. லட்சுமணன் ஊரில் கோல்காரனாக இருந்ததால் நல்லதுகெட்டது எது நடந்தாலும் ஏழு ஊருக்கும் தண்டோரா போட வேண்டி அவன்தான் அடிக்கடி நின்றுவிடுவான்.

அவர்களின் ஒத்தாசை எப்போதும் சம்சாரிகளுக்குத் தேவைப்பட்டது. இருவரும் ஆடுமாடுகளுக்குக் கைவைத்தியம் பார்ப்பதில் பேர்போனவர்களாக இருந்தார்கள். தீனி எடுக்காமல் நாக்கு தள்ளிச் சாய்ந்து வெட்டுக்கு வெல பேசும் ஆடுமாடுகளையும் சில தழை வேர்களின் சாறுகளாலேயே துள்ளி எழுந்து ஓடவைத்துவிடுவார்கள். சேர்ந்தேதான் வைத்தியம் பார்ப்பார்கள்.

சுத்துப்பட்டில் அவர்களின் வைத்தியம் பொய்த்ததே இல்லை. நோய்வாய்ப்பட்ட ஆடுமாடுகளோடு இருவரும் பேசுவார்கள். அப்படியான வைத்தியம் பார்த்த நாளில் வைத்தியக் கூலி, மூக்குமுட்டக் குடிக்கும் சாராயம் மட்டுமே. ஓர் உயிரை மீத்த பரவசத்தில் குடிப்பதோடு சரி. மற்ற நாட்களில் எவ்வளவு வேண்டினாலும் சாராயத்தைத் தொட மாட்டார்கள். இந்தப் பழக்கம் அதிசயமாக இருவருக்கும் ஒன்றுபோலவே இருந்தது.

அன்று சின்னக்கொழந்தை மகளைப் பெண்பார்க்க வெளியூரிலிருந்து ஆட்கள் வருவதாக இருந்தது. சுடச்சுடக் களியும் களக்கொட்டை ஊறுகாயும் சுமந்த சிக்கத்தைக் கக்கத்தில் மாட்டியபடி இரு மந்தைகளையும் ஓட்டிக்கொண்டு கிளம்பினார் லட்சுமணன். ஊர்க்கோடியில் வழிமறித்த சின்னக்கொழந்தை அவரின் சிக்கத்தை வாங்கிக்கொண்டு அரிசிச்சோறும் கறிக்கொழம்பும் நிரம்பிய தன் சிக்கத்தை லட்சுமணன் தோளில் மாட்டிவிட்டார்.

காணாத்து வரைக்கும் கூடவே நடந்து தீக்கொன்றை மரத்தடியில் இருவரும் பீடி கொளுத்திக்கொண்டதும், "எண்ணாங் கொளத்துக்கா ஓட்டிக்கினு போ. அவனுங்க வந்துபோனதும் ஓடியாந்துட்றேன்" என்று சொல்லியபடி ஊரைப் பார்த்துச் சின்னக்கொழந்தையும், காடு நோக்கி லட்சுமணனும் நடந்தனர். அவர்கள் துப்பிய புகை, காற்றில் பேசியபடி வேறு திசையில் நகர்ந்தது. பேச்சுத்துணை இல்லாததால் காடெங்கும் தன் கரகரக் குரலால் கூத்துப் பாடல்களைச் சத்தமாகப் பாடி ஆடுகளுக்கு மேய்புகாட்டினார் லட்சுமணன்.

மாலை நாலரை மணிவரை மாப்பிள்ளை வீட்டார் ஒருவரும் வராமல்போன ஆத்திரத்தில் திட்டியபடியே காடு நோக்கி வேகமாக நடந்தார் சின்னக்கொழந்தை. அவர் இடுப்பில் தன் கூட்டாளி லட்சுமணனுக்காக வாங்கிய இரண்டு பீடிக்கட்டுகள்

முடங்கிக்கிடந்தன. பொழுது இருளத் தொடங்கியிருந்தது. காட்டிலிருந்து எதிரில் ஓடிவந்த சிறுவன் திக்கித்திக்கி ஏதோ சொன்னான். அதிர்ந்த சின்னக்கொழந்தை, கத்தியபடியே காடு நோக்கி ஓடினார். அவருடைய பிதற்றல் அடங்கவே இல்லை.

கொஞ்சத் தொலைவில், அலைக்கழிந்து சிதறி வந்துகொண்டிருந்த மந்தையின் சில ஆடுகள், சின்னக்கொழந்தையைப் பார்த்து ஏகமாய்க் கத்தின. அது அவரை மேலும் கலக்கமாக்கியது. தூரத்தில் நான்கு மந்தைக்காரர்கள் ஒரு ஜோலியைச் சுமந்தபடி தடுமாறிவந்தார்கள். "ஏய் லச்சுமி, லச்சுமி" என்று சின்னக்கொழந்தை மார்பில் அடித்துக்கொண்டு பின்னால் ஓடினார்.

வீட்டுத் திண்ணையில் வலியின் உச்சத்தில் முனகியபடி கிடந்த லட்சுமணனின் உடலைக் கடித்துக் குதறியிருந்தன செந்நாய்கள். முதுகுப் பக்கத்தில் ஆங்காங்கே சதைகள் இல்லாமல் எலும்புகள் தெரிந்தன. வீட்டில் இருந்த பல சேலைகளும் சோமங்களும் ரத்தத்தில் தோய்ந்தன. பச்சிலைகள் வைத்துக் கட்டுகள் போட்டார்கள். சின்னக்கொழந்தை மீண்டும்மீண்டும் தலையிலும் மார்பிலும் அடித்துக்கொண்டு, பெண்பார்க்க வருவதாகச் சொன்னவர்களைப் பச்சைப்பச்சையாகத் திட்டியபடி லட்சுமணனின் காலடியிலேயே கிடந்தார். கூக்குரல் கேட்டு ஓடிவந்தவர்களால் உயிர் தப்பியிருந்தனர் லட்சுமணனும் மிச்சமிருந்த ஆடுகளும்.

கசாயங்கள், ஊசி, மருந்துகள் என மாத்திமாத்திப் பல நாட்களாக வைத்தியங்கள் நடந்தன. தனது கைகால்கள் போனதுபோலவே ஆகிப்போன சின்னக்கொழந்தை, லட்சுமணனை விட்டு நகரவே இல்லை. இருவர் பட்டியிலும் நான்கைந்து உருப்படிகளே மிச்சமாய் நின்றன. லட்சுமணன் கொஞ்சமாய்த் தேறிவந்த நாளில் சின்னக்கொழந்தை கேட்காமலே காட்டில் நடந்ததை மெல்லச் சொன்னார் லட்சுமணன்:

"பூங்கக்கொளத்துல தண்ணிக் காட்டிட்டு மேல ஓட்னன். அப்டியே வந்து சொம்மோண் சதரத்துல மேஞ்சினு இருந்துச்சிங்கோ எல்லாம். அப்போ திடீர்னு அந்தக் கறுப்பு ஜாலயும் மட்டியும் கத்திக்கினு பெதுர்ச்சிங்கொ. நானு அதட்டினே எதுர்க்கா போனா, எட்த்தாள் செடிங்களாண்டந்து கறுப்பு மரக்க பவாரினு ஓடியார்து. சுதார்ச்சிக்கினு அந்தப் பக்கமாப் போய்க் கணவாயில

பாத்தா நாலு ரேஸிங்கோ (செந்நாய்கள்) தொலவுதொலவா நிக்கிதுங்கோ. கத்தியக் காட்டி ஒரு காத்த (மிரட்டல் சத்தம்) போட்டன். கொலைக்கிற சத்தம் பின்னந்துவருது. திரும்பிப்பாத்தா கொளத்து மோட்டு மேலே பிலபிலன்னு தெர்துங்கோ. குனிஞ்சிக் கல்லுங்ள எடுத்து சர்சர்ன்னு உட்டன். ஓடிக் கலஞ்சி சுத்திலும் மூலாமூலைக்கும் ஓடிட்சிங்கொ. எல்லா ஆட்டுங்களையும் கூட்டிட்டு சுத்திமுத்தியும் பாத்துக் கத்திக்கினே நான் பக்கத்துலயே நின்னுட்டு ஆட்டுங்ளக் காவந்து பண்ணிடனும்னு என்னென்னமோ கொரலு உட்டேன். பக்கத்துலே எந்த ஆட்டுக்காரன் கொரலும் கேக்கல."

'ம்ச்' எனத் தலையில் அடித்துக்கொண்டார் சின்னக்கொழந்தை.

"அப்டி இந்தாலும் அவங்க மந்தைய உட்டுப்புட்டு எப்புடி வர முடியம்? இதுங்க ஒன்னுரெண்டா இந்தா பரவால்ல. சித்தெறும்புங்கோ கணக்கா மிசமிசன்னு சுத்திலும் நிக்குதுங்கோ. அவ்ளோதான், கொஞ்ச நேரத்துல நாலு மூலைங்கிள்ளந்து பாஞ்ஜிபாஞ்ஜி ஆடுங்க மேல உள்துங்கோ. ஆடுங்கோ பீர்லபீர்லா கத்திக்கினு ஓடுதுங்கோ. ஓடுன பக்கமொல்லாம் கடிபட்டுக் கத்திக்கத்தி அடங்குதுங்கோ. என் கையில இருந்த கத்திக்கும் கோலுக்கும் ஒண்ணும் அடங்கல. அப்டியும் கத்திவெச்சி ஒரு ஜெவுரு ஜெவுர்ன்னன். ஒரு நாய்க்கி மேல்தாடை தொங்கிடுச்சி. உண்ணொண்த்துக்குக் காலு ரெண்டும் துண்டாயிடுச்சி. அப்போதான் மூணு நாயிங்கோ யாம்மேலப் பாய்ஞ்சி கட்சிக் கொதர்துங்கோ. ஆட்டுங்ள ஒரு கூட்டம் முடுக்கிமுடுக்கிக் கடிக்குதுங்கோ. அப்பிடியே கவுந்து மூஞ்சிய மண்ணுல அமுத்திக்கினு கைங்ளக் கழுத்துல கோத்துக்கினு அப்படியே இருக்கிக்கினேன். பின்னால முதுகு, தொட, கெண்டக்கால்ன்னு கட்ச்சி இழுக்குதுங்கோ. அப்புறம் என்ன ஆச்சினு தெரியல. நான் உயிரோட இக்கறத என்னால் நம்பவே முடியல."

அப்போது அவன் நாலாப்பு படித்துக்கொண்டிருந்தான். வைத்தியச் செலவுக்கென வாங்கிய பணத்துக்காக சத்தமாக தெலுங்கிலே ஏதேதோ சொல்லியபடி ஆடுகளுடன் வேடிக்கைபார்த்து நின்ற இவனையும் இழுத்துக்கொண்டுபோனார் ஆண்டை வெங்கட்டப்பா. அதோடு எல்லாமே முடிந்துபோயின. அன்று தொடங்கிய காடேறும் பொழப்பு இப்போதுவரை ஓயவில்லை அவனுக்கு.

காட்டு வெளங்கா மரத்தைத் தாண்டியதும் கிளைகளாகப் பிரிந்த விழிகளில் ஆடுகள் சிதறி நடந்தன. அவை வழியோரச் செடிகளிலும் புதர்களிலும் வாய் நுழைந்து கொப்புகொப்பாக இலைகளையும் கொடிகளையும் கடித்து அரைகுறையாக மென்றுமுழுங்கி ஓடின.

ஆடுகளை ஒதுக்கி முன்னால் வேகமாக நடந்தான். இடுப்பில் இருந்த லுங்கி மாலையாய்த் தொங்கியது கழுத்தில். சிவப்பு நிஜாரோடு ஓடி செம்மண் கணவாயைப் பாய்ந்து தாண்டியவன் வெள்ளரிச் செடிகளுக்குள் நுழைந்து, பருத்துநின்ற எளந்தை மரத்தடியில் வந்துநின்றான். லுங்கியை உருவித் துரிஞ்சமரம் மீது வீசிவிட்டு இரண்டு உள்ளங்கையிலும் எச்சிலைத் துப்பித் தேய்த்துக்கொண்டு சரசரவெனக் குரங்கைப் போல் எளந்தைமரத்தில் பாய்ந்து ஏறினான். அவன் எண்ணத்தால் அதிர்ந்து தூறலாய் இலை பழங்களை உதிர்த்தது மரம். உச்சிமரத்தில் இருந்த கறுப்பு அணில்கள் நீண்ட செண்டு வால்களைக் தூக்கி அருகில் இருந்த நாவல்மரத்துக்குள் தாவிக் கத்தின. நடுமரத்தில் வாகாய் உட்கார்ந்தவன் கத்தியை ஓங்கி வீசினான். கொப்புகொப்புகளாகத் தலையில் சாய்ந்தன கிளைகள். மற்ற ஆடுகளுக்குக் குரல்கொடுத்தபடி ஓடிவந்த கறுப்பு கெடாவும் ஜால மரக்கையும் மொய்த்துக்கொண்டன இலைகளை.

எளந்தைமரத்திலிருந்து தாவிக் கீழிருந்த ஓணாங்கொடிகளின் மீது குதித்தான். ஆடுகள் மிரண்டன.

“க்கியோ ட்டற்ற ட்றட்றட்ற் க்கக்யியோ.”

நாக்கை மடித்துச் சத்தம் எழுப்பியதும் பாதி ஆடுகள் பிரிந்து ஓடிவந்து தழைக்கொப்பைச் சூழ்ந்து வேகமாகக் கடித்து முழுங்கின. அவற்றின் தாடைகளில் கொப்பளித்த பச்சைநுரை மொட்டைக்கிளைகளின் மீது பாகாய் ஒழுகியது. மெத்தமாடி மரக்கிளைகள், பரிக்கிப் புதர்கள் என மூலைக்குமூலை வெட்டிச் சாய்த்து அவற்றைத் தாழ்ந்த மரக்கிளைகளில் தொங்கவிட்டான். ஆடுகள் எங்கும் போகாமல் அந்த நிழல்களிலேயே மேய்ந்தன. ஒருகணம் எல்லா ஆடுகளையும் நோட்டம்விட்டவன் போகிப்பாறையை ஏறிட்டுப்பார்த்தான். காட்டையே அடைகாக்க ரெக்கை சிலுப்பி நிற்கும் பழுப்புநிறப் பறவையாய்த் தெரிந்தது அது.

துரிஞ்சிமரத்தில் இருந்த லுங்கியை எடுத்து இடுப்பில் சுற்றியபடி கறுப்பு வெட்டுக்கிளிபோல ஏறி, அடிப்பாறையின் பிளவுக்குள் வந்தான். பாறையில் ஆங்காங்கே தொங்கிய பெருந்தேன்கூடுகளின் ஈக்கள் போவதும்வருவதுமாக இருந்தன. அதன் உச்சியில் சூரியனும் மழையும் வழியும் தொறவு, குருவிக்கூடுகளின் சருகுகளால் பழுப்பு ரோமம் வளர்ந்த பாறையின் அக்குளெனத் திறந்திருந்தது.

அங்கு வந்துபோன மனிதர்களின் கொண்டாட்ட மிச்சங்களாக, சாம்பல் இறுகிப்போன மூன்று கல் அடுப்புகள், பிளாஸ்டிக் உறைகள், துண்டுபீடிகள், எலும்புத் துண்டுகள் கிடந்தன. கொத்துக்கொத்தாகப் பிடுங்கப்பட்டு இறைந்துகிடந்த பறவை இறகுகளின் காம்புகளை எலும்புகளெனக் கடித்துக்கிடந்தன எறும்புகள்.

வெள்ளரிச் சருகுகளைத் தள்ளிவிட்டு லுங்கியை விரித்து மல்லாந்துபடுத்தான். கோத்திருந்த கைகள் பின்னந்தலையை ஏந்தியிருந்தன. அவன் மீது கவிழ்ந்திருந்த பாறையின் படர்ந்த வெளியில் அங்கு வந்து இன்பம் துய்த்துப்போன இணைகள் தங்கள் பெயர்களை வண்ணமாகக் கிறுக்கியிருந்தார்கள். அவன் அடுத்தடுத்து இரண்டு பீடிகளை ஊதி, புகையால் அந்தப் பெயர்களைத் தொட்டபடி இருந்தான்.

அவன் தூங்கியதாகத் தெரியவில்லை. ஏதேதோ காட்சிகள் நினைவில் ஓடி அழுத்தின. விழித்தபோது சூரியன் மேற்கிலிருந்து எட்டிப்பார்த்துக்கொண்டிருந்து. கீழே சதுரத்தில் மேய்ந்துகிடந்த ஆடுகள் ஒன்றையும் காணவில்லை. கெபிரென்று வயிற்றுக்குள் நெருப்பு பற்றியது. வேகமாக எழுந்து கையை இடுப்பில் கட்டிக்கொண்டு பாறை மேலேறி, “க்க்க்க்கியோ ஓ ஓ ஓ, ட்ர்ட்ர்ட்ட ர்ட்ர்ட்ர்ட்ர்.... க்க்க்கக்கயோஓஓஓ... த்தாத்தா த்தாதா த்தாதா க்க்க்க்க்யோ...” என்றான். சத்தம் காட்டில் எதிரொலித்தது.

“ம்ம்மே ம்ம்மே மம்ம்மேமே ஏஏ ம்ய்ய்ய்ய்ய்ய்யாயாயா, ம்ம்ம்ம்ம்யாயாயா...” தூரத்திலிருந்து ஆடுகளின் குரல்கள் அவனை நோக்கி வந்தன. ஆனால், ஒன்றும் கண்ணில் தென்படவில்லை.

அவன் இன்னும் கூர்ந்து தன் கண்களால் காட்டை இணுக்குஇணுக்காய்த் துளாவி ஆடுகளைத் தேடினான்.

அப்போதுதான் அந்தக் காட்சி அவன் கண்ணில் விழுந்தது. வடக்கில் பெரிய அரசமரத்தைச் சுற்றிக் காட்டுமரங்கள் அடர்ந்திருந்த பள்ளத்தில் மரங்கள் முறிந்து, கிளைகள் கிழிந்து மஞ்சளாய் வெள்ளையாய்ச் சரிந்திருந்தன. மேட்டிலிருந்து பெரிய பாறைகளும் சிறிய குண்டுகளும் பெயர்ந்து சரிவில் இருந்த செடிகளையும் புதர்களையும் நசுக்கி உருண்டிருந்தன. பலத்த காற்று வீசிய தடயம் காட்டில் தென்படவில்லை. மனிதர்கள் யாரும் வெட்டித் தள்ளியவைபோலவும் அது இல்லை. அந்தக் காட்டில் மரங்களை முறித்துக் கொல்லும் இரண்டு சக்திகள் காற்றும் மனிதர்களும் மட்டுமே.

தம் கூடுகளையும் கூடு இருந்த இடங்களையும் காணாமல் பறவைகள் அங்குமிங்குமாக அலைந்து கூக்குரலிட்டபடி சுற்றிச்சுற்றிப் பறந்தன. அவனது மனமும் அந்தப் பறவைகளைப் போல்தான் ஆடுகளை எண்ணி அடித்துக்கொண்டிருந்தது. காட்டில் இதுபோன்ற காட்சிகளை இதற்கு முன் எப்போதும் அவன் பார்த்ததில்லை. உடல் தானாக உதறத் தொடங்கியது. அவன் கால்களில் பெருவிரல்களை இன்னும் ஊன்றிநின்று சுற்றும்முற்றும் உற்றுப்பார்த்து உறுதிப்படுத்திக்கொண்டான்.

தரையில் ஈரமும் மரங்களில் பெருமூச்சும் இல்லை. அப்போது மழையோ பெருங்காற்றோ அடித்திருக்கவில்லை. பாறையில் பட்டுத்தெறிக்கும் ஒற்றைத் தூறலாய்க் கீழே குதித்தான். ஆடுகளுக்காக அவன் வெட்டிப்போட்ட கிளைகள் இலைகளற்று வெறும் மண்டைகளாக வாடிக்கிடந்தன.

சுழல்காற்றில் நீந்தும் சருகாய் அவன் திரும்பவும் மடமடவெனப் பாறை மீது ஏறினான். எல்லாத் திசைகளிலும் ஆடுகளைத் தேடியலைந்த அவன் பார்வை மீண்டும் அந்தத் திட்டுக்கே திரும்பியது. மனம் இனம்புரியாமல் கலக்கமடைந்தது. ஒவ்வொரு திசையிலும் திரும்பி நாக்கை மடித்து மறப்பல் ஓசைகளை எழுப்பினான். எந்தப் பக்கத்திலிருந்தும் பதில் வரவில்லை. இப்போது செடிகளின் அசைவுகளை உற்றுநோக்கினான். காற்றால் சிணுங்குவதும், பறவைகளால் குதிப்பதும், காட்டு மிருகங்களால் அதிர்வதும் எனச் செடிகளின் அசைவுகளைத் துல்லியமாக அறிந்துவைத்திருந்தான் அவன்.

அங்கே அசையும் முறிந்த மரங்களின் கிளைகளை உற்றுப்பார்த்தான். அவற்றின் மீது எட்டித்தாவி ரெட்டைக்காலில்

நின்று சில ஆடுகள் மேய்வதைப் பார்த்ததும் அவன் மனத்தின் ஆராட்டம் கொஞ்சம் அடங்கியது. மரங்களை முறித்த அந்த ஏதோ ஒன்று ஆடுகளை ஒன்றும் செய்யாமல் விட்டிருந்தது என்று நினைக்கும்போதே கண்ணுக்குத் தென்படாத மிச்ச ஆடுகள் குறித்த கலக்கம் நெஞ்சில் நெருப்பள்ளிப் போட்டது. பொழுதின் மிச்ச வெளிச்சம் மெல்ல உள்ளிழுக்கப்படுவது ஆடுகள் இரை மேயும் வேகத்தில் தெரிந்தது.

காட்டில் காட்சிகள் வேகமாக மாறத் தொடங்கின. காற்றை மீறிக் கூடடையும் உயிர்களின் சத்தங்களால் தளும்பியது காடு. தன்னிடம் இருந்த கடைசி பீடியைப் பற்றவைத்து இழுத்தான். ஆடுகளை ஓட்ட அந்த இடத்துக்குப் போக வேண்டி இருப்பதன் நடுக்கம் அடங்கவே இல்லை. மந்தைகளை மரப்பும் மனிதக் குரல்கள் ஒன்றும் காதில் விழவில்லை. எல்லோரும் வீடுசேர்ந்திருப்பார்கள். அவனும் இதற்கு முன்பு எப்போதும் இந்த நேரம்வரை காட்டில் இருந்ததில்லை. ஆழ்ந்த உறக்கம் அவன் உடலை இளைப்பாற்றியிருந்தது. ஆனால், அந்த உறக்கத்தை இப்போது திட்டினான். காடு குலைந்திருக்கும் இடத்தை நெருங்கநெருங்க அவன் உள்மனம் உதறியது.

குர்ர்ர்ர்ர்ர்ரெனக் காடு சலம்பத் தொங்கிவிட்டது. "ட்றட்றட்றட்ர்ட்று ட்ர்று." ஆடுகளைக் கூட்ட சத்தம் எழுப்பியபடி மரம் முறிந்திருந்த இடத்தை எட்டநின்று நோட்டம்விட்டான். மனம் அடித்துக்கொண்டது. பாறைகளும் மரக்கிளைகளும் தடுக்கையாக வளைக்கப்பட்டிருந்தன. இந்தக் காட்சிகளால் அவனுக்குள் நடுக்கமும் ஆர்வமும் பொங்கின. அலைக்கழிந்தான். ஆடுகள் அவனுக்காகக் காத்திருக்காமல் பட்டிக்குப் போகும் வழியே நடக்கத் தொடங்கியிருந்தன.

ஒரே ஒருமுறை அதற்குள் எட்டிப்பார்த்துவிடும் ஆவலில் அருகில் இருந்த பாறையில் ஏறிநின்று தீக்குச்சியை உரசினான். திறந்த பெருவெளியின் நிழலுக்கு அச்சிறு வெளிச்சம் போதவில்லை. சுடரோடு கையை எட்ட நீட்டினான். விரல் சுட்ட வலியால் விரிந்த அவன் கண்களுக்கு அந்தக் காட்சி தெளிவாகத் தெரிந்ததும் அவனது உடல் சிலிர்த்தடங்கியது.

"யானைக்குட்டி... குட்டியானை..." வாய் தானாக முணுமுணுத்தது. குப்பென உடல் வேர்த்துப்போனது. மழையில் நனைந்த குட்டி ஆட்டைப் போல நடுங்கினான். இதற்கு முன்பாக இந்தக்

காட்டில் சிறுத்தை, புலி, நரி, செந்நாய், மான், முயல் எனப் பல மிருகங்களைப் பார்த்திருக்கிறான். பரிக்கிச் செடியில் பழம் தின்றுகொண்டிருந்த கரடியைக் கிட்டத்திலேயே பார்த்து நடுங்க, அவன் வாயில் ஒளிர்ந்த பீடியின் நெருப்பைப் பார்த்து கரடி ஓடியதெல்லாம் உண்டு. ஆனால், யானைகள் மட்டும் ஒரு முறையும் அவன் கண்ணுக்குக் கிடைத்ததே இல்லை. மரங்களை முறித்துக் கடந்துபோன யானைகளின் ஈர விட்டைகளை மட்டும் பலமுறை மிதித்திருக்கிறான். அவனுடைய நீண்டநாள் ஆசைகளில் ஒன்று, காட்டில் யானையை நேரடியாகப் பார்ப்பது. ஆனால், அது இப்படி வாய்க்கும் என்று அவன் நினைத்ததில்லை.

நீர்த்த இருட்டில் மரங்களும் செடிகளும் பாறைகளும் வேறுவேறு உருவங்களில் அவனைப் பார்த்து நிற்பதாகத் தோன்றியது. மனம் மெல்லத் தெளிவதுபோல உணர்ந்தான். அன்றாடம் பார்த்துப் பேசி அவனை நெடுங்காலமாக அறிந்துவைத்திருந்த காடு தனக்குத் துணையாய் இருப்பதாக எண்ணியவனின் மனம் வேறு யோசனையில் நிரம்பிச் செயலாற்றத் தூண்டியது.

அந்த இடத்தை நெருங்கியிருந்தான். மரங்களை முறித்து, பாறைகளை உருட்டி அடர்த்தியான அரணை உருவாக்கியிருந்தன யானைகள். குட்டி வெளியேறிவிடாமலும் வெளியிலிருந்து யாரும் குட்டியை நெருங்கிவிடாமலும் இருக்க முதலில் காரமுள் கிளைகளையும், அடுத்து பெரும் மரக்கிளைகளையும், அதை ஒட்டிச் சிறு குண்டுகளையும் கரடுமுரடான வட்டத்தில் நெருக்கிப் போட்டிருந்தன. நடுவில் குட்டிக்குப் பசும் இலைச்சருகுகளை மெத்தையாகப் பரப்பிவிட்டிருந்தன. வட்டக்கிணற்றின் நடுவில் மிதக்கும் ஒற்றைச் சிறகுபோல் இலைகளின் நடுவில் தும்பிக்கை அசைத்துத் தளும்பிநின்றது யானைக்குட்டி. அதை ஊடுருவிப்பார்த்ததும் குதுறிப்போனான். விரித்த ரெட்டைக் கைகள்போல் காதுகள் அசைய தும்பிக்கை காற்றில் எதையோ தொட்டுச் சிணுங்கி விளையாடுவதாக அவனுக்குப் பரவசத்தைக் கொடுத்தது.

அவனுக்குள் அது யானை எனும் அச்சம் நீங்கி, குட்டி, குழந்தை, குஞ்சு, கன்னிக்குட்டி என்பதான மேய்ப்பனின் மனம் கனிந்துநின்றான். தன் மந்தையில் ஆட்டுக்குட்டிகளைக் குழந்தையாகவும், வீட்டில் குழந்தைகளைக் கன்னுக்குட்டிகளாகவும்

கொஞ்சுவான். அப்படி இதுவும் ஒன்றெென அவனுடைய துடுக்கு மனம் நம்பியது.

நின்றிருக்கும் யானைக்குட்டியின் பின்புறத்தில் இருந்த மரக்கிளைகளையெல்லாம் விலக்கி, பாறைகளை உருட்டி அகலமான பாதையைத் திறந்தான். அது திரும்பாமல் அப்படியே நின்றவாக்கில் அசைந்துகிடந்தது. துணிகரமாக உள்ளே நுழைந்து முறிந்துகிடந்த மரங்களிலிருந்து ஒரு கிளையை உடைத்துத் தழைகளை உருவி வீசிவிட்டு, அந்தக் கொம்பைக் குட்டியிடம் நீட்டினான். திரும்பி அவனைப் பார்த்த அந்தக் குட்டி அவன் நீட்டிய கம்பைத் தன் தும்பிக்கையால் பிணைபோட்டுச் சுற்றிக்கொண்டது. அவன் உடல் இதுவரை அடையாத சிலிர்ப்பில் ஜில்லிட்டது. அவன் கனவுக்குள் இருப்பதாகத் தோன்றுகையில் ராக்குருவி கத்திக்கொண்டு பறந்தது. ஒருவேளை அவன் யானைக்குட்டியை நெருங்கிவிட்டதைத்தான் காட்டுக்கு சேதியாகத் தெரியப்படுத்துகிறதோ என்று ஒருகணம் எண்ணி அதிர்ந்தான். ராக்குருவியின் கூச்சல் கேட்டு பெரிய யானைகள் ஓடிவந்தால்... அவன் பின்வாங்கினான். ஆனாலும், அவன் நீட்டிய கொம்பை விடாமல் அப்படியே நின்றது யானைக்குட்டி.

தொலைவிலிருந்து ஆடுகள் மந்தையாய்க் கத்தின. மீண்டும் கனவுக்குள் நுழைந்தவன், பிடித்திருந்த கொம்பை மெல்ல இழுத்தான். அதோடு சேர்ந்து அந்தக் குட்டியும் அவனை நோக்கி வந்தது. அவன் துணிந்துவிட்டான். பட்டப்பகலில் ஒரு ஆட்டுக்கிடாயை ஓட்டுவதுபோல் யானைக்குட்டியைப் பாதை வழியே ஓட்டத் தொடங்கினான். சில அடிகளுக்கு மேல் நகர மறுத்தது. ஆட்டை ஓட்டப் பயன்படுத்தும் அத்தனை ஓசைகளையும் பிரயோகித்துப்பார்த்தான். அசைந்துகொடுக்கவில்லை. இருட்டி நெடுநேரம் ஆகிப்போனதன் உணர்வு இப்போதுதான் உரைத்தது அவனுக்கு. மூட்டடித்த லுங்கியை இடுப்பிலிருந்து உருவி அதைக் குட்டியின் கழுத்தில் மாட்டி, முரண்டுபிடிக்கும் ஆட்டை இழுப்பதுபோல இழுத்தான். வேகமான சில அடிகளை எடுத்துவைத்து அவனுக்குப் பின்னால் நடந்துவந்தது.

வியர்வையில் தொப்பலாக நனைந்துபோயிருந்தான். வழியோரத்தில் புளியமரங்கள் சூழ்ந்த மைதானத்தில் அசைபோட்டபடி படுத்திருந்த ஆடுகள் இவனைப் பார்த்ததும் கத்தியபடி ஆவலாய் எழுந்துநின்றன. மெல்ல சுதாரித்த ஆடுகள், அவன் பின்னால்

தெரிந்த உருவத்தைப் பார்த்ததும் மிரண்டுசிதறின. அவை சிதறி ஓடுவதைப் பார்த்து யானைக்குட்டியும் மிரண்டு பின்வாங்கியது.

இருபக்கத்தையும் சமாளித்து ஆடுகளை முன்நோக்கி விரட்டினான். இருட்டுக்குப் பழகிய ஆடுகள், அவன் நிதானத்துக்குக் காத்திராமல் தாகத்தில் வேகமாக ஊர் நோக்கி நடந்தன.

இப்போது குட்டியை அங்கிருந்து நகர்த்த எந்த முறையும் கைகொடுக்கவில்லை. லுங்கி நடுவே நீளமாகக் கிழிந்தது மட்டுமே மிச்சம். வால் முறுக்கிப்பார்த்தான். வாலைக் கடித்தும் பார்த்தான். நகரவில்லை. மிரண்ட ஆட்டுக்கிடாக்களைச் சந்தைக்கு ஓட்டிப்போனது நினைவுக்குள் வரவே இப்போது அவனது கை தானாகக் குட்டியானையின் காதை நோக்கி நகர்ந்தது. காதைப் பிடித்து மெல்லத் திருகியதும், “உய்ய்ய்வாம்... உய்யய்யவாம்...” எனக் கத்தியது. அவன் நடுங்கி ஓடிப்போய் புதருக்குப் பின்னால் மறைந்துகொண்டு நெடுநேரம் அசையாமல் கிடந்தான். அவனின் வயிறு கலங்கிக் கத்தியது. யானைகள் வந்துவிடுமோ எனும் நெனப்பு இரண்டாம் முறையாக அவனுக்குக் கிலிகூட்டியது.

காது திருகலால் குட்டி வேகமாக ஆடுகள் போன பாதையில் நடந்தது. அவன் பின்னால் திரும்பித்திரும்பிப் பார்த்து நடுக்கத்தோடு அதன் காதுகளை மாற்றிமாற்றித் திருகித்திருகியே ஆட்டுப்பட்டிக்கு ஓட்டிவந்துவிட்டான். இப்போது கிணற்றில் குதித்து எழுந்தவனைப் போல் தலையிலிருந்தும் துணிகளிலிருந்தும் வியர்வை சொட்டி வழிந்தது. ஆட்கள் நடமாட்டம் ஏதுமில்லை. எப்போதாவது வந்துபோகும் ஆண்டை இப்போது வந்துவிடக் கூடாதென்று உள்ளுக்குள்ளே கேட்டுக்கொண்டான்.

பட்டிக்கு உள்ளேயும் வெளியேயும் குறுக்குமறுக்காகப் பின்னங்கால்களை அகட்டிநின்ற தாயாடுகள் தம் மடியை முட்டிப் பால் உறிஞ்சும் குட்டிகளை வாஞ்சையோடு நக்கிக்கொடுத்தன. தலைதாழ்ந்த யானைக்குட்டியின் கண்கள், பால் குடிக்கும் ஆட்டுக்குட்டிகளையும் தாயாடுகளையும் ஏக்கமாகப் பார்ப்பதுபோல இமைசிமிட்டி நின்றது. தாயானையிடம் இந்தக் குட்டி எப்படிப் பால் குடிக்கும் என்ற எண்ணம் உள்ளுக்குள் ஓடக் கலங்கிநின்றான். இப்போது அவனால் ஆட்டுக்குட்டிகள் பால் குடிப்பதை இயல்பாய்ப் பார்க்க முடியவில்லை.

புதிய யோசனையில், பட்டியின் வேலியில் சொருகியிருந்த கொட்டயத்தை எடுத்தான். ஆடுகளுக்கு மருந்துகள் ஊற்றும் ஓரடி நீள மூங்கில் ஒழக்கு. வேகமாக ஒரு ஆட்டின் அருகில் போனவன், பால் குடித்துக்கொண்டிருக்கும் ஒற்றைக் குட்டியை விலக்கி விரட்டினான். அது கத்தியபடி முட்டிநின்றது. தன் அகண்ட உடலால் அதை மறித்து ஆட்டின் மடியைத் தடவி இருவிரல் இடுக்கில் காம்பைப் பற்றிப் பெருவிரல் மடக்கிப் புழிந்தான். சரம்சரமாய்ப் பீய்ச்சி நுரை கப்பக் கொட்டயத்தில் பால் நிரம்பியதும் எழுந்து ஆட்டுக்குட்டிகளுக்கு வழிவிட்டான்.

கையில் பாலோடு யானைக்குட்டிக்கு அருகில் வந்தான். அதன் தும்பிக்கையில் மட்டும் அசைவு தெரிந்தது. அதன் வாய் எங்கிருக்கிறதென்று அவனுக்குத் தெரியவில்லை. பால் குடிக்கவைக்கத் தும்பிக்கையை இடதுகையால் தொட்டதும் அவனுக்குள்ளே மின்சாரம் பாய்ந்து நடுங்கியது. மெல்ல தும்பிக்கையை உயர்த்தி அதன் நுனிவிளிம்பில் கொட்டயத்தை வைத்துப் பாலை ஊற்றினான். “உஷ்ஷ்ஷ உஷ்ஷ்ஷ் உஷ்ஷ்ஷ உஷ்” என மூச்சின் ஓசையோடு, வழிந்த பாலை நாக்கால் நக்குவதை அவன் கவனிக்கவில்லை. இன்னும் வேகமாக ஊற்றினான். ஒரு பெருமூச்சால் கொப்பளிப்பதுபோல அவன் மீது பீய்ச்சித் துப்பியபடி தும்பிக்கையை அவனிடமிருந்து உதறிவிடுத்தது. கொட்டயம் பாலைச் சிந்தியபடி விழுந்துகிடந்தது. அவன் விலகி ஓடிப்போனான். மீண்டும் அசைவின்றிப் பாறையாய் நின்றது யானைக்குட்டி.

ஆடுகள் தண்ணீர் குடிக்கும் தொட்டிக்கு அருகில் ஏற்றியிருந்த குடுக்குவிளக்கின் வெளிச்சத்தில் அதைத் தள்ளி நிறுத்தினான். அது தண்ணீரைக் கண்டுகொண்டதாகவே இல்லை. அப்படியே நின்றது. தரையில் தெரிந்த அதன் நிழல் உருவம் பெரிய யானையாய்த் தெரிந்தது. என்ன தீனி கொடுப்பது என்று புரியாமல் ஆட்டுக்குட்டிகளுக்காகக் காலையில் ஒடித்துவந்த வாடிய காட்டுமரக் கொப்புகளை அதற்கு முன்பாக நீட்டி தும்பிக்கை மீது உரசினான் .

அவனது நகத்தால் கிழிந்த குட்டியின் இளம் காதுகளில் ஆங்காங்கே ரத்தம் கசிந்து உறைந்துபோயிருந்தது. வலியில் கத்திவிடுமோ எனும் படபடப்பு அவனுக்குள் அடங்கவே இல்லை.

அது இரவில் உடல் படர்த்திப் படுக்குமா? எப்படியான இடத்தில் படுக்கும்? நாளையிலிருந்து அதை என்ன செய்வது? இப்படி அவனுக்குள் அடுக்கடுக்காக எழுந்த எந்தக் கேள்விகளுக்கும் அவனிடம் பதில் இல்லை. இப்போது அவன் ஒரு பைத்தியம்போல் அங்குமிங்கும் அலைந்தான். தன் செயலின் விபரீதம் புரிய அவன் உடலிலிருந்து சொதசொதப்பாக ஏதோ வழிந்து நாறியது. அது வியர்வையா, ரத்தமா தெரியவில்லை. உடல் கொதித்தது. இப்போது எதைப் பார்த்தாலும் பயம்தான்.

வெளிச்சத்தில் யானைக்குட்டியைப் பார்த்த ஆடுகள் பயத்தில் கத்தியபடி கழுதைகளைப் போல் சிதறி ஓடின. இது யானைக்குட்டியா, இல்லை வேறு எதுவுமா என்ற எண்ணம் அவனை உலுக்கியது. அதைப் பார்க்காமல் ஓடி, ஆடுகளைப் பட்டிக்குள் மடக்கி அதனதன் கயிற்றில் கட்டி நிமிர்ந்தான். இப்போது அவனுடைய சுவாசம் ஒவ்வொன்றும் பெருமூச்சுகளாகவே வந்தன. மீண்டும் கொண்டுபோய்க் காட்டில் விட்டுவிடலாமா என்றும் யோசித்தான். அது அத்தனை சுலபமானதல்ல என்ற நெனப்பும் உள்ளுக்குள் ஓடியது. பாதையின் தொலைவையும் வழியின் கரடுமுரடையும் நினைத்துப்பார்க்க முடியவில்லை. வரும்போது பாதை நீளமும் இறக்கம், இப்போது போவதென்றால் பாதை நீளத்துக்கும் ஏற்றம். அதுவுமில்லாமல் குட்டியால் இனி நடக்க முடியுமென்று அவனுக்குத் தோன்றவில்லை. பின்னால் கைவைத்து நகர்த்தினால் ஒரு தையல் எந்திரம்போல் குதித்து நகர்ந்தது. தன் ஆயுசுக்கும் அவன் இவ்வளவு யோசித்தவன் இல்லை.

அப்போதைய இருட்டு நல்லதா கெட்டதா என்று அனுமானிக்க முடியவில்லை. இந்தக் குட்டியால் விடிவதற்குள் தனக்கு ஏதோ நடந்துவிடும் என்ற நெனப்பு. சீக்கிரம் விடிய வேண்டும் என்றும், விடிந்தால் எல்லோருக்கும் தெரிந்துவிடும் என்றும், இருட்டே தொடரட்டும் என்றும் மாறிமாறி அவனை அலைக்கழித்தன. இனி அது தன் எதிரில் இருக்க வேண்டாம் என்ற நெனப்போடு எழுந்தவன் நடுக்கத்தோடு ஒரு வேலைபார்த்தான். பெரிய கொடாப்பைத் திறந்து அதில் இருந்த ஆட்டுக்குட்டிகளைத் தாயாடுகளிடத்தில் ஓட்டினான். அவை கத்தியபடி ஓடின. பதிலுக்கு ஆடுகளும் தத்தம் குட்டிகளைச் சேர்த்துக்கொண்டன.

பல்லைக் கடித்துகொண்டு கொடாப்பைத் தலைக்கு மேலாகத் தூக்கிவந்தவன் நின்றிருந்த யானைக்குட்டியின் மேல் கவிழ்த்தான். அப்போதும் அது அசையாமல் நின்றிருந்தது. அவனால் அதன் யோசனையை அறிய முடியவில்லை. பட்டியோரத்தில் நிற்கவைத்திருந்த ஆண்டை வீட்டுப் பழைய வாசக்காலைத் தம்பிடித்து இழுத்துவந்து கொடாப்பின் மேல் தாப்புக்கு வைத்தான். இனி என்ன நடந்தாலும் அங்கு இருக்க முடியாது எனும் பேரச்சத் துணிச்சலில் பட்டியின் தடுக்கையை இறுக்க மூடிவிட்டு வீடு நோக்கி ஓடத் தொடங்கினான். நேற்று ஆடுகளின் ஈத்தைக் கவிச்சியோடு நடந்தவன், இன்று யானைக்குட்டியின் உடல் நாற்றத்தை இளுப்பிக்கொண்டு நடந்தான். நடக்கவில்லை, ஓடினான். அவனைப் பார்த்த தெருநாய்கள் பம்மி ஊளையிட்டன. அது அவனுக்கு இன்னும் கலக்கத்தைக் கூட்டியது.

மூச்சிரைக்க வீட்டின் முன்னால் நின்றான். அடங்கிப்போயிருந்த ஊரின் மௌனம் அவன் நடுக்கத்தைக் கூட்டியது. தன் வீட்டுக்குள் பூனையென அடியெடுத்துவைத்தவன் யாரையும் எழுப்பாமல் உள்ளறைக்குள் போய் முடங்கிக்கொண்டான். நெஞ்சின் படபடப்பு உடலெங்கும் அதிர்ந்தது. வயிறு எருமைக்கன்றைப் போல் பசியில் கத்தியது. அப்போதுதான் அன்று காலையிலிருந்து ஒன்றும் சாப்பிடாதது நினைவுக்கு வந்தது. பானையிலிருந்து தண்ணீரை மொண்டுமொண்டு வயிறு முட்டக் குடித்தான். பற்களை இறுக்கிக் கடிப்பதை போல் இமைகளை மூடினான். தூக்கம் வரவில்லை. புரண்டான். யானையின் நெனப்பிலிருந்து வேறு நெனப்புக்குள் நுழையத் துடித்தது மனம். தூரத்தில் குழந்தை அழும் சத்தமும் தாயின் தாலாட்டும் மாறிமாறிக் கேட்டன.

நாய்கள் கூட்டமாக நின்று எந்தத் திசையையோ பார்த்து ஊளையிட்டபடி இருந்தன. காட்டில் குட்டியைத் தேடும் யானைகளை நினைத்தான். கிடையில் ஆட்டுக்குட்டிகளின் கொடாப்புக்குள் இருக்கும் யானைக்குட்டியும், பசியால் இந்தக் குழந்தையைப் போல் கத்துமோ எனும் நெனப்புக்குள் யானைக் கூட்டம் அவனை மிதித்து போரடித்தன.

இளகும் இருட்டின் முதல் இணுக்கில் கொடாப்புக்குள்ளிருந்து வந்த முதல் பிளிறலால் அதிர்ந்து ஆடுகள் பட்டியின் தடுப்புகளை மோதித்தள்ளிக்கொண்டு சிதறியோடின. பொழுது

கரியோடன் ❖ 137

புலரப்புலரப் பிளிறல்களின் ஓங்காரம் கூடியது. கடிபட்டதுபோல் மூலைக்கொன்றாக ஆடுகளும் கத்திக் கூப்பாடு போட்டன.

“ஐய்யய்யோ, யான, யான எறங்கிடுச்சி யான...” காலையில் ஒதுங்கப்போன யாரோ கிழித்துப்போட்ட சொல்லால் ஊரார் பந்தங்களோடு காட்டை நோக்கி ஓடினார்கள். சிலர் மோளங்களையும், தோதான அன்னக்கூடை, தேக்சாக்களையும் சுமுக்குகளால் அடித்தபடி கூட்டம்கூட்டமாகப் பின்னால் ஓடினார்கள்.

ஆண்டையின் ஆட்டுப்பட்டியைத் தாண்டிக் காட்டில் பாதிக் கூட்டமும், காட்டோர வயல்களில் மீதி மக்களும் பெருங்கூச்சலோடு யானையை விரட்டத் தேடியலைந்தார்கள். பட்டியைக் கடந்த எல்லோர் கண்களுக்கும் கொடாப்பில் ஆட்டுக்குட்டிகளே தென்பட்டன. ஊருக்குள் ஒரே கலவரமாக மக்கள் அங்குமிங்கும் அலைந்துகிடந்தார்கள்.

பட்டியண்டைக்கு வந்த வெங்கட்டப்பா இந்நேரமாகியும் வராததற்காக அவனைத் திட்டியபடியே உள்ளே நுழைகையில் அங்கிருந்த அலங்கோலத்தைக் கண்டு அதிர்ந்துபோனார். மூலைக்கொன்றாய்ச் சிதறிக்கிடந்த ஆடுகளை நெருங்கினார். நாக்குகளை வெளியில் தள்ளி நடுங்கிக்கிடந்தவற்றைப் பட்டியை நோக்கி ஓட்டப் போராடினார். ஒன்றும் நகராமல் கத்திக்கொண்டு பின்வாங்கின. ஒன்றும் புரியாமல் மலங்கமலங்க முழித்த அவர், குட்டிகளின் பின்னால் வந்துவிடும் எனும் நெனப்பில் அருகில் இருந்த குட்டிகளில் இரண்டைக் தூக்கிக்கொண்டார். ஆடுகளைத் திரும்பிப்பார்த்தபடியே நடந்துவந்து கொடாப்பின் மேல்துவாரங்களின் வழியே குட்டிகளை உள்ளே போட்டார்.

அடுத்த நொடி அந்த இடமே அதிரக் கொடாப்புக்குள்ளிருந்து வெடித்தது யானைக்குட்டியின் பிளிறல் ஓங்காரம். நிலைகுலைந்து அப்படியே விழுந்தவர் அதிர்ச்சியில் வார்த்தைகள் வராமல் வயிற்றிலும் வாயிலும் அடித்துக்கொண்டு அடிபட்ட விலங்கைப் போல் தேக்கியபடியே தூர நகர்ந்தார். வெடிச்சத்தம் கேட்டுத் தெறித்துப்பறக்கும் பறவைகளெனக் கிடந்த மக்கள், ஓஓஓஓஓஓஓவெனப் பெருங்கூச்சல் முழக்கங்களோடும் மோள அதிர்வுகளோடும் வெங்கட்டப்பாவின் நிலத்தை நோக்கி ஓடிவந்தார்கள்.

கொடாப்பை யாரும் நெருங்கவில்லை. தொலைவில் இருந்தபடியே யானைக்குட்டியைப் பற்றிப் பலப்பலக் கதைகள் பிறந்தன. விடிந்து ஏறிவந்தது பொழுது. அவ்வளவு மக்களும் காட்டோரம் மொய்த்துக்கிடக்க ஊர்கள் வெறிச்சோடிக்கிடந்தன. அவனை எழுப்பிப்பார்த்து முடியாமல் கும்பலோடு கும்பலாய்க் குழந்தையை அள்ளித் தோளில் போட்டுக்கொண்டு அவனது மனைவி காமாட்சியும் மக்கள் பின்னால் ஓடினாள்.

வெப்பத்தில் உருகி நெளிந்துபோன ரப்பர் குழாயைப் போல் கோணல்மாணலாய்க் கிடந்த கப்பிச் சாலையில் மேடுபள்ளங்களில் சாணியை உருட்டும் வண்டுகளாய் ஊர்ந்துவந்தன கரும்பச்சை ஜீப்புகள். மக்கள் ஆங்காங்கே சிறுசிறு கூட்டமாக நின்று வேடிக்கைபார்த்தனர். குலுங்கி ஆடி அந்தப் பொட்டலில் ஜீப்புகள் வந்துநின்றதும் பயந்து ஒதுங்கியது கூட்டம். கொஞ்ச நேரத்தில் கூட்டத்தில் நின்றிருந்த காமாட்சியைக் குழந்தையோடு ஏற்றிக்கொண்டு அவன் வீட்டை நோக்கிச் சீறி ஓடியது காவல்துறை ஜீப். பொறிக்குள் சிக்கிய பறவையாய் மிரண்டுநடுங்கினாள் காமாட்சி. காற்றின் சிலுசிலுப்பில் அவனது குழந்தை சிரித்தது.

மறுநாள் காலையில் ஊராட்சி மன்ற நூலகக் கட்டடத்துக்கு வெளியேயும் கோயில் ரச்சைக்கு அருகில் பெருங்கூட்டங்களாக மக்கள் சூழ்ந்து எதையோ மொய்த்திருந்தனர். அன்றைய செய்தித்தாள்களில் யானைக்குட்டியின் படத்துக்குப் பக்கத்திலேயே முகம்வீங்கிய அவனுடைய படமும் போடப்பட்டிருந்தது. சிறியவர், பெரியவர், ஆண், பெண் என மொத்த ஊரும் செய்தித்தாள் பார்த்தது அன்றுதான். சுற்றுப்புற ஊர்களெங்கும் யானைக்குட்டியை அவன் ஓட்டிவந்த சம்பவம் விதவிதமான கதைகளாகப் பரவின. அதற்குப் பிறகு எல்லோரும் அவனைப் புதுப் பெயர்களால் அழைக்கத் தொடங்கினர்: “கரியோடன்”, “யானக்குட்டி.”

– ‘காக்கைச் சிறகினிலே’, பிப்ரவரி, 2016.

●●●

அகவெளி வண்ணங்கள்

அதற்கு மேல் அவனால் செய்தித்தாளைப் படிக்கவே முடியவில்லை. அன்றைய தலைப்புச் செய்தியும் படங்களும் அவனை நிலைகுலைத்துவிட்டன. பேதலித்து நடுங்கியபடி படிக்காமல் பக்கங்களை மட்டும் விரித்து மூடிய புரட்டலில் நடுப்பக்கங்களின் வண்ணப் படங்கள் அவன் உதறலை மேலும் கூட்டின. அப்படியே மடித்துவைத்துவிட்டு விலகிநின்றுகொண்டான். அப்போது அது அவனுக்கு செய்தித்தாளாகத் தெரியவில்லை, உடல்களை மூடிச் சுருட்டிவைத்திருக்கும் கறைபடிந்த சவத்துணிபோல் தெரிந்தது. உடல் விம்மி உள்ளுக்குள் வெப்பம் கொதகொதத்து முட்டிக்கொண்டுவந்தது. செய்தித்தாளுக்கு அருகில் இருப்பது அந்தச் சடலங்களுக்கு அருகில் இருப்பது போன்ற உணர்வில் உடைந்து உறைந்துநின்றான் சுப்பிரமணி.

அந்த அதிகாலைக் குளிர்க்காற்று அவனுடைய விக்கல்களையும் கண்ணீரையும் முகர்ந்துபார்த்து அங்கேயே சுழன்றுகிடந்தது. சில நாட்களாக வழக்கமான விரட்டலோ டார்ச் வெளிச்ச எரிதலோ இல்லாத அவனது காவலில் உறங்கிவிழித்துவந்த பறவைகள், அன்று அவன் கண்ணீர் வழியும் முகத்தைப் பார்த்து தம் கிரிச்சிடல்களை நிறுத்திக்கொண்டன. உயர்ந்த யுகலிப்டஸ், அசோகா, சில்வர் மரங்களிலிருந்து வழக்கத்தைவிட அதிகமான இலைகள் அன்றைய அதிகாலைக் குளிர்க்காற்றில் உதிர்ந்துபுரண்டன.

மணியின் பார்வைக்குத் தப்பி அந்த வளாகத்தில் எதுவும் உள்நுழையவும் வெளியேறவும் முடியாது. கண்ணும்கருத்துமாகக் கையில் ஒரு நீளமான எவர்சில்வர் டார்ச்சோடு சுற்றித்திரிந்து இரவுக் காவலில் சலிக்காமல் விழித்திருந்தான்.

கடந்த இரண்டு மாதங்களில் அந்த அலுவலகத்தில் இரவுக் காவலுக்காக வந்த நான்கு பேர் ஒன்றிரண்டு இரவுகளோடு வெளியேற்றப்பட்டிருந்தார்கள். எல்லோரையும் காட்டிக் கொடுத்தது கண்காணிப்பு கேமரா. இரவுக் காவலாளிகளின் குறட்டைகள், மது புட்டிகளோடு போதையில் போட்ட ஆட்டங்கள், ஆன்ட்ராய்டு போன்களில் ஆபாசப் படங்கள் பார்த்து அலங்கோலமாகக் கிடந்த காட்சிகள் என அனைத்தையும் போட்டுக்காட்ட தாமாகவும் சிலர் ஓடிப்போனார்கள்.

சுப்பிரமணிக்கு முன்பு ஒருவர் இருந்தார். பெயர் ரத்தினம். ஒரு வாரம் தாக்குப்பிடித்தார். அதற்குள் தன் காவலின் வீரதீரங்களைக் குறித்துத் தாமாகவே நிறைய தம்பட்டம் அடித்துக்கொண்டார். எட்டாம் நாள், அவரின் தூக்கத்தால் கண்காணிப்பு கேமராவே களவுபோக அவரும் வெளியேற்றப்பட்டார்.

காட்டிக்கொடுக்க ஏதுமில்லாத நிலையில், ட்யூட்டி நேரத்தில் குடிக்கக் கூடாது, ஆன்ட்ராய்டு போன் பயன்படுத்தக் கூடாது எனும் நிபந்தனைகளை ஏற்று செக்யூரிட்டி கம்பெனி அனுப்பிய கடைசி நம்பிக்கையாய் அந்த அலுவலகத்துக்கு இரவுக் காவலாளியாக வந்துசேர்ந்தான், ரோந்துக் காவலாளியான மணி என்கிற சுப்பிரமணி.

“ம்க்ம், இவன் எத்தன நாளிக்கோ?”

எல்லா வாய்களும் இப்படித்தான் முணுமுணுத்தன. முதல் இரண்டு நாட்கள் யார் எவரெனத் தெரியாமல் வேலை முடிந்து வெளியேறும் எல்லோருக்கும் அட்டேன்சனில் நின்று விரைப்பாய் சல்யூட் அடித்தான் மணி. பலர் மிரண்டுபோனார்கள். குறிப்பாக, பெண் ஊழியர்கள்.

ஆகாய நீலத்தில் கோடுபோட்ட அரைக்கைச் சட்டை, கருநீலத்தில் முழுக்கால் சட்டை. இதுதான் அவன் சீருடை. இரவு முழுவதும் லாடமடித்த கறுப்பு பூட்டோடு ஆமைக் குல்லாயை மாட்டிக்கொண்டு வளாகத்தைக் கண்காணித்தான். மரங்களிலிருந்து நிழலாய் உதிர்ந்து படரும் இரவிடமும், அதன் இருட்டில் துலங்கும் பழுத்துத்திரிந்த பல உருவ இலைகளிடமும் பேசியபடி சுற்றினான். எந்த மூலையிலிருந்தும் அவன் கண்கள் முழு வளாகத்தையும் துளாவின. காற்றில் புரண்டுகிடந்த செந்நிறப்

பலா இலைகளை ஒவ்வொன்றாக எடுத்து அதன் நரம்புகளை விரல்களால் தடவி முகத்தில் அணைத்துக்கொண்டான்.

மாலை ஆறு மணியிலிருந்து மறுநாள் காலை ஏழு மணிவரை வேலை நேரம். எப்போதும் இரவுப் பணிதான், அதுவும் ரோந்துப் பணிதான் வேண்டுமென அடம்பிடித்து வேலையில் சேர்ந்த வித்தியாசமான இயல்புக்காரன். தினமும் நெய்வேலியிலிருந்து பேருந்தில் வந்துபோனான். போகவர மொத்தம் ஆறு மணிநேரம். வாரத்தில் எல்லா நாளும் வேலை. ஓய்வின்றித் தினமும் பதிமூன்று மணிநேரக் காவல்பணி. இப்படியான அன்றாடங்களில் அவன் எப்போது தூங்குகிறான் என்பது அறிய முடியாத ரகசியம்.

யாரோடும் அதிகம் பேசாமல், விசாரிப்புகளுக்கு ஒற்றை வரி பதிலைக் கொடுத்துவிட்டு வெகுளியாகச் சிரிப்பான். அந்தச் சொற்ப உரையாடல்களில் தனித்த தெளிவு இருக்கும். பிஎஸ்சி கணிதம், திருச்சி புனித ஜோசப் கல்லூரி மாணவன்.

அவனுடைய செழிப்பான ஆங்கிலத்துக்காகப் பல வேலைகள் கிடைத்தன. ஆனாலும், ஐந்து நாட்களுக்கு மேலாக அவனால் அந்த வேலைகளில் நிலைக்க முடிந்ததில்லை. நவநாகரீக நங்கைகள் சுற்றிப் பறந்துவரும் சென்னையின் பிபிஓ கால்சென்டர்களிலும்கூட சில நாட்களோடு வீடு திரும்புவதே நடந்தது.

செக்யூரிட்டி அலுவலகம் கேட்டுக்கொண்டதால், இங்கும் அவன் தற்காலிக ஆள் மட்டுமே. வேறு தகுதியான ஆள் கிடைக்கும்வரை இரவுப் பணிக்கு மட்டும் என்ற உத்தரவாதத்தோடுதான் இந்த வேலைக்கு ஒப்புக்கொண்டுவந்தான்.

எல்லாவற்றையும் புறந்தள்ளிவிட்டு ஏனோ அவன் செக்யூரிட்டி வேலையைத் தேர்ந்தெடுத்தான். அந்த செக்யூரிட்டி ஆபீஸில் வேலைக்காக அவனது சான்றிதழ்களைச் சரிபார்த்தவர்கள், முதலில் அவனுடைய கல்வித் தகுதியைக் கண்டு வேலைதர மறுத்துவிட்டனர். ஆனால், விடாமல் பல நாட்கள் அந்த செக்யூரிட்டி அலுவலகத்துக்கு நடையாக நடந்தான். முன்னாள் ராணுவ வீரர்களுக்கு மட்டும்தான் வேலை என்று சொல்லி வெளியில் அனுப்பினார்கள். இருந்தாலும், எல்லோரும் வேடிக்கைபார்க்க அன்றாடம் வந்து அடம்பிடித்து நின்றான். கடைசியாக, அவன் படித்த படிப்புக்கும் ஆங்கிலப் புலமைக்கும்

அலுவலகத்தில் வேறு வேலை கொடுப்பதாகச் சொன்னார்கள். அதையெல்லாம் மறுத்து இரவுநேர 'ரோந்துக் காவலாளி' வேலைதான் வேண்டுமென்று பிடிவாதம் பிடித்து அந்த வேலையை வாங்கினான்.

ரோந்துக் காவலாளி வேலையில் அவன் ஓர் இரவில் இருபத்தேழு கிலோமீட்டர் தொலைவுக்கு மிதிவண்டியில் சுற்றி, பல்வேறு இடங்களில் வேலைபார்க்கும் அந்த செக்யூரிட்டி கம்பெனியின் இரவுநேரக் காவலாளிகளைக் கண்காணிக்க வேண்டும். நள்ளிரவில் தொடங்கும் வேலை, விடிந்த பிறகே முடியும். துளி உறக்கமோ குட்டிக் கண்ணயர்வோ வாய்க்காது. பன்றிக்கூட்டம் புரண்டெழுந்த பெருஞ்சாக்கடையைப் போல் இருட்டு இளகிக்கிடக்கையில் கொடி வழிகளில் அவன் மூச்சுவாங்க மிதித்துப்போவான்.

போகும் வழியில் காணாற்று ஓராவதியைத் தாண்டிவரும் வழியோர மயானத்தில் சில நாட்களில் உடல் எரிந்துகொண்டிருக்கும். அதிலிருந்து எரிந்தும் எரியாத எலும்பும் மஜ்ஜையும் நிணமும் நெடியாய்ப் புகையில் வீசும். அந்த நெருப்பின் வெளிச்சம் கும்மிருட்டைவிட அதிகமாய் அச்சுறுத்தும். சிதையிலிருந்து கிளம்பும் பூக்காத கங்குகள் காற்றில் மினுங்கிப் பறந்து அணையும். வழிநெடுகிலும் இறுதி ஊர்வலச் சாமந்திப் பூக்களின் மணம், கண் திறக்காத நாய்க்குட்டிகளின் கூச்சல்போல் கூடவே வரும்.

யாரோ தூக்கில் தொங்கிய கிளைகள் அறுபட்ட புளியமரங்கள் அடர்ந்த கப்பி வழிகளில் ஆந்தைகளின் அலறலும் கோட்டான்களின் குமுறலும் குபுளிகுப்பான்களின் கூச்சலுமே வழிநெடுகக் கேட்கும். பாழடைந்த கிணறுகளையும், தலைதொங்கிக்கிடக்கும் தென்னைமரங்கள் அடர்ந்த தோப்புகளையும், குற்றுயிராகக் கிடக்கும் வயல்வெளிகளையும் கடந்து இரவெல்லாம் அவன் ரோந்துவந்தான்.

செழித்துக்கிடந்த வயல்வெளிகளின் உயிர்களையெல்லாம் கொன்று ஆங்காங்கே அமானியாய் முளைத்திருந்தன தொழிற்கட்டடங்கள். காற்றில் வீச்சமாய் மிச்சமிருந்தது மரஞ்செடிகளின் உயிர் மணம்.

அங்கிருந்த காவல்காரர்களைத் தேடிக் குறுக்கும்நெடுக்குமான பாதைகளில் ஒரு சர்க்கஸ் சாகசக்காரனைப் போல சைக்கிள்

சக்கரங்களால் ஓயாமல் தேய்த்து இருட்டைத் துலக்கினான். இணையை அழைத்து இடையறாது கத்தித் தாவிக்கிடக்கும் அணில்போல் ஆயில் போடாத அவனுடைய மிதிவண்டி கத்திக்கொண்டே வரும். வழிநெடுக அதுவே அவனுக்குப் பேச்சுத்துணை.

அவன் காவல் இருக்கும் இந்த அலுவலகத்தில் இருபதுக்கும் மேற்பட்டவர்கள் வேலைபார்த்தார்கள். எந்த நேரமும் சோர்ந்து உட்காராமல் துருதுருவென்று நடமாடி எல்லோரையும் ஆச்சரியப்படுத்தினான்.

தினமும் அந்த அலுவலகத்துக்கு வரும் இரண்டு செய்தித்தாள்களையும் அதிகாலையில் அவன்தான் வாங்குவான். கவியும் இருட்டைக் கண்டு வேகமாக நுனிப்புற்களை மேயும் பசித்த மாட்டின் தவிப்பாய் மாற்று ஆள் வருவதற்குள் இரண்டையும் முடிந்தவரை கண்கள் மேயும். பின்பு, மடிப்பு கலையாமல் வரவேற்பறையில் வைத்துவிட்டு வீட்டுக்குக் கிளம்பிவிடுவான். மாலை திரும்பிவருகையில் தமிழ்ச் செய்தித்தாள் கசங்கிக் கிழிந்துகிடக்கும். ஆனால், ஆங்கிலச் செய்தித்தாள் பல நேரங்களில் அவன் வைத்த மடிப்பு கசங்காமல் அப்படியே கிடக்கும். அன்றைய இரவுக்கு அதுவே அவனுக்கு ஆதரவு.

வீட்டிலும் அவனுக்கு நெருக்கமான நட்பும் உறவுகளும் புத்தகங்களே. எனவே, புத்தகங்களால் நிரம்பியிருந்தது அவனது அறை. அதில் ஆங்கில நூல்கள் கணிசமான இடத்தைப் பிடித்திருந்தன. யாரோடும் சேர்ந்திருப்பதை விரும்பாமல் தனிமையைத் தேடப் புத்தகங்களும் ஒரு காரணமாக அமைந்துபோனது. வீட்டில் அவன் ஒரே பிள்ளை. அந்நியரிடம் பேசுவதுபோல் இரண்டொரு வார்த்தைகள், அதுவும் அம்மாவுடன் மட்டுமே பேசுவான். அதோடு வீட்டின் மேலறைக்குப் போய்விடுவான்.

தமிழ்ப் புத்தகங்களை அவன் விரும்பிப் படிக்கத் தொடங்கியது அவனது கல்லூரி வாழ்க்கையில்தான். அங்கிருந்த நூலகம் அவனுக்கு வேறு உலகத்தை அறிமுகப்படுத்தியது. அதிகம் விரும்பிப் படிப்பது ஈழ இலக்கியங்கள். சிவத்தம்பி, ஜெயபாலன், சேரன், அவ்வை, டேனியல் போன்றோரின் படைப்புகள் அவனது மனதுக்கு மிகவும் நெருக்கமானவை. டோமினிக் ஜீவாவின் 'மல்லிகை' இதழ் அந்த நூலகத்துக்கு வரும். அதையும் அவன் மிகுந்த வாஞ்சையோடு படிப்பான்.

ஈழ விடுதலை, விடுதலைப் புலிகள், பிரபாகரன், திலீபன் போன்ற ஈழச் செய்திகளின் மீது கல்லூரிக் காலத்தில் மிகத் தீவிரமான ஈர்ப்பு உருவானது. கல்லூரி மாணவர் அமைப்புகளில் அடிக்கடி கூட்டங்கள் நடத்தி ஈழப் போராட்டங்கள் குறித்தும் விடுதலைப் புலிகள் குறித்தும் தமிழீழத்தின் அவசியம் குறித்தும் நிறைய தகவல்களைப் பேராசிரியர்களும் அருட்தந்தைகளும் தெளிவுபடுத்துவார்கள். அந்த வரலாற்று நிகழ்வுகள் அவனுக்குள் ஓவியங்களாக ஊற்றெடுத்தன.

எண்பதுகளில் இலங்கையின் போர்க்களக் கொடூரங்களை அறிவிக்கும் மூங்கில் தட்டி ஓவியங்கள் திருச்சியின் பல்வேறு இடங்களில் வைக்கப்பட்டன. அதில் பெரும்பாலானவை மணி வரைந்த ஓவியங்களே. வானொலிச் செய்தியில் கேட்டவற்றையும் பத்திரிகைச் செய்தியில் படித்தவற்றையும் அப்படியே கண் முன் நிறுத்தும் ஓவியங்களால் எல்லோருக்கும் அறிமுகமாகியிருந்தான் மணி. இன்று இல்லாவிடினும், என்றாவது ஒருநாள் ஈழ மண்ணின் வரலாற்று அடையாளங்களைப் போய்ப்பார்ப்போம் என்று மிகவும் நம்பினான். அதற்கு இயல்பிலேயே அவனுக்குள் இருந்த தமிழீழ இன உணர்வு ஒரு காரணம். அவன் வகுப்பில் படித்த ஈழத் தமிழ்ப் பெண் டார்த்தி மீதான அவனுடைய ஈர்ப்பும் பின்னாளில் சேர்ந்துகொண்டது.

அவளும் அவனது ஓவியங்களால் அவனிடம் அறிமுகமானவள்தான். யாரையும் கூர்ந்துபார்ப்பதைத் தவிர்த்துவந்த மணி முதன்முதலில் டார்த்தியை அருகில் பார்த்ததும் சிலிர்த்துப்போனான். அவள் உருவத்தில் அச்சுஅசலாக அவனது நிம்மி டீச்சரைப் போலவே இருந்தாள். களையான கருமை நிறம். அலங்காரம் விரும்பாத இயல்பான எளிமை. அலைபாயாது தீர்க்கமாகப் பார்க்கும் கண்கள். எப்போதும் அவற்றில் கசியும் ஈரம்போல் கவித்துவமாக ஒட்டிக்கிடக்கும், அவள் கவனமாக மறைக்க முயலும் பெருங்கவலை.

அவனுடன் இயல்பாகத்தான் டார்த்தி பழகினாள். அவள்தான் அவனது கனவை மீறி நேரில் ரசிக்கத் தூண்டிய முதல் பெண்ணாக நினைவுக்குள் முளைத்து வளர்ந்தாள். அவன் அதை அவளிடம் சொல்லவே இல்லை.

ஆனால், அவன் நாளுக்குநாள் உடலளவில் மிகவும் தேய்ந்து களைத்துப்போய்க்கொண்டிருந்தான். எலும்புக்கூடு உடலை மறைக்க எதையோ உடுத்திக்கொண்டு கல்லூரிக்கு வந்துபோனான்.

ஒருநாள் அவன் வகுப்புத் தோழர்கள் சிலரோடு கல்லணைக்குப் போயிருந்தான். டார்த்தியும் வந்திருந்தாள். அங்கே இடையறாது கொப்பளித்துத் துப்பும் மதகுகளின் ராட்சச வாய்களிலிருந்து தண்ணீர் குதித்துப் பொங்கிக்கிடந்தது.

"மணி, உங்கள் பள்ளியில் உங்களுக்குப் பிடித்த ஆசிரியர் யார்?" டார்த்திதான் கேட்டாள்.

"நிம்மி டீச்சர்." சட்டெனப் பதில் சொன்னான்.

"ஏன்?"

"அழகா இருப்பாங்க. அழகா உடுத்துவாங்க. நல்லா பாடம் நடத்துவாங்க. அவங்க முழுமையான ஒரு கவிதைபோல. ஆனா, அவங்க அதிகம் வெறுத்த மாணவன் நான் மட்டும்தான்."

தெளிந்த உச்சரிப்போடு மணி சொல்லி முடித்தான்.

ஏதோ சொல்லிக் குலுங்கிச் சிரித்துக்கொண்டே தலையை ஆட்டி, "ஏன் ஏன் உங்களை மட்டும் அவங்களுக்குப் பிடிக்க ஏலல மணி?" என்றாள். அப்போது அவளிடம் அவனால் உண்மையைச் சொல்ல முடியவில்லை.

"தெரியல" என்றான்.

"அதெப்படி உங்களுக்குத் தெரியாமல்போகும்? மறைக்காமச் சொல்லுங்கோ மணி." டார்த்தி சிணுங்கலும் சிரிப்புமாக வெளிப்பட்டாள்.

"தெரியல, அவங்களுக்குப் பிடிக்காமப்போனது தெரிஞ்சதும் நான் பாதியிலேயே அந்தப் பள்ளிக்கூடத்தை விட்டு நின்னுட்டேன். மறுவருஷம் வேற பள்ளிக்கூடத்துல அஞ்சாம் வகுப்புலருந்து படிச்சேன்."

டார்த்தி விடாமல் நிம்மி டீச்சரைப் பற்றியே கேட்டுக்கொண்டிருந்தாள். நீண்ட நாட்களுக்குப் பிறகு மணி தன் தொடக்கப் பள்ளி நாட்களால் நிரம்பினான்.

அன்று இரவு கல்லூரி விடுதி வந்தபோது நிம்மி டீச்சரின் நினைவுகள் அவனுக்கு அதிகமாகவே இருந்தன.

அப்போது அவன் நியூ டவுன் அரசு நடுநிலைப் பள்ளியில் ஐந்தாம் வகுப்பு படித்துக்கொண்டிருந்தான். அன்று நிம்மி டீச்சர் வகுப்பில், இப்படியும் அப்படியுமாக நடந்து கதைசொல்லிக்கொண்டிருந்தார். எல்லோரும் கண்களை அகலமாக விரித்தும் தலைகளை அசைத்தபடியும் டீச்சரின் உதடுகளையே கவனித்துக்கிடந்தனர். நிர்மலாகுமாரி அவரது முழுப் பெயர். செல்லமாக நிம்மி டீச்சர் என்று எல்லோராலும் அழைக்கப்பட்டார். சிலர் 'குள்ள டீச்சர்' என்றும் சொல்வார்கள். பள்ளியிலேயே மிக நேர்த்தியாக உடை உடுத்தி எல்லோரையும் திரும்பிப் பார்க்க வைக்கும் பொம்மை அழகு கொண்டவர் நிம்மி டீச்சர்.

கறுப்பின் வசீகரம் அவரின் ஒவ்வொரு அசைவிலும் பேச்சிலும் தளும்பிச் சிலிர்க்கவைக்கும். தினமும் உடுத்திவரும் சேலைகளுக்குள், பல வண்ண ஓவிய இறகுகளால் நடந்துதிரியும் கறுப்புப் பட்டாம்பூச்சியாய்த் தெரிவார். எங்கெங்கிருந்தும் ஆண்கள் பெண்கள் மாணவர்கள் எனப் பெருங்கூட்டமாக அவரைப் பின்தொடரும் கண்கள், டீச்சர் மறைந்ததும் அவரின் அழகை இச்சித்து ரசித்து அசைபோடும். இது அந்தப் பள்ளியில் அனுதினமும் புதிதுபோல நடக்கும் காட்சி.

மணியின் நினைவடுக்குகளில் எப்போதும் சலனங்களை எழுப்பாத பழுதற்ற நிலக்கரித் துண்டாக நிம்மி டீச்சர் பதிவாகியிருந்தார். நெளிவின்றி வளைந்த புருவங்கள். அடிக்கடி இமைக்கும் அயிரை மீன்களையொத்த கண்கள். அடர்ந்து சுருண்டுகிடந்த கற்றைக்கற்றையான கூந்தல். எடுப்பும் அழகுமான பற்களைக் கவனமாக மூடித்திறந்து, புன்னகைக்கும் சிரிப்புக்கும் வித்தியாசம் காட்டும் அளவான உதடுகள். எப்போதும் புன்னகை மாறாது சிலிர்ப்பைத் தரும் முகம். இதைத் தாங்கிப்பிடித்திருக்கும் கிளைகள் கொண்ட குட்டைக் காம்பென உடல்.

நிம்மி டீச்சர் பையன்களை 'கண்ணா' என்றும், பெண்களை 'கண்ணம்மா' என்றும் அழைப்பார். நாய், எருமை, தீனிமாடுங்க, பொட்டைக் கழுதைங்க என எல்லா ஆசிரியர்களும் அழைக்கும் அதே பள்ளியில் நிம்மி டீச்சர் மட்டும் செல்லமாக அழைப்பது எல்லோருக்கும் ரொம்பவே பிடித்திருந்தது. ஆனால்,

தவறிழைத்தால் எல்லா ஆசிரியர்களையும்விட அதிகமான அடிகளால் வெளுத்துவிடுபவரும் அவர்தான்.

அன்று நிம்மி டீச்சர் சைகைகளோடு கதைசொல்லிக் கொண்டிருந்தார். எல்லோரும் அவரையே கவனித்துக் கிடந்தனர். மணி மட்டும் அப்பப்போ கீழே குனிவதும் ஏதோ எழுதுவதுமாகவே இருந்தான். டீச்சர் அதைப் பார்த்தும் பார்க்காததுபோல் கதைசொல்லி முடித்தார். முடித்த பாடத்திலிருந்து நினைவாற்றல் பரிசோதனை என்று கேள்விகள் கேட்பது அவர் வழக்கம். அன்றும் அப்படியேதான். ஆனால், அன்றைக்கு முதல் கேள்வியை மணியிடம் கேட்டார். மணி தன் பெயரை அழைத்து டீச்சர் கேள்வி கேட்டதைக் கவனிக்காமல் கீழே குனிந்திருந்தான். இப்போது டீச்சர் அவனையே கவனிப்பதைப் பார்த்துவிட்ட மாணவர்கள் சத்தமாகச் சிரித்தார்கள். "ஏய் சுப்பிரமணி, ஏய் சுப்பிரமணி" எனத் தூங்குபவனை எழுப்புவதுபோல் கத்தினார்கள். அவன் தூங்கவில்லை என்பதை நிம்மி டீச்சர் அறிந்திருந்தார். டீச்சரின் ஒரு சைகையில் வகுப்பறை திடீர் அமைதியில் உறைந்தது. மணி நிமிர்ந்தான். ஒட்டுமொத்த வகுப்பறையும் அவனைத்தான் பார்த்துக்கொண்டிருந்தது.

"என்ன எழுதிக்கிட்டு இருக்கிற? எங்க அதைக் குடு..."

முட்டைக்குள் இருக்கும் குஞ்சை வலிந்து வெளியில் இழுப்பதுபோல அவனிடமிருந்து அந்த நோட்டை வலிந்து பிடுங்கியெடுத்தார் நிம்மி டீச்சர். அவன் தர மறுத்து அடம்பிடித்த ஆத்திரத்தில் பிரம்பால் கைகால்களில் சூடு எழும்ப விளாசித் தள்ளிவிட்டாள். டீச்சரோடு சேர்ந்து வலுவான மாணவர்களும் அந்த நோட்டை அவனிடமிருந்து பிடுங்கினார்கள். உடலிலிருந்து ஏதோ ஒன்றைத் துண்டிக்கக்கொடுத்த உயிரைப் போல அவன் அந்த நோட்டிலிருந்து விடுபட்டு அமைதியானான். அவன் கைகளில் ஒட்டியிருந்த நிலக்கரி மை பலரின் உடல்களிலும் துணிகளிலும் கறைகளாகப் பதிந்துபோனது.

இப்போது எல்லோரும் டீச்சரையே பார்த்துக் கொண்டிருந்தார்கள். மணி பெருமூச்சுவிட்டவனாகக் கீழே குனிந்திருந்தான். அவசரமாக மணியின் நோட்டுப் பக்கங்களைப் பிரித்த நிம்மி டீச்சரின் முகம் அதிர்ச்சியில் விம்ம அப்படியே நாற்காலியில் உட்கார்ந்துவிட்டார். அதை மறைக்க வருகைப் பதிவேட்டைத் திருப்பிப் பெயர்களைக் கூப்பிடத் தொடங்கினார். அப்போது எந்த உணர்வாகவும்

டீச்சரால் வெளிப்பட முடியவில்லை. சுப்பிரமணியின் பெயரைக் கூப்பிடாமல் கடந்தார்.

அழுத்தமான முழியோடு எண்ணெய் கலந்த வியர்வை முகத்தில் வழிய, ஆசிரியர்களின் ஓய்வறைக்கு வெளியில் அவன் நின்றிருந்தான். வரப்போக இருந்த எல்லா ஆசிரியர்களும் விசாரித்தபடி கடந்துபோனார்கள். அருகில் நிற்கவந்த வகுப்பு மாணவர்களை விரட்டியடித்தான் மணி. வகுப்பில் இருந்த எல்லோருக்குமே அந்த நோட்டைப் பார்க்க ஆவல். அதனால், பல மாணவர்கள் ஆங்காங்கே உலவினர்.

நிம்மி டீச்சர் உள்ளே அவனது நோட்டின் பக்கங்களைப் புரட்டிப்பார்த்தபடியே இருந்தாள். அதன் ஒவ்வொரு பக்கமும் தேர்ந்த ஓவியங்களால் நிரம்பியிருந்தது. பத்து வயதுச் சிறுவனின் ஆற்றலை மிஞ்சிய வெளிப்பாடுகள் அவை. வயதை மீறிய உணர்வுநிலை ஓவியங்களைக் கண்டு வேறு யார் வரைந்ததோ என்று சந்தேகித்துக் கடக்க நினைத்தாள். ஆனால், அன்றைக்குப் பாடம் நடத்திக்கொண்டிருந்த கோலத்தில், தான் உடுத்தியிருந்த சேலையில் இருந்த பூவேலைகளின் அச்சுபிசகாமல், தன்னை வரைந்திருந்ததுதான் கலக்கத்தைக் கூட்டியது.

தனக்கு முன்பாக இந்த நோட்டை ஆண் ஆசிரியர்கள் யாராகிலும் பார்த்திருந்தால் என்ற எண்ணத்தின் கலக்கத்தில் தண்ணீரை மொண்டுகுடித்தாள். அவசரமாய்த் தன் கைப்பையின் ஆழத்தில் அந்த நோட்டை வைத்து அதன் பக்கங்களுக்குத் திரையாய்த் தன் நாற்காலி விரிப்பான டர்க்கி டவலை மூடி மற்ற பொருட்களால் அணைகட்டினாள். அவன் வெளியில் காத்திருப்பான் எனும் நெனப்பில் பள்ளிநேரம் முடிந்து மாணவர்கள் வெளியேறும் கூச்சல்கள் ஓய்ந்த பிறகே வெளியில் வந்தாள். அப்போது மணி அங்கு இல்லை.

மறுநாளிலிருந்து பள்ளிக்குப் போக மறுத்துவிட்டான். வீட்டில் அம்மா எவ்வளவு சொல்லியும் அவனால் பள்ளிக்குப் போக முடியவில்லை. அம்மாதான் அதிகமாகக் கலக்கமடைந்தாள். அப்பா அதைப் பெரிதாக எடுத்துக்கொள்ளவில்லை. பள்ளிக்கு விசாரிக்கப்போன அப்பாவிடம் அவனது அரையாண்டுத் தேர்வின் மதிப்பெண் அட்டையைக் கொடுத்திருந்தார்கள். நிம்மி டீச்சர், மணியைப் பள்ளிக்கு வரச்சொன்னதாக அப்பா சொன்னார். "நா வேற பள்ளிக்கூடத்துக்குப் போறேன். அந்தப்

அகவெளி வண்ணங்கள் ❖ 149

பள்ளிக்கூடம் வேணா" என்று சொல்லி அழுதான். அம்மாவின் எந்தப் பேச்சும் மிரட்டலும் பலனளிக்கவில்லை. கடைசிவரை அந்த நோட்டு அவன் கைக்கு வரவே இல்லை.

சில நாட்களில் பெரியம்மா வீட்டுப் பிள்ளைகளோடு சேர்ந்துகொண்டு துண்டு நிலக்கரிகள் பொறுக்கி விற்பதும், மாலையில் டென்னிஸ் விளையாடும், அதிகாரிகளுக்குப் பந்துகளை எடுத்துப்போட்டு உதவுவதுமாகக் காலையிலிருந்து இரவுவரை பள்ளிக்கூடங்களில்லா இடங்களில் சுற்றித்திரிந்தான். ஆனாலும், அவனது இடுப்பில் எப்போதும் ஒரு நோட்டு சொருகப்பட்டிருந்தது. வேலைகள் இல்லாத இடைவேளைகளில் அந்த நோட்டின் பக்கங்களுக்குள் அவன் கவனம் அமிழ்ந்துகிடந்தது. மணியின் மனவெளிபோல அவனது நோட்டுப் புத்தகப் பக்கங்களிலும் ரகசிய உருவங்கள் புதிதுபுதிதாகக் கூடின.

மறுஆண்டு வேறு புதிய பள்ளியில் சேர்த்துவிடப்பட்டான். எந்த வகுப்பின் பாடங்களும் அவனுக்குக் கடினமாகவே தெரியவில்லை. ஒரு முறை வாசித்தாலே மனதில் பதிந்துவிடும். தேர்வுத்தாள்களை வண்ண அடிக்கோடுகளால் தனித்துவமாய் அலங்கரித்து அதில் அழகான கையெழுத்துகளால் எழுதுவான். எந்த ஆசிரியரும் அதை வாசித்துப்பார்க்கத் துணிய மாட்டார்கள். அடுத்தடுத்த வகுப்புகளை எளிதாகத் தாண்டி மேல்நிலை வகுப்புக்கு வந்துவிட்டான். பாடப் புத்தகங்களைப் போலவே அவனது தனிப்பட்ட நோட்டுப் புத்தகங்களும் வீட்டு மூலையில் நிரம்பின. நிம்மி டீச்சர் அனுபவத்துக்குப் பிறகு மணி மிகக் கவனமாகவே நடந்துகொண்டான்.

ஆனாலும், வகுப்புகள் ஏறஏற அவனுக்குள் நிகழ்ந்த வளரிளம் மாற்றங்கள் அவனை மேலும் தனிமைகளைத் தேடி அலையவைத்தன. முன்புபோல எல்லோர் முன்பாகவும் எதையும் செய்யும் எண்ணம் மாறி ஓர் அந்தரங்க உணர்வு அவனுடலுக்குள் தீயாய்ப் பாய்ந்து வலியாய்ப் பரவியது. சிறிய வயதில் வரைந்த ஓவிய உருவங்களின் நிர்வாணங்கள் அவனது உடலின் அந்தரங்கத்துக்கு அப்போது உறைக்கவில்லை. ஆனால், இப்போது அவற்றாலும் அவன் உடல் விக்கியது. நினைவுகளுக்குள் விதவிதமான உருவங்களைத் தரிசித்தான். அவற்றை அப்படிஅப்படியே காகிதங்களில் வரைந்துதள்ளினான்.

அப்போதுபோல் இப்போதும் அவற்றை யாருக்கும் காட்டாமல் மறைத்தது தற்செயலானதில்லை.

கண்ணெதிரில் தெரியும் பெண்களையும் அச்சடித்ததுபோல் அப்படியே வரைந்துவிடும் பழக்கம் இருந்தது அவனுக்கு. அப்படித்தான் அம்மா பெரியம்மா அத்தை இவர்களையும், பள்ளியில் ஆசிரியைகள் மாணவிகளையும், யாரும் இல்லாத சூழலில் உள்ளுக்குள் தோன்றித் தெரியும் உருவங்களையும் மாறிமாறி வரைந்தான். அவர்கள் எல்லோரும் பெண்களாகவே இருந்தார்கள். பெரும்பாலும் நிஜத்தில் கண்டு வரைந்த உருவங்கள் ஆடைகள் உடுத்தியிருந்தனர். ஆனால், கற்பனையில் தெரிந்த எல்லா உருவங்களும் ஆடைகளின்றியே உலவினார்கள். அந்த உருவங்கள் அவன் ஓவியங்களில் அப்படியே பதிவாகின. இந்தப் பழக்கம் மூன்றாம் வகுப்பு முதலே யாரும் அறியாமல் மெல்ல அவனுக்குள் ஊறித் தொடர்ந்தது.

அவனறிய வீட்டில் அப்பாவும் அம்மாவும் இயல்பாகப் பேசிக்கொண்டதைப் பார்த்த நினைவு இல்லை. ஒருவித அமைதியும் விலகலுமாக ஆளுக்கு ஓர் அறையில் அந்நியர்போல இருந்தார்கள். சாப்பாடு, செலவுகள், வாங்குவது போன்ற வேலைகள் பழக்கத்தில் தானாகவே நடந்தன. தினமும் அம்மாவோடு படுத்து உறங்கினான் மணி.

வளரவளர மெல்ல அம்மாவிடமிருந்து விலகித் தனியாகப் படுக்கத் தொடங்கினான். மேல்மாடியின் தனியறையில் நினைக்கும்போது படுத்து நடுநிசிகளில் எழுந்து நோட்டின் பக்கங்களில் வடிந்தான்.

அவனுக்குள் காட்சிகளாக ஊறும் கனவுலகப் பெண்கள், உடல் மூடும் நீண்ட கூந்தல்களுக்குள், செழிப்பும் வனப்புமாக வார்க்கப்பட்ட மணல் சிற்பங்களாக நிர்வாணமாகத் திரிந்தார்கள். அவனையும் ஆடைகளைக் களைந்து தங்களோடு உலாவ சைகைகளாலும் கண்ணசைவுகளாலும் அழைத்தார்கள். அவர்களின் விழிகள் வில்லாய், மீனாய், நீர்க்குமிழ்களாய், பசித்து வெறித்து விரைத்து முறைத்து சிலிர்த்து மரத்து மயங்கி அழைத்து விரட்டி மிரண்டு கிறங்கி இமைகளும் புருவங்களும் செழித்துச் சூழ்ந்திருக்க அவனுக்குள் அடர்ந்து தூறிக்கிடந்தார்கள்.

புடைத்துத் துருத்தாத செதுக்கிய வயிறுகள், அவற்றில் காட்டில் அலையும் அரவத்தை ஒத்த மெலிந்த ஓடைகளில் விழும்

செடிகளின் நிழல் மறைவுகளில் குழைந்துகிடக்கும் உதடுகள் தீண்டாத நீர்ச்சுழிகளை ஒத்த தொப்புள்கள், அளவான செழித்த தொய்வுறாத சிலிர்த்த கூர்மையான மார்புகள், அவற்றில் நண்டுக் கண்களைப் போல் தெரிந்த சேப்பிய வாட்டம் கண்ட கறுப்பும் செம்பட்டையும் பழுப்புமான துருத்திய காம்புகள் என அவனுக்குள் திரண்டு அவனை வரையவைத்தார்கள்.

ஆனால், இப்போது அவன் அந்தப் பிம்பங்களின் சாயலைத் தன் அன்றாடங்களில் தேடவும், அவற்றை வரைந்துமுடித்த பிறகும் மறையாமல் வசீகரிக்கும் அந்த உருவங்களோடு சஞ்சரிக்கவும் தொடங்கினான். எங்கே அலைகையிலும் அவன் கனவில் காணும் பேரழகான பெண்களில் ஒருத்தியைப் போலவும் பார்க்கக் கிடைக்கவில்லை. அந்த உருவங்களால் ஏக்கமுறத் தொடங்கினான். அவை அவனை அலைக்கழித்தன. இரவில் அவற்றோடு பேசுவான். அந்தப் பிம்பங்களை நேரில் அழைப்பான். யாரும் வராமல் போகவே வேறு சிந்தனைகளற்று வீட்டைவிட்டு வெளியேறுவான். இரவு முழுக்க ஊரெங்கும் சுற்றித் திரிந்துவிட்டு விடியற்காலையில் வீட்டுக்குள் வந்து படுப்பான். வெளிச்சம் இருட்டைத் துலக்க வெயில் மேலெழுகையில் அவன் களைத்து சவமாய்த் தூங்கிக்கிடப்பான்.

இது அன்றாட நிகழ்வாகவே, இரண்டொரு முறை நள்ளிரவில் போலீஸில் சிக்கினான். முகவரியெல்லாம் விசாரித்து எச்சரித்து வீட்டுக்கு அனுப்பிவைத்தார்கள். அப்படி வீட்டுக்குத் திரும்பிவந்த இரவுகளில் தன்னை அடக்க முடியாமல் போராடினான். வீட்டின் சிறிய மொட்டைமாடிக்கும் கழிப்றைக்கும் போய் உடலைச் சுவரில் தேய்த்துக்கொண்டான். அப்போதுதான் முளைக்கத் தொடங்கியிருந்த ரோமங்களுக்குள் ஏற்பட்ட சிராய்ப்புகளால் அவனுக்குள் உயிர்த்துக்கொள்ளும் அழகிகள் அவனுக்குக் கிளர்ச்சியூட்டினார்கள். அவர்களை வரைந்து முடித்ததும் அவர்களுடன் கூட அவனது உடல் அவனை மூர்க்கமாக உசுப்பித்தள்ளும். இரவின் ஒவ்வொரு சொட்டிலும் அவர்கள் களைத்துப்போகாமல் பொங்கும் ஆற்றலோடு அவனை உறிய மொய்த்தார்கள்.

நண்பர்கள் வீடுகளுக்குப் படிக்கவோ விளையாடவோ போவதாகச் சொல்லிவிட்டு வெளியில் பகலெல்லாம் அலைந்துதிரிவான். அந்தக் களைப்பில் உறங்கிவிடுவோம்

எனும் அவனது எண்ணமும் ஈடேறவில்லை. பல நாட்கள் போக்கிடமில்லாமல் திரும்ப வீட்டுக்கே வருகையில், அனுபவிக்கத் தெரியாத இன்பங்கள் வலியும் வேதனையுமாக மாறி அவனைக் கசக்கிப்பிழிந்தன. கவிழ்ந்துபடுத்துத் தன் உடலைத் தரையோடு அமிழ்த்திப்பார்த்தான். முடியவில்லை. உடலின் வளர்ச்சிகள் அவனின் மனக்கட்டுப்பாடுகளைத் தகர்த்து நரம்புகளில் வெப்பமாகப் பரவித் தோற்பாவைகளைப் போல் கைகால்களை முட்டுக்கொடுத்துப் புரட்டியெடுத்தன. உடலின் நரம்புகள் விறைத்துக்கொண்டு திமிறின. உடல் அவனது மனதின் தடித்த கயிறுகளை அறுத்துக்கொண்டு மூர்க்கமாகி முட்டி மூச்சிரைத்தது.

அவனது அகவெளி வண்ணங்கள் ஓவிய வடிவில் திட உருவங்களாக அவனுடைய நோட்டுப் புத்தகங்கள்வரை நீண்டன. அவற்றின் தினவுகள் தனிமையில் தானாகவே மூண்டு கேட்பாரற்றுப் படரும் காட்டுத்தீயாய் உடலுக்குள் கொப்பளித்துப் பரவின. அந்த ஓவிய உருவங்கள் அவனது உடலுக்குள் புகுந்து மின்சாரம் பாய்ச்சிக் கொதிக்கும் குடமாக வெடித்து வெளியேற முட்டித்தகித்தன. அவனுக்கு அந்த வெப்பத்தை அணைக்க வழிகளும் தெரியவில்லை, அடங்கவும் முடியவில்லை.

பழைய குங்குலியம்மன் கோயிலுக்கு மதிய நேரங்களில் போய்விடுவான். நகரைத் தாண்டி வெளியே மிக அடர்ந்த காட்டில் இருந்த சோழர் காலத்துப் பழமையான கோயில் அது. அந்தக் கோபுரங்களில் கற்களால் செதுக்கப்பட்டிருந்த நிர்வாணச் சிற்பங்களில் சில, தன் நினைவுகளில் அன்றாடம் அலைக்கழிக்கும் உருவங்களை ஒத்திருந்தன.

நெடுங்காலமாகத் தன் புடைத்த முண்டுகளால் கோயிலை முழுங்கக் கறுவிக்கிடந்தது கோயிலுக்குப் பின்னால் இருந்த அந்த வேப்பமரம். இரும்புப் புரிகளாக வைரம் பாய்ந்துபோயிருந்த வேர்க்கயிறுகளை அறுத்திட முடியாமல் போராடிக்கிடந்தது. பூமியின் ஆழத்தில் கட்டப்பட்டிருந்த துளிர்ப்பு நின்றுபோன இலைகள் உதிரா அந்த முதிர்ந்த மரத்தடியில் அமர்ந்து, பேரழகிகளின் உருவங்களை வரைந்துகிடப்பான். அப்போது அந்த அவாந்தரத் தனிமையின் ஓலத்தால் கோயில் நடுங்கிக்கிடக்கும். அந்த உருவங்களை வரைந்துமுடிப்பதற்குள் மோகப் பிதற்றல்கள் அவன் நரம்புகளை விழிப்படைய வைத்துவிடும். செட்டைகளை உரித்த பாம்புகளுக்கு நடுவில் சிக்கிக்கொண்ட சிறுஉயிர்போல்

அகவெளி வண்ணங்கள் ❖ 153

அவனை மாற்றிமாற்றித் தழுவிப்பிணைந்தன அந்த உருவங்கள். அவன் இரைத்து வழிந்த ஈரத்தில் மயங்கிச்சாய்ந்து மீண்டும்மீண்டும் பிசுபிசுத்துச் சோர்ந்தான். தேய்ந்து சுருங்கினான். மற்றவர்களின் பார்வையில் அவன் வீட்டிலும் வெளியிலும் தனித்துதான் இருந்தான். ஆனால், எந்தத் தனிமையிலும் அவன் தனியாக இல்லை.

அம்மாதான் இதை முதன்முதலில் கண்டுபிடித்தாள். அன்று அவனைக் கட்டிக்கொண்டு கதறினாள். அவன் மீது வீசும் வீச்சம் அவளை இன்னும் ஓங்கரிக்கவைத்தது. அவன் ஒன்றும் புரியாமல் அவளை விலக்கி அமைதிப்படுத்தினான்.

"எது நடந்துடக் கூடாதுனு சாமிங்களலாம் கேட்டனோ, அது நடந்துபோச்சே. ஐயோ கடவுளே உங்க யாருக்குமே கண்ணில்லையா?"

ஐயோ, ஐயோ என்று வயிற்றிலும் தலையிலும் அடித்துக்கொண்டு புரண்டு அழுதாள். இதுவரை தலையில் இறங்கியிருந்த நெருப்பு இப்போது வயிற்றுக்குள் இறங்கியதாகத் துடித்தாள். வீட்டுக்குள்ளிருந்து வெளியில் வந்த அவனது அப்பன் அவர்களைப் பார்த்துவிட்டு சலனமில்லாமல் திரும்பி உள்ளே போய்விட்டார். அவன் இருக்கும் அறையைப் பார்த்துக் கத்தினாள். கையில் கிடைத்தவற்றை எடுத்து வீசினாள். எப்போதும்போல் அங்கிருந்து எந்தப் பதிலும் வரவில்லை.

கொஞ்ச நேரத்துக்குப் பிறகு மணி மெல்ல ஜன்னல் வழியே அப்பனின் அறையை எட்டிப்பார்த்தான். அப்பன் கட்டிலில் அமர்ந்திருந்தான். விட்டமும் சுவரும் சந்திக்கும் மேல்மூலையில் நிலைகுத்தியிருந்தது அப்பனின் பார்வை. மணி இன்னும் கூர்ந்து கவனித்தான். அப்பா ஏதோ ஒரு சினிமாக் காட்சியைப் பார்ப்பதுபோல் வெற்றுச் சுவரைப் பார்த்துக் கிளுகிளுத்துக் கிறங்கிக்கிடப்பதை மணி உணர்ந்துகொண்டான். இப்போது அவனுக்குள் முதன்முதலாக ஓர் அச்சம் இடியாய் விழுந்தது.

மணி பிறந்த கொஞ்ச நாளில்தான் அவனது அப்பனுக்குள் இப்படியான மாற்றம் வந்தது. மணி மெல்ல எல்லோரிடமிருந்தும் தனிமைப்படத் தொடங்கினான். தனக்குள் கிளர்ச்சி அடைந்து தானாக மோக மொழிகளைப் பேசியபடி கழிப்பறையை நோக்கி ஓடி வெகுநேரம் உள்ளேயே கிடப்பான். களைத்துச் சோர்ந்து

வெளியில் வந்து படுக்கையில் விழுவான். அவன் மீது எழும் வீச்சத்தை அறிந்துகொள்ள கொஞ்ச காலம் ஆனது அவனது அம்மாவுக்கு.

ஒரே வீட்டுக்குள் கணவன் இருந்தும் இரவில் குழந்தையுடன் தனிமைப்பட்டுத் தவித்தாள். சமிக்ஞைகளாலும் நேரடியாகவும் கணவனை நெருங்கினாள். அவனோ அவளை அருகில் சேர்க்காமல் விலகி ஓடி தனியறைக்குள் தாழிட்டுக்கொண்டான். அந்த அறைக்குள்ளிருந்து இரவெல்லாம் வரும் அவனின் மோக முனகல்களை அவள் கேட்டாள். அவளால் தூங்கவும் முடியவில்லை. தன் இயலாமைகளைச் சாபங்களாக்கிக் கத்திக்கதறி அறையின் கதவை ஓங்கி அறைந்து கைகளில் கிடைத்தவற்றை வீசி எறிந்து அலங்கோலமாய்க் கிடந்து பிதற்றித் துடித்தாள். கொஞ்ச நாட்களிலேயே அது பகலிலும் தொடர்ந்தது. வெளியில் யாரிடமும் சொல்ல முடியாமல் அவளுக்குள்ளே உலர்ந்துபோனாள். அவளின் மனதுக்குள் காலம் தந்த அழிக்க முடியாத ரணம் கொதித்துக் கொப்பளங்களாகி உள்ளுக்குள்ளேயே வெடித்து வடிந்து இறுகிப்போயின. வெறுமையின் ஏக்கத்தில் சிந்திச்சிதறிப்போயின அவளின் எல்லா இளமையும் கனவுகளும். மணி மட்டுமே அவளின் ஆறுதல், வாழ்க்கை என்றாகி மீண்டெழுந்தாள்.

மணியின் மீதும் அதே வாடை வருவதை அறிந்த நாளில் தன் உயிர் எரிய தனக்குள் ஒடுங்கிப்போனாள். மெல்ல அவனைக் கண்காணிக்கத் தொடங்கினாள். அவன் இரவுகளில் தாறுமாறாக அலைவதையும் காலையில் வந்து களைத்து உறங்குவதையும் பார்த்து அவனை மீண்டும் படிக்கச்சொல்லி நச்சரித்தாள். அப்போது அவன் பன்னிரண்டாவது முடித்துச் சில ஆண்டுகள் ஆகியிருந்தன.

அம்மாவின் தொடர்ந்த இறைஞ்சலால்தான் அவன் திருச்சி கல்லூரியில் சேர்ந்தான். தினமும் வீட்டுக்குப் போய்வர நினைத்தவனை அம்மாதான் வற்புறுத்தி விடுதியில் தங்கவைத்தாள். பிள்ளைகளோடு இருந்தால் அவனுக்குள் மாற்றம் வரும் என்ற நம்பிக்கை அவளுக்கு.

விடுமுறைக்கு வீட்டுக்கு வந்தவனைப் பார்த்து அம்மாவின் கலக்கம் கூடியது. முன்பைவிட எலும்பெலும்பாகச் சுருங்கிப்போயிருந்தான். அருகில் அழைத்துத் தலையைத் தடவிக்கொடுத்து ஏதேதோ

சொல்லிக் கதறி அழுதாள். பிள்ளையிடம் வெளிப்படையாகக் கேட்டுவிடவே முடியாத உணர்வுகளும், சொல்லிவிடவே முடியாத வலிகளும் அவளை உருக்கிக்கொண்டிருந்தன. அவனுக்கே தெரியாது அம்மா மாரடித்து அழுவது அவன் மீது வரும் வீச்சத்தால் என்று.

டார்த்தியின் அறிமுகம் வாய்த்த பிறகு மணி அதிகமாக வீட்டுக்கு வருவதில்லை. இரண்டு மூன்று மாதங்கள்கூட முழுமையாய் விடுதியிலேயே இருந்துவிட்டு எப்போதாவதுதான் வந்தான். அப்படி வருகையில் அம்மா முன்புபோல ஒப்பாரிவைக்கவில்லை. மணியின் முகத்தோற்றத்தில் இருந்த இருளின் சாயல் விலகி சில தெளிவுகள் தெரிவதை உணர்ந்தாள்.

வகுப்பிருந்த நேரம் போக மீதியான பகல் முழுதும் அவனும் டார்த்தியும் ஒன்றாகவே பேசித்திரிந்தார்கள். திருச்சியின் எல்லா நூலகங்களுக்கும் போய்வந்தார்கள். ஞாயிற்றுக்கிழமைகளில் தவறாமல் லூர்து மாதா ஆலயத்துக்கு அதிகாலையிலேயே போய்விடுவாள். வேலைப்பாடுகள் நிறைந்த அந்த ஆலயத்தின் வலதுபுற மூலையில் முழங்காலில் நின்று கண்களை மூடி ஓசையில்லாமல் கதறியபடி இருப்பாள். வழிபாடு முடிந்த பிறகு இருவரும் அந்த ஆலயத்தைச் சுற்றி அதன் பேரழகை ரசித்தபடி நெடுநேரம் அங்கு இருப்பார்கள். ஆற்றுப்பாலத்தில் மரத்தடிகளில் மலைக்கோட்டையில் என எங்கும் புத்தகங்களை வைத்துக்கொண்டு ஒளி மங்கும்வரை படித்தார்கள். பிறகு, விவாதித்தார்கள். இரவால் பிரிந்தார்கள்.

இரவு நேரங்களில் டார்த்திக்கு மணியின் நினைவு வந்ததோ என்னமோ, மணிக்கு டார்த்தியின் நினைவு வருவதே இல்லை. அவனுடைய இரவுகள் ரகசியமானவை. அவை வேறுவேறு உலகங்களில் உயிர்த்தெழுந்து உலவும் நிர்வாண உருவங்களுடன் வேட்கையோடு அவனை சஞ்சரிக்கவைப்பவை. கைகளுக்குள் அள்ள முடியாத மாயச் சுனைகளும் ஊற்றுகளும் அருவிகளும் நீரோடைகளும் நாவறட்டி தாகத்தால் அலைக்கழிப்பதுபோல் பேரழகு சொப்பன உருவங்கள் அவனுக்குள் உலவி அவன் உடலுக்குள் தினவுகளைத் தூண்டி வெறியேற்றி அலைக்கழிக்கும்.

நாட்கள் செல்லச்செல்ல வெக்கை தாளாமல் சுவரின் வெடிப்புகளிலிருந்து வெளியே வரும் மரவட்டைகளாய் அவனது விரல்களின் வழியாக அவனின் அகவெளி உருவங்கள் நள்ளிரவின்

சுவர்களில் ஊர்ந்தன. அதிகாலைகளில் மாணவர்கள் புதுப்புது நிர்வாண ஓவியத்தை மொய்க்கத் தொடங்கினர். அவர்களுடன் நின்று மணியும் அந்தச் சுவர்களை உற்றுப்பார்த்துக்கொண்டிருந்தான். அந்த ரகசியம் பாதுகாக்கப்பட்டது.

அவனுக்குள் எந்த உருவமும் மீண்டும் வந்ததே இல்லை. அனுதினமும் புதிய பெண்கள். மச்சங்களையோ மருக்களையோ அறிந்திராத பொட்டுரித்த இளம் தேவதாருக் கிளைகள், வெயில் மழை தீண்டாத பாலும் தேனும் வெள்ளமாய் ஓடி உறைந்த பூமியைப் பிளந்துவந்த உலோகச் சிலைகளை ஒத்த பேரழகிகள் அவனின் நினைவில் நடைபழகினார்கள்.

ஆடைகளையே அறிந்திராத அந்தக் கன்னிகளுக்குப் புருவங்களும், கைவிரல்களைத் தாண்டிய நகங்களும், முலைக்காம்புகளும், தொப்புள் சுழியும், தொடைகளின் முன்னிடுக்கில் பறவைகளின் மூடிய வாய் அலகுகளை ஒத்த வீரலுமே ஆபரணங்களாக மின்னின. அவர்களின் கண்கள் வீசிய பார்வைகளில் மணியின் ஆடைகள் மறைந்துபோயிருக்கவே கூடும். இந்த உலகத்தில் யாராலும் கண்டுவிடவே முடியாத வனப்பான பெண்களை நிர்வாணமாகப் பார்த்த ஒருவனாக அவனே இருந்தான்.

அவனின் கற்பனைவெளி இரவுகளைத் தாண்டி பகலிலும் நீளத் தொடங்கின. அவன் சில வாரங்களாகக் கல்லூரிக்குப் போகாமல் வெளியில் சுற்றினான். தான் தரிசிக்கும் உருவங்களை நினைத்துப் பகலிலும் சுயஇன்பம் செய்யத் தொடங்கியிருந்தான். உடல் களைத்துத் துவண்டாலும், அந்த உருவங்களின் நினைவுகள் அவனை உசுப்பிப் பிழிந்தன. அதனால், காலையிலேயே எழுந்து நகரின் பல இடங்களுக்குப் போய் தனித்து மறைந்திருந்தான். அதில் சில இடங்கள் அவனுக்கு டார்த்தியை நினைவுபடுத்தின. அந்த நெனப்புதான் கல்லூரிக்குப் போகாததை உணர்த்தியது.

மூன்று வாரங்களுக்குப் பிறகு கல்லூரிக்குப் போனான். அதிகாலை எழுந்து வெகுசீக்கிரமாகவே வகுப்பறைக்குள் போய் முதல் ஆளாக உட்கார்ந்தான். அவன் எண்ணத்தில் டார்த்தியின் வருகை குறித்த ஆவல் மட்டுமே இருந்தது. ஒவ்வொருவர் வரும்போதும் அவன் திரும்பித்திரும்பிப் பார்த்தான். பலரும் வந்தார்கள். கடைசிவரை டார்த்தி வரவே இல்லை. ஒவ்வொரு மணிநேர முடிவிலும் அடுத்து வந்துவிடுவாள் என்ற எதிர்பார்ப்போடு கீழே குனிந்தே இருந்தான். கடைசி மணிநேர வருகைப் பதிவேட்டுப்

பெயர்கள் அழைப்பை உற்றுக்கவனித்தான். டார்த்தியின் பெயர் அழைக்கப்படவே இல்லை.

விசாரிக்கையில்தான் சொன்னார்கள், அவள் கல்லூரியை விட்டு நின்றுவிட்டாள் என்றும், மீண்டும் இலங்கைக்கே திரும்பிவிட்டாள் என்றும். அவனால் அந்தத் தகவலை நம்ப முடியவில்லை. ஏற்கவும் துணிவில்லை. எதையும் நம்பாமல், அடுத்த நாள் வந்துவிடுவாள் என்று டார்த்தியை எதிர்பார்த்தே தினமும் கல்லூரிக்கு வந்தான்.

சில நாட்களில், அனுப்புநரின் முகவரி இல்லாமல் மணிக்கு ஒரு கடிதம் வந்தது. அவனுடைய கல்லூரி வாழ்வில் அவனுக்கு வந்த முதல் கடிதம் அது.

"தோழன் மணிக்கு டார்த்தி எழுதிக்கொள்வது..." மூக்கு புடைக்கக் கொப்பளித்த கண்ணீர் அவன் கன்னங்களில் உருண்டுவழிந்தது. உடல் ஏனோ நடுங்கியது. அவள் வேகமாக எழுதுகையில் சிறு ஓவியம்போல வடிவம்கொள்ளும், தி நி றி சி லு போன்ற எழுத்துகளை அந்தக் கடிதத்திலும் கண்டான். ஏதேதோ நினைவுகள் வந்து அடைத்துக்கொண்டன. சாதாரண நலம் விசாரிப்புக் கடிதம்தான். ஆனால், அவனுக்கு அது வேறு மாதிரியான உணர்வுகளாகப் பொங்கியது. வலதுபக்க ஓரத்தில் மட்டக்களப்பு என்று எழுதி தேதி போட்டிருந்தது.

இரவெல்லாம் அக உலகில் உலாவினாலும் பகலில் டார்த்தியின் நினைவில் சுற்றித்திரிந்தான். அவள் நினைவாகவே இறுதியாண்டுத் தேர்வுகளை எழுதிப் பட்டமும் வாங்கினான். 'இந்தப் பட்டத்தை டார்த்தியின் நெனப்புதான் வாங்கவைத்தது' என்பதுதான் அவனது நம்பிக்கை. பட்டம் கொடுத்து அந்தக் கல்லூரி அவனை வெளியேற்றினாலும், டார்த்தியின் நினைவுகளைத் தேடி அவன் தினமும் கல்லூரிக்குள் வந்தான். நூலகம் மரத்தடி புல்வெளி என அவர்கள் பேசிக்கிடந்த இடங்களில் மாற்றிமாற்றி உட்கார்ந்து பொழுதுகளைக் கழித்தான். சந்திக்கும் உறவினர்களும் நண்பர்களும் அக்கறையோடு பரிந்துரைக்கும் தகுதியான வேலைவாய்ப்புகளை மறுப்பதற்குக் காரணங்களை ஆராய்ந்தது அவன் மனம்.

அவன் நிலையற்று அலைவதை ஏற்க முடியாமல் அம்மா தவித்தாள். உறவினர்களின் சாவுகளுக்கு மட்டுமே போனாள். பாடிப்பாடி நிறைய கதறி அழுதாள். ஆனால், ஒரு சாவிலும் அவள்

இறந்தவர்களுக்காக அழவில்லை. மணியைக் குறித்த யாரிடமும் சொல்ல முடியாத குமுறலை அந்தப் பிணங்களிடமே சொல்லிக் கதறினாள். உயிருள்ள உறவுகளைவிடப் பிணமாகிப்போன உறவுகளை நம்பினாள்.

டார்த்தியின் நெனப்பில் நூலகங்களில் அலைந்தான் மணி. பராமரிப்பற்ற பழமையான பத்திரிகைகளும் நூல்களும் தரையில் குப்பல்களாகக் குமிக்கப்பட்டும், சில அலமாரிகளில் அடைக்கப்பட்டும் பாழ்வெளிபோல் கிடந்தது அந்த நான்காம் மாடி. அங்கு அரிய நூல்களைத் தேடி எடுத்துப் படிக்க முயல்வான். ஒரு நேரத்தில், அங்கு டார்த்தியோடு ஜன்னலோர வெளிச்சத்தில் அமர்ந்து இருவரும் நெடுநேரம் நிறைய பழைய நூல்களைப் படித்திருக்கிறார்கள். அவளாக நினைத்து, சொற்களின் மீது விழிகளால் நடந்தான். அவளின் நெனப்பில் அவனுக்கு அம்மாவின் அழுது கன்றிப்போன முகம் நினைவுக்கு வந்தது. டார்த்தி வந்துவிட்டால் அம்மா வடிக்கும் கண்ணீரின் வெம்மை தணிந்துபோகும் என்றும் நினைத்தான். அவளும் அவளின் நெனப்பும் உடன் இருக்கும் நேரங்களில் அவனின் உடலை வெறியேற்றி உறிஞ்சும் அந்த ருசியின் நாற்றங்கள் அவனை நெருங்காததையும் உணர்ந்துவிட்டான். அந்தக் கறுத்த முகத்தின் நெனப்பு மீது அவன் மனம் சலனமின்றிப் பயணித்தது. அது முடிந்துவிடவே கூடாது என்ற தவிப்பு அவனுள் அடங்கவே இல்லை.

இப்போது அதே இடத்தில் அவன் இருட்டைத் தேடி அலமாரிகளின் கிழிசல் நிழல்களுக்குள் முடங்கி அவளை வாஞ்சித்தான். அவள் இல்லை என்று உணர்ந்த நொடியின் இடைவெளியுள் நுழைந்த ஏதோ ஒன்று அவனில் ஊறும் டார்த்தியின் நெனப்பையும் சேர்த்து நக்கி உறிந்து சிதறடித்தது. அவனால் அவள் நினைவின் ஒரு இணுக்கையும் கைப்பற்ற முடியவில்லை. புதிய பேரழகு உருவங்கள் சட்டை உரித்த வண்ணப் பாம்புகளாகத் தம் நிர்வாணங்களின் வழுவழுப்புகளால் அவனைக் குதறி முழுங்கத் தொடங்கின.

வெள்ளைக்காரன் காலத்தில் கட்டப்பட்ட அழகிய வேலைப்பாடுகள் நிறைந்த சிவப்புக் கட்டடம் அது. பழைய புத்தகங்கள் அடங்கிய அலமாரிகள் நிறைந்த நீண்ட அறையைக் காலையில் ஒருவர் திறப்பார், அவரே மாலையில் மூடவும்

செய்வார். அந்த அறையின் அன்றாட வாசகனாக மணி மட்டுமே இருந்தான். இணை சீரிகளைத் தவிர வேறு யாரும் அங்கு வருவதில்லை.

வெள்ளையடிக்கப்பட்ட நூலகச் சுவர்களில் நாளுக்கு ஒன்றாகப் பெண்ணுருவங்களைப் பல கோலங்களில் வரைந்தான். அந்தக் கரிக்கோட்டு ஓவியங்களைப் பார்த்தே மோகித்து சுயஇன்பம் செய்து களைத்துத் துவள்வான். பலமுறை அந்தப் புத்தக அலமாரிகளின் மறைவில் உறைந்துகிடந்த இருட்டுகளில் அவனின் அகவெளிக் கன்னிகளோடு திளைத்திருக்கிறான். புத்தகக் குமியல்கள் மீதும், அலமாரிகளில் அடுக்கப்பட்ட புத்தகங்களின் மீதும் அவன் பீய்ச்சிய அவனறியா முகமற்ற மூலங்கள் கறைகளாய் வழிந்து காயும். நூலகத்தின் தனிமையும் அவனைக் களைப்படையவைத்தன. எழுந்து நடக்கவே முடியாமல் தள்ளாடிக் கீழிறங்கினான்.

மேல்மலையனூர், நாகூர், வேளாங்கண்ணி எனப் பல நம்பிக்கைகளுக்குள் அவனை அழைத்துப்போய் மந்திரித்தாள் அம்மா. அவன் கைகளில் பல வண்ணங்களில் தாயத்துக் கயிறுகள் இறுகிக்கிடந்தன. எதுவும் பலன் தராமல்போகவே மனநல மருத்துவரிடம் அழைத்துப்போனாள். அவர்களும் பலவகை மாத்திரைகளை மாற்றிமாற்றி எழுதிக்கொடுத்தார்கள். கணவனுக்குச் செய்ய முயன்று அவனின் புறக்கணிப்பால் தவறிய வைத்தியங்களையெல்லாம் இப்போது மகனுக்குச் செய்தாள். தினமும் வைத்தியர்களைத் தேடி அலைக்கழிந்தாள்.

அம்மாவின் தவிப்பை மாற்றவும், தன் நெனப்பைத் திசைதிருப்பவுமே அவன் வலிந்து செக்யூரிட்டி ரோந்துக் காவலுக்கு வந்தான். ரோந்துக் காவலில் அவன் இரவு முழுக்க சைக்கிளில் அலைந்தான். தற்காலிக மாற்று ஆளாய் இரவுக் காவலுக்கு வந்த பிறகு அவன் இரவுகள் நீண்டன. சிறு வளாகத்துக்குள் கரையோர அலைபோல் சுற்றிச்சுற்றி நடந்து ஓய்ந்து உட்கார்ந்தான். மீண்டும் அவனின் அகவெளி அந்தப் பேரழகிகளின் கூத்து மேடையாகி அவனை அலைக்கழித்தது. சுயஇன்பம் செய்தான். அவன் உடலில் வீச்சம் நெடியேற்றியது. முகத்துக்கு பவுடர் போட விரும்பாதவன் இப்போது அடிக்கடி கழிப்பறைக்குப் போய் பாண்ட்ஸ் பவுடரை சட்டைக்குள்ளும் பேன்ட்டுக்குள்ளும் கொட்டிக்கொள்வான். யாரோடும் எட்ட

நின்றே பேசி விலகுவான். இந்த ஓரிடக் காவலிலிருந்து சீக்கிரம் ரோந்துக் காவலுக்குத் திரும்புவதையே அவன் மனம் விரும்பியது.

கேட்டைத் திறந்து உள்ளே நுழைந்த பகல் காவலாளி சிங்காரம். கழிப்பறை மறைவில் வேகமாகச் சீருடைக்கு மாறிக்கொண்டிருந்தார். அவருடைய, "ஏம்ப்பா மணி, கிளம்பலயா" என்ற குரலில் சுயநினைவுக்கு வந்த மணி, எதுவும் பேசாமலே பதற்றமாக வெளியேறி நடந்தான். அவன் நடையில் நடுக்கமும் வேகமும் கூடியிருந்ததை சிங்காரம் பார்த்தார். அரசு ஐடிஐக்கு எதிரில் இருந்த பெரிய பெட்டிக்கடையில் தமிழ், ஆங்கிலம் தினசரிகளை வாங்கிக் கடைக்கு அருகிலேயே நின்று பரபரப்பாகப் புரட்டினான். ஒவ்வொரு தாளிலும் இலங்கை தேவாலய குண்டுவெடிப்புச் செய்திப் படங்களை அவன் கண்கள் அலசின. உடலின் நடுக்கத்தால் செய்தித்தாள்களின் ஒவ்வொரு தாளாகப் பிரித்துத் தேடினான். கொந்தளிப்பு மேலும் கூடியது. ஐந்தாவதாகப் பார்த்த ஆங்கிலச் செய்தித்தாளில்தான் பத்துப் பக்கங்கள் நிறைய வண்ணப் படங்கள் போட்டிருந்தனர்.

ஏழாம் பக்கத்தையே உற்றுஉற்றுப் பார்த்துக்கொண்டிருந்தான். பையைத் தோளிலிருந்து கழற்றி வீசிவிட்டு அந்தத் செய்தித்தாள்களோடு சாலையில் தாறுமாறாக ஓடத் தொடங்கினான். அவனின் தோள்பை சிதறி விழுந்துகிடந்தது. இலக்கற்ற அவன் ஓட்டத்தில் மாறுபாடுகள் இருந்தன. எதிரெதிராக நிறைய வாகனங்கள் வேகமாகக் கடந்தன. அவன் கையில் இருந்த செய்தித்தாள்கள் ஒவ்வொன்றும் துண்டுகளாக வழியெங்கும் இறைந்துபறந்தன. சாலையில் எல்லோரும் அவனையே பார்க்க நெல்லிக்குப்பம் தாண்டி ஓடினான். சிலர் என்னமோ ஏதோவென அதட்டிச் சத்தமிட்டனர்.

அவன் ஓடிய வழியெங்கும் கொஞ்ச நேரத்துக்கு அவனைக் குறித்த பேச்சுகள் அவனின் காலடி அதிர்வைப் போல் ஒலித்து அடங்கின.

ஏதோ ஓர் ஊரில் பேருந்து நிலையத்துக்கு எதிரில் இருந்த தேவாலய வாசலின் பரந்த வெளியில் முட்டியில் ஊர்ந்தபடி வியர்வைத் துளிகள் வழிய அவன் வரைந்துகொண்டிருந்தான். விசும்பல்கள் பெருமூச்சுகளாக இரைந்தன. பெரிதாக ரொம்பபோ பெரிதாக ஓர் ஓவியத்தை, நிமிராமல் ஊர்ந்துஊர்ந்து வரைந்துமுடித்தான். அந்தக் காலையில் வியாபாரிகள் சிலரும், வேலைக்குப் போகிறவர்களும்,

பள்ளிக் குழந்தைகளும் நின்று வேடிக்கைபார்த்தார்கள். அவனுக்கு உள்ளும் வெளியிலும் நினைவுகளற்ற வெறுமை சூழத் தொடங்கியது. யாரோ சிலர் சில நாணயங்களையும், சிலர் பணக் காகிதங்களையும் ஓவியம் மீது போட்டார்கள். கோபத்தில் கொப்பளித்த அவனுக்கு ஆத்திரம் தலைக்கேறியது. வேகமாக அங்கிருந்து வெளியேறி, ஓடும் பேருந்தின் பின்வாசலில் தாவி ஏறினான்.

இப்போது வண்ணங்களெல்லாம் அவன் நினைவுகளில் உலர்ந்து கரைந்து கறுமை நிறமாகக் குழைந்து உறைந்துபோயின. அவனின் அகவெளிக்குள் இரண்டு உருவங்கள் நிழலாய் நின்றன. ஒன்று நிம்மி டீச்சர், மற்றொன்று டார்த்தி. ஓர் உருவத்தை மட்டுமே மீண்டும்மீண்டும் வேறுவேறு கற்பனையின் நினைவுகளாக வரைந்தான். அந்த உருவத்தோடு அம்மாவும் நிம்மி டீச்சரும் இருந்தார்கள். அவன் தனிமையில் அந்தப் படங்களில் இருந்த ஓர் உருவத்திடம் மட்டும் பேசத் தொடங்கியிருந்தான். இரவுகளில் ஆழ்ந்து தூங்கினான்.

தேவாலய வாசலில் வரைந்திருந்த ஓவியம்போலவே ஓர் ஓவியம் அவனது டைரியில் இருந்தது.

– 'ஆவநாழி', நவம்பர், 2021.

லவ்சதாவும் கள்ளிக்காக்காவும்

1985ஆம் ஆண்டு எஸ்எஸ்எல்சி ரிசல்ட் தந்த அவமானத்துக்குப் பிறகு செய்தித்தாள் என்றாலே மொகிலிக்கு ஒரே அலர்ஜியாகப் போய்விட்டது. அதுதான் அவனை பெயிலாக்கி அவமானப்படுத்தியதாய் இப்போதும் அவன் செய்தித்தாளையே திட்டித்தீர்ப்பான். அதே ரிசல்டில் எல்லாப் பாடத்திலும் பெயிலான பாப்பிகான் வாத்தியார்களையும், இங்கிலீஷில் 34 மதிப்பெண் வாங்கி பெயிலான நான் வெள்ளைக்காரனையும் திட்டித்தீர்க்க, நாங்கள் மூவரும் அப்போது தேர்ந்தெடுத்த இடம் எங்கள் ஊர் ஓடைக் காணாற்று ராமசீத்தா மரக் கிளைகள்தான்.

அந்தப் பெரிய ராமசீத்தா மரத்தில் ஆளுக்கொரு கிளைகளில் ஏறி உட்கார்ந்துகொண்டு நாங்கள் பேசத் தொடங்குவோம். கீழே நெல்லேறிக் காணாறு, சிறுசிறு கெண்டைக் கெளுத்திக் குஞ்சுகள் நீந்தி விளையாட, கூழாங்கற்களோடு கதைகள் பேசிப் பாய்ந்துகிடக்கும். அந்தக் காணாற்றில் நாங்கள் கிள்ளி உதிர்க்கும் இலைகளில் ஊரோர எல்லையில் துணி துவைக்கவரும் எங்கள் அப்போதைய கனவுக்கன்னிகளின் கைகள் தொட வேண்டும் எனும் ஏக்கமும் வழிந்துகிடக்கும்.

மொகிலியை 'குட்டி' என்றும், பாப்பியை 'தொர' என்றும், என்னை 'அப்பு' என்றும் செல்லமாக அழைத்துக் கொஞ்சிய எங்கள் குடும்பத்தினர்கள் இப்போது 'வெட்டி', 'தண்டம்', 'உருப்படாதவன்' எனக் கூப்பிடக் காரணமான பேப்பரை மொகிலியைப் போலவே நாங்களும் அவனுடன் இருக்கையில் வெறுத்தோம். போதாக்குறைக்கு அப்போதைய எங்கள் வயிறு!

பாஸாகி இருந்தாலும் அவ்வளவு பசித்திருக்காதுபோல, பெயிலான நாளிலிருந்து மிகக் கடுமையாக ஊறிய பசி எங்களுக்கு 'தண்டச்சோறு', 'சாப்பாட்டு ராமன்', 'களிமாடு'

எனும் பட்டங்களை எஸ்எஸ்எல்சி பாஸாகும் முன்னமே வாங்கிக்கொடுத்தது. அந்தப் பெருமைக்குரிய எங்கள் வயிறுகளை அப்போது எங்களால் அடக்க முடியவில்லை. ரிசல்ட் வந்த பிறகான பத்து நாட்கள் நாங்கள் அவங்கவங்க வீடுகளை விட்டு வெளியே வரவே இல்லை.

விடிகாலை நான்கரை மணி பஸ்காரன் ஹார்ன் அடித்து ஏலத்துக்குக் காய்கறிக் கூடைகளை ஏற்றிக்கொண்டு ஊரைத் தாண்டிப்போகையில் தவறாமல் கல்லறை மொடுக்கில் ஒரு ஹார்ன் அடிப்பான். அப்போது வீடுகளிலிருந்து வெளியில் வருவோம். ஊர் உறக்கத்தில் இருக்கும்.

கொளத்துப் பக்கமாய் ஒதுங்கி நீளமாக ஒடித்த பல்லுக்குச்சியை மூன்று துண்டுகளாகப் பங்கிட்டுக்கொண்டு நடப்போம். தூண்டில் முள்ளை முழுங்கித் தப்பிய முரட்டுக் கெண்டை, குளத்தின் நடுவில் செத்து மிதப்பதுபோல் தனித்து மிதந்துகிடக்கும் பிறைநிலா. ஆளுக்கொரு மூலையில் குளத்தைக் கலக்கி நிலாவை ஆட்டம் ஆடவைப்போம். பிறகு, ஆளாளுக்கு அள்ளி எரியும் தண்ணீர்க் கற்களால் அதை உடைக்க முயன்று தோற்றுநிற்கையில், எங்களை பெயிலாக்கிய செய்தித்தாளின் சுருட்டிய உருவமாய் அது குளம் முழுவதும் தெரிய, பொழுது புலர்வதற்குள் வீடுகளுக்குள் ஓடி அடைக்கோழிகளாய் முடங்கிக்கொள்வோம்.

அந்த வருஷம் எங்கள் ஊரில் எஸ்எஸ்எல்சி எழுதியதே மொத்தம் மூன்று பேர்தான். அதனால் அடுத்த வருஷ ரிசல்ட் பேப்பர் வரும்வரை எல்லோரும் தொட்டுக்கொள்ள எங்களைத்தான் ஊறுகாயாக ஆக்கியிருந்தார்கள். அதுவரை பேர் சொல்லியும் வாடாபோடா என்றும் மரியாதையோடு கூப்பிட்டவர்கள் இப்போது, “மாப்ள மாப்ள” என்று கூப்பிட்டுச் சிரித்தார்கள். நாங்கள் அதற்குப் பிறகு எங்கள் ஊர் நெகல் கூடத்துக்கோ கோயில் ரச்சைக்கோ போவதை நிறுத்திக்கொண்டோம். அதற்குக் காரணம் அங்கேதான் ஊருக்கு வரும் அந்த ஒரே பேப்பரைப் படிப்பார்கள். நாங்கள் விலகிப்போவதைப் பார்த்துவிட்டு,

“மாப்பிள, வந்து பேப்பரப் பாத்துட்டுப்போறது.”

“உங்க போட்டாங்கள கலர்ல போட்ருக்காங்க. நீங்களே பாக்காமப்போனா எப்புடி.”

“ஏய், யாரப் பாத்து தமிழ் பேப்பரப் படிக்கக் கூப்புட்ற. மாப்ளிங்க பெசலா இங்கிலீஸ் பேப்பர் படிப்பாங்க காணாத்துல.”

இப்படியான குரல்கள் மூலைமூலைக்கும் கேட்கையில் முதலில் கோபம் மண்டைக்கு ஏறியது. ஆனால், அப்போதுதான் முறுக்கத் தொடங்கியிருந்த உடலில் வெட்கமும் வேறு ஏதோ ‘ஒன்னும்’ உள்ளுக்குள் முளைத்து மாப்பிளையாவாவது ஆகிவிடலாம் என்று தோன்றத் தொடங்கிவிட்டது.

யாரைப் பார்த்தாலும் வெட்கமாய் வந்தது. அத்தைகளும் சித்திகளும் வயது வித்தியாசம் தெரியாமல், அதுவரை தோணாத அழகிகளாய்த் தெரிந்தார்கள். உள்ளுக்குள் கூச்சமிருந்தாலும் பார்வைகள் அலைபாய்ந்தன. பார்த்தும் பார்க்காததுபோல எதையோ தேடின. எதை என்று தெரியவில்லை. உள்ளுக்குள் உடல் சூடாகி, நெஞ்சு படபடத்துச் சொற்கள் குழறின. பெயிலானதற்காக அதிகம் கூச்சப்பட்டது அப்போதுதான். ஊரில் மற்றவர்கள் கேட்கையில் அவமானமாக இருந்தாலும், உள்ளுக்குள் சிரிக்கப்பழகிய மனசு, அத்தை சித்திமார்கள் யாராவது கேட்டுவிடுவார்களோ என்றுதான் பதுங்கும்.

ஊரில் நிறைய கல்யாணங்கள் நடந்தன. அப்போது பெரியவர்களில் யாரோ ஒருசிலர் மட்டுமே மறைவாய்க் குடிப்பார்கள். வெளியில் தெரியாது. மணமக்கள் ஊர்வலங்களில் சிலம்பாட்டம், புலியாட்டம், நையாண்டி, பஸ்கி விளையாட்டு, தீப்பந்த வித்தைகள், கண்ணில் ரூபாய் நோட்டுகள் எடுப்பது, தவலைகளை தண்ணீரோடு பல்லால் கடித்துத் தூக்குவது... இப்படி நடுராத்திரிவரை நடக்கும் பல விளையாட்டுகள் மெல்ல மறையத் தொடங்கியிருந்தன. ஆளாளுக்கு ஒரு வித்தையும் ஆட்டமுமாக இருந்த முந்தைய விடலைகள் மூப்புதட்ட, சமகால விடலைகள் வெறும் வேடிக்கைபார்க்கும் சினிமா மோகிகளாக மழுங்கியிருந்தனர்.

அதனால் கல்யாண வீட்டுக்காரர்கள் ‘டிவியில் படம் ஓட்டும் கௌரவத்துக்கும்’ கொஞ்சம் கடன்பட்டார்கள். நாங்கள் மூவரும் வேறுவேறு ஊரில் வேறுவேறு பள்ளிகளில் படித்தவர்களானாலும், எங்கள் மூவரையும் பெயிலாக்கியது ஒரே பேப்பரானதால் இப்போது நாங்கள் மூநகூ (மூன்று நண்பர்கள் கூட்டணி) ஆகியிருந்தோம்.

‘முந்தானை முடிச்சு’, ‘ஒருதலை ராகம்’, ‘உயிருள்ளவரை உஷா’, ‘சேரன் பாண்டியன்’, ‘வாத்தியார் வீட்டுப் பிள்ளை’, ‘நான் அடிமை இல்லை’, ‘எங்க ஊரு பாட்டுக்காரன்’, ‘பாண்டி நாட்டு தங்கம்’ இப்படி நிறைய படங்களை அப்போதுதான் பார்த்தோம். ஓசியில் பார்த்த படங்களால் உடம்பில் தெனவுகள் ஊறின. படங்களில் வரும் கதாநாயகிகளின் பெயர்களை ஊரில் இருந்த பெண்களுக்கு வைத்துத் தனிமையில் அழகுபார்க்கத் தொடங்கியிருந்தோம். இப்போது ஓடையில் மிதக்கவிடும் இலைகளில் ரீபில் பேனாக்களால் பெயர்கள் எழுதி உணிப்பூக்களை உருவி அவற்றின் மீது தூவி அனுப்பினோம்.

காலைக்கடனுக்குப் போகும் குன்றுவெளிக் குண்டுகளிலும் பாறைகளிலும் சிக்கிமுக்கிக் கற்களால் ரகசிய குறியீடுகளை ஆங்கில எழுத்துகளால் வடித்து மகிழ்ந்தோம். *PSN, RJB, DMS.* எங்கள் மூன்று பேரையும் தோற்கடித்த ஆங்கிலம் இங்கு மட்டும் ருசித்தது.

அப்போது எங்கள் ஊரில் ஏறக்குறைய எல்லா வீட்டு வாசலிலும் பட்டிகள் இருந்தன. பெரும்பாலும் எருமைமாட்டுப் பட்டிகள்தான். எல்லா வீட்டு வாசலிலும் பெரியபெரிய முருங்கைமரங்கள் கிளைபரப்பி, பூவும் கீரையும் காய்களுமாக அசைந்து காற்றில் மணந்து காட்டுக்குருவிகளை வரவழைத்துத் தேன் ஊட்டிக்கிடந்தன. கோணக்கா மரங்களில் கிளிகள் கொத்தி உதிரும் மிச்சங்கள் அவ்வளவு ருசியாக இருக்கும். பல வித அழகழகான குருவிகளும் கிளிகளும் மைனாக்களும் ஊருக்குள் காலையும் சாயங்காலமும் வந்துபோகும். அவற்றின் சத்தங்கள் எங்கள் ஊரின் காற்றில் கறையாகப் படிந்துதளும்பின.

அப்போதுதான் எறும்பு, குருவி, செடி, புல், பசுமாடு, பட்டாம்பூச்சி என எல்லாவற்றின் மீதும் உள்ளுக்குள் ஈர்ப்புவந்து, நெனப்புக்குள் அவற்றுக்குத் தாவணிகட்டி, அவற்றை ‘மனைவி’யாக, ‘காதலி’யாக நினைத்துத் தனிமையில் அவற்றோடு பேசிக்கிடந்தோம். வீட்டில் யாரிடமும் கேட்டுப்பெற முடியாத ஆசைகள் உள்ளுக்குள் வெள்ளமாகப் பெருக்கெடுத்து அது போக்குக்கு இழுக்க வீடுகளில் எல்லோரோடும் சண்டைகள் வந்தன. அவை நாளுக்குநாள் முற்றிச் செழித்து வலுப்பெற்றன.

எங்கள் வீட்டிலும் ஏழு எருமைகள் இருந்தன. குட்ரை, பட்டை, வெள்ளை, பெரிய எருமை, போடி என ஒவ்வொன்றுக்கும்

பெயர்கள் உண்டு. பல நிலைகளில் குடும்பத்துக்குக் கஞ்சி ஊற்றும் உழைப்பாளிகள் அவைதான். கன்னு போட்டால் பால் வருமானம். மற்ற நேரங்களில் சாணி. எல்லோருக்கும்போல் எங்களுக்கும் மந்தைவெளி அரச மரத்தடியில் திப்பைக்கு (சாணி குமித்துவைக்கும் இடம்) நிரந்தர இடம் இருந்தது.

அடைக்கோழியை வலிந்து வெளியில் வீசுவதுபோல் இதுவரை செய்யச்சொல்லாத வேலைகளுக்காக வலிய வெளியில் வீசப்பட்டோம்.

எங்கள் வீட்டில் ரிசல்ட்டுக்கு முன்புவரை காலாகாலமாய் அவரவர் வேலைகளை அவரவர் பார்த்துக்கொண்டிருந்தனர். இப்போது எல்லா வேலைகளுக்கும் மாற்று நானாகிப்போனேன். எங்கள் நைனா (தாத்தா) அவரோடு மாடுமேய்க்கும் கூட்டாளிகளிடம் சொல்லி என்னைப் பதிலுக்கு விட்டுவிட்டு சொந்தங்களைத் தேடியும் சினிமா பார்க்கவும் போகத் தொடங்கியிருந்தார்.

அம்மாவும் அக்காவும் பாட்டியும் இடுப்பு வலி, உடம்பு வலி, மார்பு வலி என்று சொல்லி, ஊர்ப் பொதுத் தெரு வழியாகச் சாணிக் கூடைகளைத் தூக்கிக்கொண்டுபோய் திப்பையில் கொட்டச்சொல்லி அதட்டினார்கள். சுமைதூக்கிப் பழக்கமில்லாததால் தலைநடுங்கச் சாணிக்கூடையைச் சுமந்துபோகையில் சாணி கரைந்த கோமியம் தலையிலிருந்து முகத்திலும் மூக்கிலும் வழிய எல்லோரும் வேடிக்கைபார்த்துச் சிரித்தார்கள்.

ஊருக்குப் பொதுவான ஒரே கைப்பம்பு அந்த வழியோரத்தில்தான் இருந்தது. பித்தளை சில்வர் குடங்களும் மண்தோண்டிகளும் அதைச் சுற்றி வரிசையாக அடுக்கப்பட்டிருக்கும். ஊரில் இருந்த மொத்த பாவாடை தாவணிகளும் பாவாடைச் சட்டைகளும் அங்கு நின்றபடி வேடிக்கைபார்த்துச் சிரித்தன. நாங்கள் நடிகைகளின் பெயர்களால் 'பட்டப்பெயர்' வைத்துக் கூப்பிட வெட்கத்தோடு ரசித்த கனவுக்கன்னிகள் என் கோலத்தைப் பார்த்துத் தொண்டையைக் கனக்கரித்துக் கேலிசெய்தார்கள். அந்த நாளோடு எல்லா வசைகளுக்கு நடுவிலும், நான் சாணி தூக்க மறுத்துவிட்டேன்.

பிறகான ஒருநாளில் அக்காவை எதிர்த்துப் பேசியதால் தென்னந்தொடப்பத்தைத் திருப்பிப்பிடித்து அம்மா ஓங்கிஓங்கி

அடித்தார். முன்பெல்லாம் கத்தி அழுது தெருவுக்கு ஓடும் நான் அன்று முதன்முதலாக மரமென நின்று அடிவாங்கினேன். பிறகு, மூர்க்கமாக இரண்டு கைகளாலும் தடுத்து எதிர்த்து நின்றேன். உடம்பெங்கும் பதிந்த தொடப்ப விளாருகள் அச்சுஅச்சாய்ச் சிவந்து ரத்தம் கசிறியது. வலிக்குப் பதிலாக எரிச்சலும், அழுகைக்குப் பதிலாகக் கோபமும்தான் வந்தன. மனதுக்குள் அதுவரை எழாத ஏதேதோ யோசனைகளில் நடுவீட்டுக் குதிரைச் சுவத்துக்குப் பின்னால், புரியாத ஆத்திரத்தில் படுத்து விழித்துக்கிடந்தேன்.

ரோட்டில் பால் முதலாளி தாமு பட்டுவாடா கழித்துக்கொண்டிருந்தார். ஆயம்மாதான் பால் நோட்டைக் கொண்டுபோய்ப் பட்டுவாடா பணம் 44 ரூபாயுடன் தைய இலையில் மடித்த இரண்டு பால்கோவா பொட்டலத்தையும் வாங்கிவந்தாள். அன்று மாடுகளை நைனா நேரத்தோடு வீட்டுக்கு ஓட்டிவந்து தண்ணிகாட்டிக் கட்டிவிட்டு நான்கரை பஸ்ஸுக்கு மசால் செலவு வாங்கிவரப் பையோடு பஜாருக்குக் கிளம்பினார்.

ரத்தம் கசிய முடங்கிக்கிடந்த என் மீது பரிதாபம் கொண்ட ஆயம்மா என்னை நைனாவுடன் வலிந்து அனுப்பினாள். வீட்டுச் செலவுகள் வாங்கி நடந்த நைனாவின் பின்னால் பையைத் தூக்கிக்கொண்டு பஜார் தெருவில் கடைகடையாக அலைந்தேன். பஸ் ஸ்டாண்டு சேட் பாய் கடையில் பொட்டலங்கள் நிரம்பிய பைகளை வைத்துவிட்டு, மெத்தக் கொட்டாயில் சினிமாவுக்குக் கூட்டிப்போனார் நைனா. ‘சகலகலாவல்லவன்’ படம். நடுநடுவில் கைகளைத் தட்டி விசிலடித்துக் கத்தியபடி இருந்த நைனாவை, “நைனா நைனா” என்று அடிக்கடி கூப்பிட்டுப் பார்த்துக்கொண்டேன்.

இடைவேளையில், முறுக்கு போண்டா வடை என நிறைய நொறுவாக்கள் வாங்கித்தந்தார். அப்போது, ‘நிலா காயுது, நேரம் நல்ல நேரம்’ பாடலுக்குக் கொட்டாயே அல்லோலகல்லோலப்பட்டது. ஆடியவர்களின் கறுப்பு நிழல்களும் திரையில் தெரிந்தன. அதில் நைனாவின் நிழலும் ஒன்று. தன்னை மறந்து ஆடிக்கிடந்தார் நைனா. எங்கள் வீட்டில் யாரும் அறியாத எங்கள் நைனாவின் முகத்தை அன்று நான் மட்டுமே பார்த்தேன்.

நான் மாடுகளை ஓட்டிக்கொண்டுபோய் வந்த அடுத்தடுத்த நாட்களில் அம்மாவும் பாட்டியும் காலையில் என்னைத்

திட்டித்தீர்க்கத் தொடங்கினார்கள். காரணம், பதினைந்து பதினாறு கூடை சாணி போட்டுவந்த ஏழு எருமைகளும் நான் சரியாக மேய்க்காததால் 10 கூடைகளுக்கும் குறைவாகச் சாணி போடுவதாய் சொன்னார்கள். எனவே, அக்கம்பக்க ஊர்களிலிருந்து மாடுகள் காட்டுக்குப் போகும் மந்தைவெளியிலிருந்து சாணி பொறுக்கிக்கொண்டுவந்து வீட்டுக் கொட்டகையில் சேர்க்கும் புதிய வேலைக்குத் துரத்தினார்கள். எல்லா இடங்களிலும் பெண்கள் உடன் வேலையாட்களாக வந்தார்கள்.

தாத்தாவின் கூட்டாளிகளுடன் மாற்று ஆளாய் மாடுகளை மேய்க்கப்போன நாட்களில்தான் அந்த வேலையின் பாடுகள் உரைத்தன. கரம்புகளிலும் வரப்போரங்களிலும் கழனி அறுத்த வயல்களிலும் மேய்கையில் எருமைகளில் ஒன்று திடீரென உதட்டை விரித்து எதையோ மோப்பம் பிடித்துக் கத்தியபடி ஓடும். அதை மடக்கிப்பிடித்து இழுத்துவருகையில், மற்றொன்று அடுத்த பக்கத்துக்கு ஓடும். அதன் பின்னால் ஓடினால் மீதமுள்ளவை பக்கத்து நிலத்துப் பயிர்களுக்குள் இறங்கிவிடும். அதட்டல்களாலும் நாக்கிலிருந்து தெறிக்கும் ஓசைகளாலும் மாடுகளை 'மேய்'க்கும் பக்குவம் தெரிந்தவனால் மட்டுமே திறம்பட மாடுகளை நடத்த முடியும். மற்றபடி வெறும் கம்பை வைத்து மாடுகளை மேய்த்துவிட முடியாது.

பெருமழை பெய்து ஓடைகள் பெருக்கெடுக்க, காட்டில் சுனைகளும் ஊற்றுகளும் உயிர்பெற்று ஆங்காங்கே கிளம்பி ஓடின. அந்த நாட்களில் காட்டின் சமவெளியெங்கும் புற்கள் முளைத்து, செடிகள் துளிர்த்துப் பச்சைகட்டிச் சிரித்தன. ஊரார் அப்போது வயல்வெளியைவிட்டு மாடுகளைக் காட்டுக்கு ஓட்டினார்கள். ஆள் இருந்தாலும் இல்லாவிட்டாலும் பசுமாடுகள் வயிறு முட்ட மேய்ந்து நடு இரவில் வீடு திரும்பின.

எருமைகள் மட்டும் வெயிலிலேயே காட்டை விட்டு இறங்கி அல்லி ஏரியில் வெகுநேரமாய் நீந்தும். முட்கள் கீரிய நமச்சல்களையும், பிராண்டும் வெயிலின் உக்கிரத்தையும் தணித்துக்கிடக்கும். கால்கள் ஓய்ந்து உடல் குளிரத் தொடங்கியதும் இடுப்பெலும்புகளின் இடைவெளிகளில் சவாரிபோகும் தவளைகளுடன் கரையேறும் எருமைகள், நடு இரவில் பரிவார யானைகளின் பெருந்திரள் ஊர்வலமாய் ஊருக்குள் நுழைந்து தெருக்களில் பிரிந்து ஓடும்.

எருமைகள் மீதிருந்து தெறித்துச் சிதறிய தவளைகள் வழியெங்கும் வெளிச்சங்களை நோக்கித் தவ்விக்கிடக்கும்.

எருமைகளின் பின்னால் போன சில நாட்களில் மற்ற இருவரும் வீட்டாரின் ஏச்சுகள் தாங்க முடியாமல் விறகு வெட்ட காட்டுக்குப் போய்வரும் விவரம் தெரிந்தது. தினமும் காலையும் மாலையும் விறகு வெட்டி, திண்டுகளை வீட்டுக்குக் கொண்டுபோக, வீட்டார் அவற்றை சைக்கிளில் விறகு கொண்டுபோகிறவர்களிடம் விற்கத் தொடங்கியிருந்தனர். மாடு மேய்ப்பதைத் தாத்தாவிடம் விட்டுவிட்டு நானும் காடேறத் தொடங்கினேன்.

வீட்டு அடுப்புக்கென்று காய்ந்த விறகுகளை நீண்ட ஊணிச் சமைகளாகவும், நகரத்தில் விற்பதற்கு வெட்டிக்கிழித்த பச்சைமரங்களைப் பருத்த திண்டுகளாகவும் கட்டி காட்டை விறகுகளாகச் சுமந்து வீடுகளுக்குக் கொண்டுபோனோம். அதனால், வீட்டார் எங்கள் வயிற்றுக்குக் குறையில்லாமல் தீனியைக் கொண்டுவந்து கொட்டினார்கள். இப்போது எங்களின் உணவின் அளவையும் பரிமாறும் முகங்களின் 'பாட்டை'யும் விறகுத் திண்டுகளின் உருவங்களே தீர்மானித்தன.

காட்டிலும் அதே கூட்டணி வாய்த்தது. ஆனால், இப்போ மூவர் கூட்டணி அல்ல; நால்வர் அணி. அந்த நாலாம் ஆள் எங்களைவிட சில வயது மூத்தவன். அறிமுகமான சில நிமிடங்களிலே எங்களை ரசிக்கவைத்த காட்டுவாசி. எங்களுக்குள்ளிருந்து எங்களை உசுப்பேற்றி உள்ளுக்குள் ஆடும் ஏதோ ஒன்றை அடக்க வித்தைகள் சொல்லித்தந்தவன். அப்போதைய எங்கள் அறிவில் அவன் எங்கள் குரு. ஆனால், ருசியான குரு, ரகசிய குரு. அவன் பெயர்தான் லவுசதா. நாங்கள் 'லவ்சா' என்றே கூப்பிட்டோம்.

எங்கள் பக்கத்து ஊர்க்காரன். ஆடுகளிடம் தெலுங்கும் எங்களிடம் தமிழும் பேசும் வசியக்காரன். முதலில் அவனும் அன்றைய என்னைப் போலவே எருமைகள் பின்னால் திரிந்தவன்தானாம். பிறகு, அவற்றை விற்று இரண்டு வெள்ளாடுகள் பிடித்து மேய்க்கத் தொடங்கி இப்போது அந்த இரண்டு ஆடுகள் மூன்று நான்கு குட்டிகளாகப் போட்டு முப்பத்தி ஒன்பது உருப்படிகளாய்ப் பலுகி அவனை மந்தைக்காரனாக ஆக்கியிருந்தன. யாருடனான கூட்டையும் அவன் விரும்பாமல் தனியாக மேய்த்ததால் காடெங்கும் திரிந்து தன் காலடிகளால் திசைகளைப் பெருக்கிருந்தான்.

தினம் ஒரு திசைக்கு ஆடுகளை ஓட்டி மடக்கிக் காட்டின் எல்லாக் குண்டுக்குழிகளையும், இண்டுஇடுக்குகளையும் தெரிந்துவைத்திருந்தான். ஊரில் யாரோடும் அதிகம் சேராமல், காட்டையே தன் கூட்டாளியாக நினைத்து மரங்களின் துளிர்களோடும், பூக்களின் மணங்களோடும், பழங்கள் கிழங்குகளின் ருசிகளோடும், உயிர்களின் குரல்களோடும் நேரம் கழித்துவந்தான்.

காட்டில் கண்ணில் படும் ஒவ்வொன்றுக்கும் தொறவு, கெபி, ஓத, ஐவுக்கு, பேட்டு, கெடுங்கு, தொன, தடி, மோடு, குட்டை, மொடுக்கு, குமுரி எனத் தனித்தனிப் பெயர்கள் இருந்ததை லவ்சாதான் எங்களுக்கு அறிமுகப்படுத்தினான். பல மரங்களின், இலைகளின், செடிகொடிகளின் பெயர்களை அவன் சொல்லித்தான் நாங்கள் தெரிந்துகொண்டோம்.

பெயிலான பாடப் புத்தகங்களோடு விறகு வெட்டக் கத்தியும் எடுத்துக்கொண்டுதான் நாங்கள் காட்டுக்குப் போவோம். மாலையில் விறகில்லாமல் வீடு திரும்ப நேர்ந்தால் படித்துக்கொண்டிருந்ததாக சாக்கு சொல்லவே புத்தகங்கள். சில நேரங்களில் தம்பி, தங்கைகள், முக்கியமாய் முறைப்பெண்கள் எஸ்எஸ்எல்சியை நெருங்குவது நினைவுக்குவந்தால் புத்தகத்தைத் திறந்து மேயத் தொடங்குவோம். ஆனால், அங்கு லவ்சா எங்களுக்கு வேறு புதிய பாடங்களை ஊட்டினான். அது எந்த ஆசிரியரும், எந்தப் பள்ளிக்கூடமும் அதுவரை நடத்தாதவை. தன் அனுபவங்களாக அவன் பேசியவற்றிலிருந்து அந்தப் பாடங்களை எங்கள் உடல்கள் தானாகவே மொண்டுகொண்டன.

எங்கள் கழுத்தில் உருளும் கோலிக்குண்டை எங்களுக்குக் காட்டிக்கொடுத்து, 'ஆண்கள் வயசுக்கு வந்ததன் அடையாளம்' என அவன் சொன்னபோதுதான் எங்கள் கண்கள் அங்கு திறந்துகொண்டன. எஸ்எஸ்எல்சியை விட்டு ஏவாள்களைத் தேடி அலையத் தொடங்கினோம்.

உயரமான பாறைகளின் மேல் அமர்ந்தபடி லவ்சா சொல்லும் அனுபவக் கதைகளைக் கேட்கையில் உடலுக்குள் ஏதோ ஒரு தவிப்பு வந்து சூடேற்றி நரம்புகளெல்லாம் முறுக்கும். அவன் வாயையும் உடல் அசைவுகளையும் பார்த்துச் சொக்கிக்கிடப்போம். பொழுது அடங்கி இருளத் தொடங்கும் நேரத்தில்தான் அந்த மயக்கத்திலிருந்து விழிப்போம்.

அப்போது விறகு இல்லாமல் வீட்டுக்குப் போனால், சோறுக்குப் பதிலாக ஏச்சிகளே நிரம்பக் கிடைக்கும். அதனால், கூச்சலும் கோபமும் கொப்பளிக்கும். எங்களின் இந்தக் கலக்கத்தை உணர்ந்த லவ்சா, கண நேரத்தில் குன்றுகளில் ஏறி இறங்கி அரிஅரியாய் செதால் விறகுகளை வெட்டிக்கொண்டுவந்து சதுரத்தில் போடுவான். தொங்கிப்போயிருந்த எங்கள் முகங்கள் செழும்பாகி மலரும். பிறகு, மொத்த விறகுகளையும் தனித்தனியாய் மூன்று பங்காகப் பிரித்துவைப்பான்.

கட்டுக்கொடியையோ பொட்டுரித்த நாரையையோ முடிச்சுப்போட்டு, முக்கால் அடி இடைவெளியில் சமைக்கி நாலு கட்டைப்போட்டு கால் சந்தில் வைத்து விறகுகளை அடுக்குவான். மூன்று சமையையும் அடுக்கிமுடித்துக் கடைசி சமையிலிருந்து கட்டத் தொடங்குவான்.

கட்டி முடிக்கும் முன்னால் சும்மாடுத் துணியை, சும்மாடாகக் கொல்லக் கூடாது. மீறிச் செய்தால் சமைகளை இறுக்கிக்கட்ட முடியாமல் கட்டுகள் அறுந்தபடியே இருக்கும். கட்டிமுடிக்க முடியாது. இந்த ரகசியத்தையும் முதன்முதலில் எங்கள் புத்திக்குள் ஏற்றியவன் அவனே.

துணி சும்மாடுக்குப் பதிலாக இலைச் சிமுருகளை மெத்தெனத் தலையில் வைத்து சமைகளைத் தூக்கிவைக்கையில், அவனோடு காட்டிலேயே தங்கிவிட மனம் ஏங்கும். ஆனால், லவ்சா அதற்கு எப்போதுமே சம்மதித்ததில்லை.

காட்டில் லவ்சாவுக்குத் தனியான இருப்பிடம் இருந்தது. அதை ரகசியமாகவே வைத்திருந்தான். அந்த இடத்தைப் பார்க்கும் ஆசையை அவனிடம் சொல்ல மூவருமே தயங்கினோம். அப்போது காட்டில் பரிக்கிப்பழக் காலம். கரடிகளுக்குத்தான் நிரம்பக் கொண்டாட்டம். புதர்களுக்கு உள்ளிருக்கும் பரிக்கி மரங்களில் ஏறி உட்கார்ந்து ஓசையில்லாமல் பரிக்கிப்பழங்களை உருவிஉருவி நுரை வழிய மென்றுகொண்டிருக்கும். குறுக்கும்நெடுக்குமான காட்டின் வழிகளில் கரடிகளின் எச்சங்களில் வெறும் பரிக்கி விதைகள் மட்டுமே இருக்கும். பரிக்கிப் பழங்கள் காடெங்கும் பழுத்து பீஸிப்போயிருக்கும். (காட்டில் நிறைய வியாபித்துப் பூத்தாலோ காய்த்தாலோ பழுத்தாலோ பீஸிப்போயிருக்கு என்றுதான் சொல்வோம்.)

அது குறுகி அகண்ட பெரிய கற்குகை. அதனுள் முதன்முதலில் ஒருநாள் எங்களை அழைத்துப்போனான் லவ்சா. அப்போது உண்டான நடுக்கமும் படபடப்பும் இப்போதும் கரையாத ஞாபகச் சுளுக்காய் உருண்டுகிடக்கிறது. யாரும் நடமாடாத ஒரு பழைய வழித்தடம், சில புதர்களில் நுழைந்து நான்கு கால்களில் ஊர்ந்து நிமிர்ந்து அந்தக் குகையின் நுழைவுக்குள் போக உயரமான குண்டுகளை ஏறிஇறங்க வேண்டும். அங்கிருந்து கைகளைக் கால்களாய் உயரத்தில் பற்றித் தொங்கி நரநரப்பான பாறைப்பிளவில் ஒருக்களித்து புழுபோல் உடலால் தேக்கிச் சிராய்ப்புகளோடு குதித்து நிமிர்ந்தால் குகையின் முற்பகுதி. அங்கு வெயிலும் மழையும் வந்துபோக வாய்த்திருந்த திறப்பில் உடல் பருத்து உயரமாய் வளர்ந்துநின்றன மரங்கள். குகை எங்கும் தொங்கிப் பறந்து கிரிச்சிட்டுக்கிடக்கும் வௌவால்கள், இன்னும் ரகரகமான ஓணான்களும் எங்களுக்கு முன்பிருந்தே அவன் கூட்டாளிகளாக அங்கு உடனிருந்தன. பாறைகளின் வெடிப்பினுள் ஒற்றைக் கண்ணில் பார்த்தால் தேரைகளும் நிறைய தங்கியிருந்தன.

கீழிருந்த பாறைகளில் தெறித்துச் சிதறியிருந்த எச்சங்கள் காய்ந்தும் காயாமலும் பிசுபிசுத்துக்கிடந்தன. எல்லா எச்சங்களின் துர்நாற்றங்களையும் மென்று முழிங்கிக்கிடந்த அந்தக் காட்டுமரங்களின் பூக்கள் நறுமணம் வீசின. மெல்லிய வெளிச்சத்தில் அவை, வறுத்த சோளப்பொறியெனக் குகை எங்கும் இரைந்துகிடந்தன.

அங்கிருந்த பாறைகளில் எப்போதோ ஓடிக்கிடந்த ஓடையின் நிர்வாணம் ஓவியச் சாக்கைகளாய்ப் பதிந்து ஈரமின்றி வழுவழுத்துக்கிடந்தது. அதில் நாங்கள் மூவருமே தடுமாறி விழுந்து எழுந்தோம். முற்காலத்தில் அதனுள் சிறுத்தைகளும் கரடிகளும் வாழ்ந்திருந்தாகச் சொன்னான். அங்கு அவன் தனியாய் வந்துபோவதாய்ச் சொன்னதையே எங்களால் நம்ப முடியவில்லை. இதில் பல இரவுகளில் அந்தக் குகையினுள்ளே தங்குவதாகச் சொன்னதை எப்படி நம்புவது?

அந்த இடத்தின் இருட்டும், விட்டுவிட்டுக் கேட்ட புதிய சத்தங்களும், அவை விடுபடும்போது சூழ்ந்திருந்த மௌனமும், எங்கள் நால்வரையும் தனித்தனியாக்கிக் குலைநடுக்கம் தந்தன. அதிர்ச்சியில் பிதுங்கிய எங்கள் கண்கள் இமைக்காமல் ஒரே நிலையில் உறைந்திருந்தன. அந்த உணர்வைத் தொடரவிடாமல்

லவ்சாவின் குரல் எங்களை விடுவித்தபடி எதையெதையோ பார்க்கத் தேடியது.

ஒரு நதியையே உறிந்து குடித்துத்தீர்த்த மரங்கள், இப்போது வெறும் பாறைகளில் விழுந்துதெறிக்கும் பறவைகளின் எச்ச ஈரங்களால் உயிர்தரித்து நின்றன. பாறையைப் பிளந்து விழுந்த இடி, விதைகளாய்ச் சிதறியதில் முளைத்ததுபோல் கரடுமுரடாய் முண்டுக்கட்டி முரைத்துக்கிடந்தன அடிமரங்கள். அசைபோடும் பாலைவனக் கிழ ஒட்டக வாய்போல் அரண்களாய் நின்ற சமமற்ற பாறைகளிலெல்லாம் கைக்கு எட்டிய தொலைவுவரை அவன் வரைந்துவைத்திருந்த ஓவியங்கள் புரிந்தும்புரியாமலும் இருந்தன. பெரும்பாலும் ஆண்பெண் நிர்வாண ஓவியங்கள். அவற்றோடு தெலுங்கு தமிழ் எழுத்துகளால் ஏதேதோ கிறுக்கியும் வைத்திருந்தான்.

மழையின் வாடையும் நுழைய முடியாத பொந்துகளில் தீப்பெட்டிகள், உப்புப் பொட்டலங்கள், சூரிக்கத்தி, தகர டப்பாக்கள், கந்தல்துணிகள், பழைய பிளேடுகள் எனப் பலவற்றைப் பாதுகாத்துவைத்திருந்தான்.

அவன் உறிந்து துப்பிய பீடித்துண்டுகளும் அங்கு நிறைய கிடந்தன. “ரெட்டக்கொலக் கீறவுங்கதான் இந்த எடத்துலெல்லாம் தனியா ஒலாத்த முடியும், உயிரக் கையில புட்ச்சினுந்தன். உனுமேல்ட்டுச் செத்தாலும் அங்க வர மாட்டன்.” போயிட்டு வந்த மறுநாள் பாப்பிகான் மிரட்சியோடு சொல்லிவிட்டு அதற்குப் பிறகு கெபி பக்கமே வரவில்லை. அந்தக் காட்டில் அவன் கடவுளா? பேயா? மனிதனா? எங்களுக்குள் கேட்டுக்கொண்டோம்.

மறுநாளில், லவ்சாவின் வாய் உதிர்க்கப்போகும் மயக்கும் சொற்களுக்காக ஒவ்வொரு இரவையும் ஏக்கத்தோடு விரட்டி முழித்தோம்.

வீட்டில் செய்யும் தின்பண்டங்களைத் திருடித்தின்னும் பழக்கம் அப்போது... லவ்சாவுக்குக் கொண்டுபோக எடுத்துவைப்பதும் கொஞ்சம்கொஞ்சமாய் எங்கள் வயிற்றுக்கே போய்விடும். ஆனால், காட்டில் பசி என்று சொன்னால் லவ்சா நாளுக்கு ஒரு தினுசான தின்பண்டங்களைப் பறித்து நோண்டி வேட்டையாடி சுட்டுக்கொடுப்பான்.

கழுத்தில் எப்போதும் ஒரு உண்டிவால் தொங்கிக்கொண்டிருக்கும். எதற்குக் குறிவைத்தாலும் அது தப்பாது. ஒருநாள் எதாகிலும் ஒரு மரத்தின் பச்சைத்தழைகளையும் சுட்ட வேரையும் சாப்பிடத்தருவான். துவர்ப்பும் புளிப்பும் காரமுமாய் மெல்லமெல்ல ரசம் ஊறித் தொண்டைக்குழிக்குள் குளிர்ச்சியாய் உள்ளிறங்க உடல் சிலிர்த்துக்கொள்ளும். அடுத்த நாள் பழங்கள் பரத்தியாய்ப் பழுத்திருக்கும் கிளைகளை வெட்டிக்கொண்டுவந்து பாறை மீது வைத்து, குட்டியாடுகளுக்கு ஆட்டுக்காரன் தீனி ஊட்டுவதைப் போல எங்கள் பசியாற்றுவான்.

“நாளைக்கி வரும்போது ஒவ்வொருத்தரும் அரிசி, மொளகா, உப்பு கொண்டாரணும்” என்று ஒருநாள் எங்களுக்கு லவ்சா கட்டளையிட்டிருந்தான். மறுநாள், அரிசி சுருட்டிய பொட்டலங்கள் முன்னால் தொங்க, மடித்துக்கட்டிய லுங்கியோடு (பலத்த எதிர்ப்புகளுக்கிடையில் அப்போதுதான் நாங்கள் லுங்கிகட்டத் தொடங்கியிருந்தோம்) ஒரு குறிப்பிட்ட இடத்தில் ஒருத்தருக்கு ஒருத்தர் காத்திருந்து சேர்ந்து நடந்தோம். லவ்சா ஆடுகளை நோக்கி எறியும் குரல் வழியே குன்றுகளை ஏறி இறங்கி அவனை நெருங்கினோம்.

வெற்று உடம்பின் மீது காட்டின் கறைகள் ஊறிய துண்டை மடித்துப் போர்த்தியிருந்தான். கனகாம்பர நிற டாயரோடு பூரக மரத்தடியில் நின்றிருந்தான். அவனுக்கு எதிரே, காற்றில் ஆடும் இளஞ்செடிபோல் அசைந்து புகையை முட்டி எரிந்தது நெருப்புத்தணல். காய்ந்த மரமண்டைகளின் உடலைக் கிழித்து ஓர் ஒழுங்கில் அதன் மீது அடுக்கித் தீயை அடர்த்தியாக்கினான். இப்போது இன்னும் உந்தி எழுந்தது ஜுவாலை. அவன் அண்ணார்ந்து கைநீட்டி மரத்தை எக்கினான். அப்போதுதான் மஞ்சள் தடவிய உருவங்கள் கோத்த கம்பி மரக்கிளையில் தொங்குவதை நாங்கள் பார்த்தோம்.

கம்பியின் இரண்டு பக்கங்களிலும் பிடித்து விரல்களால் உருட்டியபடி நெருப்பில் தீய்த்து வாட்டினான். முதலில் முடி பொசுங்கும் நாற்றமும் தொடர்ந்து கொழுப்பு உருகும் நாற்றமும் காற்றில் பரவின. நாக்கில் எச்சில் ஊறஊறத் தீயில் மின்னின.

எங்களுக்குப் பெயர் தெரியாத ஒரு விலங்கின் ரோமங்கள் இரைந்து காற்றில் பறந்துதிரிந்தன. வாயில் புகைந்த பீடியைக் கடித்தபடியே தீய்ப்பிலிருந்து கவனத்தை விலக்காமல், “என்னப்பா

மூணு பேருக்கும் இன்னிக்கி அடுப்பு வெறகா? திண்டு வெறகா?” என்று கேட்டான். நாங்கள் சிரித்தோம்.

கொஞ்ச நேரத்தில் இரண்டு மூன்று கொள்ளிகளைத் தழலோடு எடுத்துத் தாழ்த்திப்பிடித்தபடி காலால் மண்ணைத் தள்ளிக் கங்குகளை அணைத்துவிட்டு முன்னால் நடந்தான். கொள்ளிகளிலிருந்து தீ இலைகள் வழியெங்கும் பழுத்து உதிர்ந்தபடி வந்தன. நாங்கள் ஆளுக்கு ஒரு சட்டியைத் தூக்கிக்கொண்டு அவன் பின்னால் நடந்தோம். அவன் ஆடுகளின் பக்கமாகத் திரும்பிச் சத்தங்கள் எழுப்பினான். அவை பதில் தந்தன. காட்டின் கூச்சல் அடங்கிக் கம்ம்ம்மென்று இருக்க, சரசரக்கும் எங்கள் காலடிக் கூச்சல்கள் கனவில் நடப்பதுபோல் இருந்தன.

ஒரு பெரும்பாறையின் அடிவாரத்துக்குக் கீழ் எங்களை அழைத்துப்போனான். அங்கு ஏற்கெனவே ஒரு பக்கத்தில் காற்றை அணைகட்டி மூன்று கல் அடுப்பு வைக்கப்பட்டிருந்தது. தேவையான விறகும், பொட்டு சீவி செதுக்கிவைத்திருந்த துரிஞ்சிமரக் கரண்டிகளும் வெயிலில் காய்ந்தன.

அடுப்பு ஓரத்தில் பெரிதும்சிறிதுமாக இருந்த இரண்டு பழகிய மண்செட்டிகளில் ஒன்றில் கல் உப்பும் காய்ந்த மிளகாய்களும், இன்னொன்றில் அவன் பங்குக்குரிய கொஞ்சம் அரிசியும் கிடந்தது. நாங்கள் கொண்டுபோன அரிசிப் பொட்டலங்களை வாங்கிச் சட்டியில் போட்டான். எதிரில் நின்ற பாறையின் உச்சித் தொனையிலிருந்து தோண்டியில் தண்ணீர் எடுத்துவந்து அரிசியைக் கல்லில்லாமல் ஒலுக்கி எடுத்தான். அடுப்பும் நெருப்பும் அவன் அசைவுக்கு வளைந்துகொடுத்தன. காலிச் சட்டியை ஏத்தி கொழுப்பைப் போட்டுத் தாளிப்பைத் தொடங்கினான். அதில் காய்ந்த மிளகுருணி இலைகளையும் பட்டைகளையும் துண்டுதுண்டாய்க் கிழித்து ஒடித்துப்போட்டதும் எழுந்த மணத்தில் காடே கமழ்ந்தது. எங்கிருந்த வேட்டைநாய்களும் ஓடிவந்து விலகி உலவி எச்சில் ஒழுக நாக்கை நீட்டி வேடிக்கைபார்த்தன. இன்னொரு பக்கத்தில், நரிகள் கூட்டமாய் ஊளையிட்டன.

அந்த மணம் எங்களுக்கும் புதுசாய் இருந்தது. அன்று காட்டுப்பூசணி இலையில் சுடச்சுடப் போட்ட கறிச்சோற்றின் ருசி எங்கள் உயிரைத் தொட்டது. அப்படியொன்றை அதற்குப் பின்னும் நான் சாப்பிடவில்லை. நெடுநாளுக்குப் பிறகு எந்த

வசையும் இல்லாமல் ருசித்து வயிறு நிரம்பச் சாப்பிட்டது அன்றுதான். அதற்கு நாங்கள் வைத்த பெயர் 'லவ்சா சோறு', 'லவ்சா பிராணி'.

நாங்கள் நிழலுக்கு ஒதுங்கிநின்ற தணுக்கன்மரக் கிளை மீது தீக்குச்சியை உரசி பீடி பற்றவைத்தான். அவன் வாயில் புகைந்த பீடியின் கங்கு மினுங்கிமினுங்கி அடங்கி எரிந்தது. மூக்கு, காது, கண், தலைமுடி என எல்லா வழிகளிலும் புகை வரவைப்பதாகச் சொல்லி வித்தைகாட்டினான்.

அன்று முழுக்க பீடி புகைத்தல் பற்றிய சாகசங்களே தொடர்ந்தன. கை நகங்களிலும் புகைவிடுவதாகக் காட்டினான். காப்பு காய்த்துப் பாறைபோலவே நரநரப்பாயிருந்த அவன் உள்ளங்கையை மிரட்சியோடு மூவரும் தொட்டுப்பார்த்தோம். அவனது விரல் நகங்களின் முனைகள் கறுத்திருந்தன. புகைவிடுவதால்தான் அப்படிக் கறுத்திருப்பதாக அவன் சொன்னபோது அதையும் நாங்கள் நம்பி ரொம்போ பயந்தோம்.

அவனுக்குத் தெரிந்த வித்தைகளையெல்லாம் எங்களுக்கும் கற்றுக்கொடுப்பதாகவும், "அதுங்களக் கத்துக்குனா எல்லாரையும் தூஸ் கெளப்பலாம், யாரையும் மயக்கலாம்" என்றும் சொன்னான். நாங்கள் நம்பினோம். அதற்காக நாங்கள் செய்ய வேண்டியது என்று சிலவற்றைச் சொன்னான். அதன்படி மறுநாளிலிருந்து தெருவெல்லாம் அலைந்து துண்டுபீடிகளைப் பொறுக்கிக்கொண்டு வந்து அவனிடம் கொடுத்தோம்.

முதல் பாடமாக லவ்சா எங்களுக்குப் பீடிபிடிக்கக் கற்றுக்கொடுத்தான். அப்போது ஊரில் பெரியவர்கள் மட்டுமே பீடிபிடிப்பார்கள். எங்கள் அப்பாவே எங்கள் ஆயம்மா நைனாவுக்கும் வேறு பெரியவர்களுக்கும் மறைத்துதான் பீடிபிடிப்பார். அன்றைக்கு லவ்சா ஒரு சிறிய கணவா மேட்டுக்கு அடியில் இருந்த ஆளுயரப் பாறையில் உட்கார்ந்திருந்தான். நாங்கள் எதிரில் அவனைச் சுற்றிநின்றோம். எங்கள் பாடப் புத்தகக் காகிதங்களைக் கிழித்துச் சுருட்டிக் காகித பீடிகளைச் செய்து, தாய்ப்பறவை இரை ஊட்டுவதுபோல எங்கள் உதடுகளில் வைத்தான். அவன் ஒரு பீடியைப் பற்றவைத்துக்கொண்டு, அதே நெருப்பை எங்கள் காகித பீடிகளில் மூட்டினான். உடல்கள் நடுங்க சுத்திமுத்திப் பார்த்தோம். மரங்களும் பாறைகளும் ஆடுமாடுகளும் மட்டுமே கண்ணில் பட்டன.

“பொகைய நல்ல்ல இஸ்த்து அப்டியே முழுங்குங்க...”

“பொட்டுப் பொகயவும் வாய் வழியா உட்ராதிங்க...”

“முழுங்குற பொக மொத்தம் மூக்கு காது கண்ணு வழியா வந்துரும்...”

“ஃபஸ்ட்டு மூக்குல வரும், அப்பாறம் போவபோவக் கொஞ்சிகொஞ்சிமா காதுலயும் கண்ணுங்கிள்ளயும் வரும். கண்ணுல பொக உட்றவன எல்லாப் பொண்ணுங்ளும் ரொம்போ உம்புரமா வெச்சிக்குவாங்கோ.”

அவன் சொன்ன போதையில் வேகமாக உறிஞ்சினோம். வாய் நிரம்பி வயிற்றுக்குள் புகை போகாமல் முகம் மூக்கு காது கண் தலை பூராவும் கொடிகொடியாகக் காரம் ஏறிவிட்டது. இருமலால் கண்களிலும் மூக்கிலும் தண்ணீர் வந்து மூச்சுமுட்டிக் கலங்குகையில் அவன் சொன்னான், “அவ்ளோதான், உட்றாத செரியாப்பூடும். ஸ்டைலா பொக உட்ற ஆம்பளையத்தான் பொண்ணுங்ளுக்குப் புடிக்கும், உடாத” என்று எங்களை உசுப்பேற்றினான்.

இதற்கிடையில் நாங்கள் ஒவ்வொருவரும் ஊரில் பெண்களைக் காதலிக்கத் தொடங்கியிருந்தோம். அவர்கள் யாவரும் எங்களைவிட வயதில் மிகவும் மூத்தவர்கள். ‘உன் ஜோடி, என் ஜோடி’ என்றும், ‘உன் ஆள், என் ஆள்’ என்றுமாக ஒரு செட்டு உருவாகப் பலரைக் காதலித்துவந்தோம். இதற்கு எங்களுக்கு வித்தைகள் தேவைப்பட்டன. அதற்காக அவன் எதைச் சொன்னாலும் அதைச் செய்ய முனைந்தோம்.

இதனால், ஒருவருக்குத் தெரியாமல் ஒருவர் லவ்சாவைச் சந்தித்து வித்தைகள் கற்றுக்கொள்ளத் தீவிரித்தோம். நாங்கள் கொண்டுவந்து தரும் துண்டுபீடிகளைத் தன் சக்தியால் புதிய பீடிகளாகவும் சிகரெட்களாகவும் மாற்றுவதாக அவன் சொன்னான்.

காட்டுக்குப் போகும் முன்பும் போய்வந்த பிறகும் கோயில் படித்துறைக்குப் பின்னால் இருந்த பாழடைந்த பழைய மண்டபத்தின் உள்சுவர் மீதேறி அமர்ந்து லவ்சாக்காக நாங்கள் காத்திருந்தோம். ஆலம் விழுதுகளில் தொங்கிவந்து எங்கள் முன்னால் குதித்து எங்களுக்குக் காட்சிதருவான்.

காலையில் காட்டில் இருக்கும் தனது குகைக்கு வந்து தன்னுடன் 'இருந்து'போன ஒரு தேவதையைப் பற்றியோ, உள்ளூர்/பக்கத்து ஊர்களின் அழகிய பெண்களைப் பற்றியோ புதியபுதிய அதிசயச் செய்திகளை விதைத்துவிட்டுத் தாவிக்குதித்து ஓடிவிடுவான். அவை எங்களுக்குள் கற்பனைகளாய் முளைத்துப் பெரும் மரமாகி, பார்க்காத உணராத ஏதோ ஒன்றைத் தேடித்தவிக்கும். இப்படிக் காட்டில் விதைத்ததற்குக் கோயில் மண்டபத்திலும் கோயில் மண்டபத்தில் விதைத்ததற்குக் காட்டிலும் விளக்கங்கள் கேட்க நாங்கள் அவனைத் தேடி அலைந்தோம். அவன் மாயவனாய் மாறிப் பதில்சொல்லி எங்களை மேலும் ஏங்கவைப்பான்.

தனக்குள் ஒரு மந்திர சக்தி உள்ளதாகவும், அதன் மயக்கத்தில் அவன் அழைத்ததும் ஊரில் இருக்கும் அத்தனைக் குமரிகளும் அவன் நினைக்கும்போது தன்னைத் தேடி குகைக்கு வந்துபோவதாகவும் லவ்சா சொன்னான். அப்படி வருகையில் அவர்கள் யாருடைய கண்களுக்கும் தெரிய மாட்டார்கள் என்றும் சொன்னான். அவர்களின் கைகளிலிருந்து உடைந்ததாகச் சில வளையல் துண்டுகளைக் காட்டினான். அவன் தங்குவதாகச் சொன்ன குகையின் பக்கவாட்டுப் பாறைகளில் சில பொட்டுகளையும் காட்டி எங்களை அதிரவைத்தான். இப்போது ஊரில் எங்களுக்கு அழகாய்த் தெரிபவர்களின் மீதெல்லாம் லவ்சாவின் குகைவாசம் படிந்திருக்குமோ எனும் எண்ணம் எங்களைக் கலங்கவைத்தது.

நாங்கள் எங்கள் கலக்கத்தை அவனிடமே கேட்டோம். நாங்கள் காதலிப்பதாய் எங்கள் கற்பனையில் உலாத்திக்கொண்டிருக்கும் பெண்களைப் பற்றி அவன் எங்களிடம் கேட்டான். அச்சத்தோடு அவன் முகத்தைப் பார்த்தபடி ஒவ்வொருத்தியின் பெயரையும் மாற்றிமாற்றிச் சொன்னோம். உதட்டை மடக்கி பீடியைச் சப்பிப் புகையால் காற்றுக்கு உருவம் தந்தபடி சலனமற்றுக் கேட்டுக்கொண்டிருந்தான். சுற்றும்முற்றும் காட்டைப் பார்த்துத் தொண்டையைச் செருமினான். திக்திக்கென நெஞ்சு அடித்துக்கொண்டது. மெல்லப் பற்களைக் காட்டிச் சிரித்தவன், "ச்சே ச்சே ச்சே அவங்கெல்லாம் கெடையாது" என்று தானாக முன்வந்து தரையிலடித்து சத்தியம் செய்தான். இருண்டு தொங்கியிருந்த எங்கள் முகங்கள் ஆறுதலில் வெளிச்சமாகின.

அந்த வயதில் எங்கள் தேவைகள் இரண்டு மட்டுமே. ஒன்று, ஊரில் பெரிய வீரனாய் வலம்வருவது. மற்றொன்று, ஊரில் இருக்கும்

அத்தனை அழகிகளையும் மயக்கிக் காதலிப்பது. இவை இரண்டு தவிர வேறு எதுவும் எங்களுக்குத் தேவையாக இருக்கவில்லை. வீரனாக வேண்டிய தேவைகளை அப்போதைய வாலிபர்களே தீர்மானித்தார்கள். அதாவது, எங்களின் சித்தப்பாக்கள் அண்ணன்கள் தாய்மாமன்களே தீர்மானித்து அவர்களை எங்களுடைய வில்லன்களாக நினைக்கவைத்தார்கள்.

பரவச நிலையில் ஒவ்வொரு பெண்ணின் அழகையும் வர்ணித்துப் பாடல்கள் பாடுவான் லவ்சா. அன்றைக்கு ஒலித்துக்கிடந்த சினிமாப் பாடல்களைவிட இனிமையாக இருந்தன அவை. நாங்கள் லவ்சாவின் பாடல்களை மனப்பாடம் செய்யப் போட்டிபோட்டோம். அவை எங்களின் எஸ்எஸ்எல்சி தோல்விகளை மறக்கடித்துப் புதிய ஏக்கங்களை விதைத்தன. உடலில் ஊறும் காதலுக்காக உயிர் வாழ்வது, இல்லையேல் அதற்காகச் சாவது என்ற புதிய உறுதி அப்போது தோன்றியது.

ஒருநாள் பெண் மனம், உடல், அழகு, நிறங்கள் என ஒரு புதிய உலகத்தை எங்களுக்குத் தன் வார்த்தைகளால் திறந்துகாட்டினான். "உனக்குப் பிடிச்ச பொண்ணோட வலதுகை சுண்டுவிரலக் கெட்டியாப் பிடிச்சி அழுத்துனா போதும். அவங்க உன்னக் காதலிக்குவாங்கோ" என்று சொன்னான். அன்றிலிருந்து எங்கள் பார்வைகள் நடுங்கத் தொடங்கின. அவை அப்போதைய எங்களின் முழு நேரங்களையும் மேய்ந்து செழித்தன.

புதர் மறைவுகளிலும், பாறைத் துறவுகளிலும், தூர்ந்துபோன குகை இருட்டுகளிலும் எங்கள் உடல்களுக்கு உள்ளிருந்த மலர்ச்சிகளை வலிய எடுத்து எங்களுக்கே கிறுக்கேற்றினான். நாங்கள் தனிமைகளைத் தேடினோம். மீசைவெளியில் அரும்பியிருந்த பூனை ரோமங்களைப் பெண்ணுடலைத் தடவுவதுபோல் தடவிப்பார்த்தோம்.

இதற்கிடையில் நாங்கள் மறுதேர்வுகள் எழுதி எழுதி பெயிலாகிக்கொண்டே இருந்தோம். அது கன்னிமார்களின் சாபம். அதனால்தான், மீண்டும்மீண்டும் தோற்பதாக எங்களிடம் சொன்னான். ஊர் மேல் இருந்த அந்தச் சாபத்தைப் போக்க அவன் ஒரு மந்திரம் செய்யவிருப்பதாகவும், அதற்கான மந்திரக்கோல் அவனிடம் இருப்பதாகவும் சொன்னான். அதை அவன் செய்துவிட்டால் படிக்காமலே ஊரில் எல்லோரும், நீங்களும் பாஸாகிவிடுவீர்கள் என்றான். எல்லா வகையிலும்

எங்கள் வாழ்க்கை அவனின் மந்திரக்கோலுக்குள் தங்கியிருப்பதாய் நம்பி இனி படிக்க வேண்டியதில்லை என்று முடிவெடுத்தோம்.

எங்கள் வீட்டுக் கருப்பிக் கெடா கன்னு போட்டிருந்தது. தாத்தாவே எல்லாவற்றையும் கவனித்து ‘சத்தை’ விழுந்ததும் கொண்டுபோய் ஊரோர ஆலமரத்தில் மடிகட்டிவிட்டுவந்தார். மூன்று நாட்களுக்கு ‘கடும்பால்’ காய்ச்சினார்கள் வீட்டில். தெகட்டடக் குடித்துக் கொஞ்சம் கொட்டடங்கச்சியில் கொண்டுபோய் பாப்பிகானுக்கும் மொகிலிக்கும் கொடுத்தேன்.

அன்று காட்டில் லவ்சாவைச் சந்திக்கையில் இதைச் சொன்னதும், “உங்களுக்குப் பாலு அவ்ளோ புடிக்குமா? இத்தின்னாளா தெரியாமப் பூட்ச்சே” என்று சொல்லி, ஒரு செடியிலிருந்து சில இலைகளைக் கிள்ளிக் கிண்ணமாக நேய்ந்துகொண்டான். பிறகு, இறங்கிப்போய் மரத்தடியில் படுத்து அசைபோட்டுக்கிடந்த ஆடுகளில் ஒன்றைத் தட்டி எழுப்பி அதன் பின்னங்காலைப் பிடித்துத் தோளில் போட்டுக்கொண்டு அந்த இலைக்கிண்ணம் நிறைய பாலைப் பீய்ச்சிக்கொண்டுவந்தான். வெப்பளான் கிளையைத் தொரடினால் வளைத்து இரண்டு இலைகளைக் கிள்ளி அதன் பாலை ஆட்டுப்பாலில் சொட்டினான். கொஞ்ச நேரத்தில் பால் திரிந்து கோவாபோல் கட்டிப்போனது. காய்ந்த ஜீகிமர இலையை மடித்துக் கரண்டியாக்கி, “இந்தா பால்கோவா” என்று கொடுத்தான். அது அவ்வளவு ருசியாய் இருந்தது. ஆனால், அவன் அதை நக்கிக்கூடப் பார்க்கவில்லை. முத்தம் கொடுக்கும்போது பால் நாற்றம் கொமட்டுகிறது என்று அவனுடைய ‘ஆளுங்க’ சொன்னதால் பால் குடிப்பதை நிறுத்திவிட்டதாகச் சொன்னான்.

மூன்று நாட்களாக வைக்கப்புல் தின்றுவிட்டுக் கொட்டாயிலேயே இருந்ததால் காலாற ஓட்டிக்கொண்டு போய்வரச் சொன்னார்கள் கருப்பியை. நானும் கீழ் குமுரிவரை கயிறை விடாமல் இழுத்துக்கொண்டு போனேன். “பச்ச பில்லு மேஞ்சிடாமப் பாத்துக்கணும். இல்லனா, மாட்டுக்கு ஒண்ணுக்குல ரத்தம் வரும்” என்று நைனா சொல்லியிருந்தார்.

‘குமுரி’ புளியமரங்கள் அடர்ந்த காட்டின் பெரிய வாசல். சில மரத்தடிகளில் ஆடுமாடு மேய்க்கும் பெண்கள் தாயம், பல்லாங்குழி, அஞ்சாங்கல் ஆடுவதும் கோலம் போடுவதும் பிடித்தவர்கள் பெயரையும் உருவத்தையும் கிறுக்கிப்பார்ப்பதுமாக இருப்பார்கள். சில மர நிழல்களில் ஆண்கள் தீப்பெட்டி மீது காசு சுண்டி

விளையாடுவார்கள். காட்டுமாடுகள் ராத்திரிகளில் இறங்கிவந்து சில மரத்தடிகளில் படுத்து அசைபோட்டு எழுந்துபோகும். மற்ற மரங்களைவிட மாட்டடி மரங்கள் ரொம்போ செழிப்பாகத் தெரியும்.

அங்கே இருக்கும் ஒத்த ஆலமரத்தடியில் மட்டும் இளம் கூட்டாளிகள் அடிக்கடி கபடி ஆடுவார்கள். அவங்கவங்க துணிகளைக் கழற்றி ஆளுக்கொரு விழுதுகளில் முடிச்சிட்டு, கொஞ்ச நேரம் ஊஞ்சல் ஆடிவிட்டு, ஏறிக் குதித்துக் கைகால்களில் களைப்பு விட்டதும் கபடி ஆட்டம் தொடங்கும். அன்றும் அப்படித்தான் தொடங்கியிருந்தது. ஆட்டம் களைகட்டக் களைகட்டக் கூச்சல்கள் ஊருக்குக் கேட்டன.

எப்போதும் இல்லாமல் அன்று லவ்சாவும் ஆட்டத்தில் இறங்கியிருந்தான். சிலர் பனியன்களோடும், பலர் வெற்றுடம்பிலும் ஆடினார்கள். லவ்சா கீழே டவ்சர் மட்டுமே போட்டிருந்தான். வியர்வை சொட்டும் கறுத்த வெற்று உடம்பு புழுதியில் விழுந்து எழுந்ததில் காட்டெருமையாகத் தெரிந்தான். கபடிக்கபடி எனக் குடுக்கும்போது இடதுதொடையின் உள்பக்கவாட்டில் தட்டி இப்படியும்அப்படியும் பார்வையை வீசினான். நடுவில் நின்று காலைத் தூக்கிச் சுழற்றி அத்தனை பேர்களின் தலைகளையும் அளந்தான். யாராலும் அவனைப் பிடிக்க முடியவில்லை. அவன் பிடியிலிருந்து ஒரு சாண் எவராலும் நகரவும் முடியவில்லை. கடைசி மட்டும் லவ்சா தன் அடையாளமாக இடதுதொடையைத் தட்டியபடியே இருந்தான். லவ்சா இருக்கும் அணியே தொடர்ந்து வெற்றிபெற்றது. எனக்கு முன்பாகவே மொகிலியும் பாப்பிகானும் அங்கு வேடிக்கைபார்த்தபடி இருந்தனர்.

ஆடுகளுக்கு நேரமாகிவிட்டதாகச் சொல்லிய லவ்சா, அவனாகவே ஆட்டத்திலிருந்து வெளியில் வந்தான். அவர்கள் இருவரும் லவ்சாவின் லுங்கியையும் சட்டையையும் எடுத்துக்கொண்டு பின்னால் நடந்தார்கள். கன்னு போட்ட கருப்பி என்னிடம் இருந்ததால் நான் அங்கேயே நின்றுவிட்டேன். லவ்சா தொலைவில் போனதும் அவனைப் பற்றிய பேச்சுகள் அங்கு உலவத் தொடங்கின.

"அவன் ஒடம்பு பூரா வெளக்கெண்ணெ தடவினு வந்திருக்கான்டா, எப்பா. ஒரே கப்பு வேற. அதுவும் இல்லாம ஒடம்பு புளுக்குப்புளுக்குன்னு வழுக்குது."

“தவ்ளா பையன்லந்து காடு ஏர்ன கைடா அது. மொருமு ஏறி மொரப்பா கீது. அதான் புடுச்சா உடுவிக்க முடியில. அதும் இல்லாம அவன் ஆடும்போது பாத்தியா, பீச கால் தொடையத் தட்டித்தட்டிக் காட்டினு இருந்தத.”

“ஏய் ச்சி, எல்லா வெறும் டகுளு மச்சான். அவன் உல்ட்டா ஆளு.”

“அப்போ எப்புடி அவன மட்டும் புடிக்க முடியல சொல்லு? கால புட்ச்சா கரண்டு சாக்கு அடிக்கிற மாதிரி ஜிவ்வ்வ்ன்தே எப்பிடி?”

“அய்ய ஒடம்புல எண்ணெ தடவாம, பனின போட்டுக்கினு வரச் சொல்லேன் பாப்போம். ஒரே கையிலத் தூக்கி வீசாட்டிர்றன்.”

“சும்மா படாய்ப் பேசாதடி. அதெல்லாம் எவனாலியும் முடியாது. அவன் உள்தொடையக் கிட்டத்துல பாத்துகிறியா? ம்ம் சொல்றா?” சனகேசுலு கேட்டான். எல்லோரும் முழித்தனர்.

“அங்க சும்மா நெருப்பு கணக்கா மினுங்கும். அவன் எதுக்கு எப்போபாரு காட்டுலயே கீறான்? கவ்ர்மெண்ட்க்குத் தெரிஞ்சா அவனப் புட்ச்சினு பூடுவாங்கோனுதான்.”

மாற்றிமாற்றி அவனவன் ஏதேதோ சொன்னார்கள். அவை எதுவும் அதுவரை நாங்கள் யாரும் அறியாதவை. எனக்குத் தலைசுத்தலாக வந்தது.

நான் அதற்கு மேல் அங்கு நிற்கவில்லை. கருப்பியை இழுத்துக்கொண்டு குளத்துப்பக்கமாகப் போய்விட்டேன். லவ்சாவின் தொடையை நினைவுபடுத்திப்பார்த்தபடி நடந்தேன். முகம், தலை, மீசை, காது, புகைக்கும் விரல் நகங்கள் என எல்லாம் நினைவுக்கு வந்தன. தொடையைப் பார்த்ததாக எந்த நினைவும் வரவில்லை.

பேரழகிகளும் ஊரழகிகளும் குகைக்குவந்து இவனுடன் தங்கி வளையல்கள் உடைய காதலித்துப்போவதன் ரகசியம் இதுதானோ என்று எனக்குள் ஒரே கேள்வியாய்க் கிடந்தது. இவ்வளவு வித்தைகள் கற்ற லவ்சாவுக்கு ஊரில் யாரும் நெருக்கமான கூட்டாளி கிடையாது. இவை எதையும் எங்களிடம் காட்டிக்கொள்ளாமல் அவன் நடந்துகொள்வது, உள்ளுக்குள் கலக்கத்தை உண்டாக்கியது. இதை அறியாத பாப்பியும் மொகிலியும் அவனிடம் ஒட்டிக்கிடந்தார்கள்.

அடுத்தடுத்த நாட்களில் நான் லவ்சாவை முகம் பார்க்காமல் தொடை பார்க்கத் தொடங்கினேன். அவன் வாடாமல்லி லுங்கி கட்டியிருந்தான். மடித்துக்கட்டாமல் அவிழ்த்துவிட்டு நடந்தான். அவன் தொடைகளின் இடையில் வெளிச்சம் தெரிவதுபோல எனக்குத் தோன்றியது.

அன்று பொழுது சாய்ந்த கொஞ்ச நேரத்தில் நிலா பட்டப்பகலாகக் காய்ந்தது. கோயில் மண்டபத்துக்கு அருகில் மணல்வெளியில் படுத்து வானத்தைப் பார்த்தபடி நானும் லவ்சாவும் மற்ற இருவருக்காகக் காத்துக்கிடந்தோம். நிலா வெளிச்சத்தில் மின்னிய அரசமர இலைகள் காற்றில் கைகளைத் தட்டிச் சிரித்தன. அதில் அடங்கவந்த பறவைகள் அதனதன் குரலில் கொணகொணத்துக்கிடந்தன.

அவன் காட்டில் ஒருமாதிரியும் ஊரில் ஒருமாதிரியும் இருப்பதாகப் பட்டது. அவனுடன் தனியாக இருப்பது ஆசையாகவும் அச்சமாகவும் இருந்தாலும் கோயிலும் ஊரும் பக்கத்தில் இருப்பது கொஞ்சம் நம்பிக்கையைத் தந்தது. மனதில் விம்மிக்கிடந்த அந்த ரகசியத்தை அவர்கள் வருவதற்குள் கேட்டுவிட உள்ளுக்குள் உந்தியது.

அப்போது, குமுரியில் கபடி ஆடியவர்கள் பேசிக்கொண்டது பற்றி அவனிடம் திக்கித்திணறிக் கேட்டேன். கொஞ்சம் சத்தமாகக் கள்ளச்சிரிப்புச் சிரிச்சிட்டு, “ம்ம்ம் ஊவெரிக்கும் வந்துட்ச்சா. இதுக்குத்தான் நான் எவன்கூடவும் சேர்ரதோ பேசரதோ இல்ல” என்றவன் எதேதோ சொல்லி மழுப்பினான். நான் விடாமல், அப்போதே சொல்லச்சொல்லி நானாக வலிந்து எங்கள் ஊர் குண்டாலம்மன் மீது சத்தியங்கள் செய்தேன்.

“அத இப்பிடிலாம் சொல்லிட முடியாது. காட்டுக் கன்னிங்ககிட்ட குறிகேட்டு, சில மந்தரங்களெல்லாம் செஞ்ச பிறகு, மஞ்சா ஓணானையும், கறை இல்லாத கறுப்புக் கவுதாரியவும் காவுகுடுத்து, கன்னிங்க வாக்கு குடுத்தாதான் சொல்ல முடியும்., அதுவும் பவுர்ணமியில வெள்ளிக்கெழமயில” என்றான். இப்போது அதைக் கேட்டதற்காகவே ரொம்போ பயந்தேன். அப்போதிலிருந்து லவ்சா எனக்கு மட்டும் தொடையை மறைத்து உட்கார்ந்து எழுவதாக எனக்குள் தோன்றியது.

அதற்குப் பிறகு லவ்சாவை நான் தனியாகச் சந்திக்கத் தொடங்கினேன். மற்றவர்கள் இருக்கையில் பொதுவாகப் பேசும்

லவ்சா, என்னுடனான தனிமையில் அந்தப் பூசை குறித்தும் காவுகொடுப்பது குறித்தும் புதிதுபுதிதாகச் சொல்லிவந்தான்.

ஒருநாள் மஞ்சள் ஓணான் கிடைத்துவிட்டதாகவும், பிடித்து கெபிக்குள் அடைத்துவைத்திருப்பதாகவும், அது போடும் கூச்சலில் கெபியே அதிர்வதாகவும் சொன்னான். "சுக்கக் கறை இல்லாத கறுப்புக் கவுதாரி மட்டும் மாட்டிட்ச்சினா போதும். காவுகுட்த்துட்லாம். அங்க வெளக்கு ஏத்துற மல மேல, கயாலோடன் தூக்கு போட்டுக்குன மரத்தடியில வல அடிச்சிட்டு வந்துகீறன். மாட்டிடும்."

தனியாக அந்த விவரங்களைக் கேட்டதும் நடுக்கம் எடுத்தது. அவர்கள் இருவருக்கும் சொல்லிச் சேர்த்துக்கொள்ள நினைக்கையில், "டைம் கிட்ட வந்துட்சி. உனுமேல்ட்டு இந்த விஷியத்த யாருக்கும் சொல்லக் கூடாது. நான் எல்லாத்தியும் வர வாரத்துல முடிச்சிட்றன். வர வெசாழன் ரவு முடிஞ்சி, வெள்ளிக்கெழம இருட்டோட கெபிக்கு வந்துடு. தனியா வா. கையில கத்தி எதும் எட்த்துனு வராத." இப்படி அவன் சொன்னபோது ஏதோ பொறியில் சிக்கிக்கொண்ட மாதிரி திகிலால் நெஞ்சு அடைத்துக்கொண்டது.

அந்த வெள்ளிக்கிழமை இருட்டோடு எழுந்து நடந்தேன். இருள் விலகவே இல்லை. முழுநிலா பளீரென்று காய்ந்தது. வழிநெடுக அவ்வளவு தொலைவை நடந்த உணர்வே இல்லை. காலில் முள் பட்ட வலியும் சாணியை மிதித்த ஈரமும் தெரியவில்லை. குகைக்கு வெளியிலிருந்து, "லவ்சா... லவ்சா..." என்று குரல்கொடுத்தேன். பதிலில்லை. காலைநேரக் காடு பகலின் காட்டைப் போலில்லை. சப்தங்களால் நிரம்பிவழிந்தது. காற்றில் கலக்கும் புதிய மணங்களும் சத்தமிடுவதாகத் தோன்றியது. ஒரு பாறையைப் பிடித்துக்கொண்டு கண்களை இறுக்கி மூடியபடி சத்தமாகக் கூப்பிட்டேன். கொஞ்சநேரக் கூச்சலுக்குப் பிறகு பின்னாலிருந்து, "ம்.. கத்தாத மொள்ளமா ஏறி சோத்துக்கை பக்கமா தெரியிற வழியா உள்ள வா" என்று சொன்னபடி, அவன் வேறு வழியில் உள்ளே போனான்.

நான் ஏறிஇறங்கிப் போவதற்குள் வெளவால் எச்சத்தைத் தள்ளிவிட்டு பீடம் போன்ற உயரமான இடத்தில் உட்கார்ந்திருந்தான். நெற்றியில் இளுப்பியிருந்த குங்குமத்திலிருந்து எனக்குக் கொஞ்சம் இட்டுவிட்டு... "கீழ நல்ல முதுகு சாஞ்சி ஒக்காந்துக்கோ. கண்ணுங்ளக் கெட்டியா மூடிக்கோ. நான்

சொல்லாமக் கண்ணுங்ளத் தெறக்கக் கூடாது. எது கேட்டாலும் பதிலோ உம்மோ சொல்லக் கூடாது. மீறிட்ட அப்பாறம் என்னிய எப்புவுமே பாக்க முடியாது…” அவன் சொல்லத் தொடங்கினான்.

“கள்ளிக் காக்காரெக்க ரெண்டும் செவப்பா அப்பிடியே சொம்மோணாட்டம் இருக்கும். வயிறு தல வாலு எல்லாமே கறுப்பா கருங்குருவிய உடோ கொஞ்சம் பெருசா வேலி ஓரத்துங்கள்ள, அறப்பு அர்த்த கவுனிங்கல்ல, யாரும் கவனிக்காதப்போ தீனிய எடுத்துக்கினு பறக்கும். கண்ணுங்க சும்மா செவுப்புச் சூரப்பழமாட்டம் தெரியும்.

ஒரே ஒரு தடவ இதே காட்லதான் நான் கள்ளிக்காக்கா கண்ணப் பாத்தேன். என் கெடா ஒண்ணு தாரவாந்துட்ச்சி, எம் மந்தையில மொத கெடா அது. சுருள்சுருளாக் கௌாய்ங்ளாட்டம் கொம்பு. இப்பி வெச்சி வாரிஉட்ட மார்சி ஒடம்பெல்லாம் முடி. மாட்டுச் சாங்காணுங்ளே அத்தியப் பாத்தா பீஸிக்கினு ஓடும். ஊர்ல கொலச்சினு வந்த ரெண்டு நாய்ங்களக் குத்திக்தூக்கி ஒரு மைல் தூர்த்துக்கு வீசாட்டிடுச்சி. அதுலந்து நாயிங்ளும் பட்டியாண்ட வராது. அத்தியத் தேடிக்கினு ராவுல வந்தன்.

ஒரு சுக்கயும் வானத்துல இல்ல. ஒரே கும்ம்ம்மிருட்டு. சின்னப் பந்தத்த கைல புட்ச்சிக்கினு வாயில பீடிய ஊதிக்கினு ஒருத்தனாவே காடேறி வரேன். பந்த வெள்ச்சத்துல என் நெகலு எங்கூட வருது தொணைக்கி. அது போதுமிண்ட்டு கெபிகெபியா தேடினுபோறேன். நெருப்பப் பாத்துட்டு வெளவாலுங்கோ கும்புகும்பா பறந்து வெளியில வந்து என்னிய மோச்சிக்கினு கத்துதுங்கோ. காடே முழ்ச்சிக்கினமார்ஸி எங்கெங்கிந்தோ கூசுலுங்கொ கௌம்பிடுச்சி.

பந்தத்த பக்கவாட்டுல புடிச்சிகினு ஒரு கெபிக்குள்ள தலைய நீட்டுனா வெளிச்சத்த மர்ச்சினு என் நெகலுதான் முந்திக்கினுபோவுது. உள்ளந்து குப்ப்ப்புனு பச்ச பீய்ங்கோ நாத்தம். கெடாப்புளுக்க நாத்தந்தானோட்டு என் நெகலுக்கு நெருப்பு வக்கிறமார்ஸி பந்தத்த உள்ள நீட்னாதுதான், அத்தினி சுர்க்கா எதுர்ப்பக்கப் பொதர நரநரனு மொர்ச்சிக்கினு ஒரு ஜோடிக் கரடிங்கோ கத்தினு ஓடுதுங்கோ. ஒருபக்கம் ரேசிங்கோ கொலைக்குது, மூலமூலைக்கும் நரிங்கோ ஓஓஓஓஓனு ஊள உடுதுங்கோ. எனுக்கா திக்திக்ன்னு கொல அட்ச்சிக்குது.

பயித்துல இல்ல, எங்கெடாவ நென்ச்சி. ராவு எவ்ளோ நேரம்ன்னே தெர்ல. கெட்டுங்கள்ள ஏறிஎறங்கி அப்பிடியும்இப்பிடியும் இடுக்குப் பாறைங்க, கழுங்குக் குழிங்க, சீக்கப் பொதருங்கன்னு ஒரு எடந் தவறாம அலையுறன். பூரகிக் கணவா மோட்டுக்கு மேல மங்கி எரியிற பந்தத்தப் புட்ச்சிக்கினு ஒத்த குருவியாட்டும் நடக்குறேன். மெத்தமாடி கொளுந்து வாசன அப்பிடி அடிக்குது காத்துல.

தூரத்து மர்த்துங்கள்ளந்து என் ஆட்டுக் கெடா கத்துற மார்சே மூலைமூலைக்கும் கூசுலுங்கோ கேட்டதும் ஒடம்பு ஜில்லுனு சாக்கடிச்சி ஒதர்ச்சி. நின்னு சுத்திலும் பாக்குறன், பாத்தா அங்கங்க மரங்கோ சும்மா பேயாட்டம் ஆடுதுங்கோ. பந்தம் வெளிச்சம் இவ்ளோ பெரிய காட்ல் பிஸாத்து திவ்ளா தொலவுக்கு மேல தெர்ல. கிட்டத் தெரிஞ்ச மர்த்தப் பாத்து நடந்தா நடக்கநடக்க அது எங்கியோ தூரப் போயிக்கினே கீது. என்னவானாலும் செர்தான் என் கெடாவக் கண்டுபுடிக்காம ஊடு திரும்புறதுல்லனு மன்சுல நென்ச்சிகினு பந்தத்த முன்னாலப் புட்ச்சினு பொதர்பொதரா தேட்றன். நெருப்பப் பாத்து அங்கங்க கூப, பூர்வடி, கவுதாரி எல்லாம் பறக்குதுங்கோ. எனுக்கு மன்சு மர்மரான்னு ஆய்ட்ச்சி.

காடெல்லா தேட்னாலும் எனுக்கு ரெண்டு மூணு எடத்துல எங் கெடா காலு மாட்டிகினு நின்னுபோயிருக்குமோனு சந்தேகம். அதுல ஒரு எடம் ஏழு புட்டிப் பாற. மூணாங் கணவாய்க்கி மேல ஒரு பனமரம் இக்குமே அதுக்கு மேக்காலதான் அந்தப் பாற. அதுக்கு மேல ஏறிநின்னு பாத்தா பனமர உச்சியே கீழத் தெரியும். அவ்ளோ ஒசரம். முன்ன காலத்துல திருடனுங்க தங்குன கெபி அது. காட்டச் சுத்திக் கெடக்குற ஊருங்கள்ள நெல்லறுப்பு காலத்துல களத்துங்கள்ளந்தே நெல்லுமூட்டைங்களத் தூக்கினுவந்து ஏழு புட்டி நெல்லுக்கு மேல அந்த கெபிக்குள்ள கொட்டி வச்சிந்தானுக்களாம், அதாலதான் அதுக்கு ஏழு புட்டிப் பாறன்னு பேருவந்துச்சாம். நானு உடும்பு ஒணான் கணக்கா அது மேல பரபரன்னு ஏறி உச்சிக்கிப் போயிடுவேன் எப்பயும். அந்தப் பாறக்கிக் கீழ பத்து மாரு தொலவுல போறப்போ பந்தம் அமிஞ்சி கொள்ளிக்கட்டயா வெளுத்துப்போச்சி.

பாறைய நெருங்குனதும் அதோட நெகலால இருட்டு உன்னும் திக்கா ஆயிடுச்சி. அப்போதான் ஒரச்சிச்சி ராவெல்லாம் இவ்ளோ பெரிய காட்டச் சுத்திக்கினுவந்தது கண்ணால இல்ல, இந்தக் கொள்ளிக்கட்டயாலன்னு. அவ்ளோ இருட்டு. மன்சு

கொஞ்சம் குதிர்ன்னு வந்துச்சி. எனுக்கு என்னுமோ என் கெடா இங்க எங்கியனாதான் இக்கும்ன்னு கெவனமா இந்துச்சி. குர்ர்ர்ர்ர்ர்ர்ன்னு கத்துற பொதருக்குள்ள ஒக்காந்துனு குர்க்மர்க்னு இருட்ட ஏதோ மெல்ற மார்சியே கேக்குது. கிட்டப் போகப்போக வேருங்கள்ளந்தும் கொள்ந்துங்கள்ளந்தும் புதுப்புது வாசனை, என் தெகிறியத்த மிறி நெஞ்சி திக்திக்ன்னு அடிக்குது. அதுங்க எல்லாமே மலப்பாம்புங்ளுக்குப் புட்ச்ச வாசனங்கோ. அதுக்கு மேல முடியாதுன்னு இடுப்புல கட்டிந்த புது லிங்கிய உருவி நீளநீளமாக் கிள்ச்சி மடமடன்னு பந்தக் கொள்ளில நல்லா பிர்ர்ரா சுத்தி நெருப்பக் கொளுத்துனன். புட்ச்சிக்கிச்சி. ஒடனே கொள்ளியத் தலகீழப் புடிச்சேன். தகதகனு எரியுது.

சுள்ளி நொறுங்குன பக்கமா பந்தத்த நீட்னன். பக்ன்னு ஒடம்பு வேத்துப்புட்ச்சி. அப்போதான் அது அனாவாசமா தலயத்திருப்பி என்னியப் பாத்துச்சி. ஒரே செகென்ட்தான், நான் அதோட கண்ணப் பாத்தன், அது வாயில இருந்த எரையோட அது என்னியப் பாத்துடுச்சி. குர்க்க்க்னு என்னுமோ சொல்லிட்டு, மூஞ்சி மேல மோதற மார்சி பறந்துடுச்சி. ஒரு வெறி வந்தாப்பிடி ஆயிட்ச்சி. அப்டியே மின்னலாட்டும் பரபரபரன்னு பக்கத்துலந்த பாற உச்சிக்கு ஏறி அது பறக்குறத பாத்தன். அய்யோ என்னா மார்சி அழகா பறந்துச்சி தெரிமா? அப்பிடியே அது ரெக்கைங்கோ மினுங்கிக் காடெல்லாம் டால் அடிச்சிச்சி.

அது சாதா கள்ளிக்காக்கா இல்ல, ராஜாளி கள்ளிக்காக்கா. ரொம்போ ஒஸ்தி. அது யாரு கண்ணுக்குமே ஆப்டாது. நானு அந்த எடத்துக்கு அதும் அந்த நேரத்துக்கு வருவேன்னு அதுவும் நெனக்கல. நானும் நெனக்கல அது அங்க இருக்கும்ன்னு. அப்படியே தங்க நெலா ரெக்க விரிச்சி பறக்குற மார்சி காட்டையே ஒரு வட்டம் அடிச்சி அந்த ஒத்தப் பனைக்கி மேல வந்துச்சி பாரு... எப்ப்ப்பா பன ஓலைக்கு நடுவுலந்து மூணு குஞ்சிகோ வாயத் தொர்ந்துனு எக்கிஎக்கிக் கீச்கீச்சினு கத்துதுங்கோ. மூணு கொள்ளிக்கட்ட மொன காத்துல மூளுற மார்ஸே வாயித் தொர்க்குதுங்கோ.

அந்த ராவெல்லாம் நானு தூங்கவே இல்ல. அங்கியே அந்த ஏழு புட்டிப் பாற மேலயே ஒக்காந்து அந்தப் பனமர உச்சியவே பாத்துக்குனு இந்துட்டன். என்னியப் பாத்துட்ட அந்த ராஜாளி கள்ளிக்காக்காயும் எங்கியும் போவாம நெருப்ப நெலா அடகாக்குற

மார்சி ரெக்கய விரிச்சி முழிச்சிக் கெடந்துச்சி. அதால வானத்துக்கு வெளிச்சம் பரவினுந்துச்சி.

அதுகப்புறம் மறுநா காத்தால ஊருக்கு நானு போயி தலமுடி தொண்ணைக்கி வெங்கலக் கம்பிக்காக எங்கெங்கோ அலஞ்சி சுதார்ச்சினு மத்யானதுக்கெல்லாம் காட்டுக்கு வந்துட்டன். பொழ்து மந்தமா பட்த்துபட்த்து எழ்ந்துனுந்துச்சி. ஏழு புட்டிப் பாற மேல ஒள்ஞ்சினிந்த நானு நேரம் பாத்து சர்ர்ர்ர்ர்னு எறங்கி ஓடி சரசரனு அந்தப் பனமர்த்துல ஏர்னன். நடுமரத்துக்கு மேல போனதும் ஒத்த நாடி மரம் காத்துல இப்பிடியும் அப்பிடியும் ஆடுது, உச்சில எதோ பேய் புட்சி ஆட்ற மார்சி அப்பிடியே வளையுது. மேல ஏறவும் முடியில, கீழ எறங்கவும் முடியில. அந்தரத்துல தொங்குறன். ஒடம்பு அப்டியே நடுங்குது. மழயாட்டம் என் ஒடம்புலந்து ஊத்துற வேர்வ மரத்துல வழியுது.

மொள்ளோ கீழ பாத்தன். கிடுகிடுனு பொதப் பள்ளம் வெறும் இருட்டா தெரியிது. தரயே கண்ல தம்பட்ல. அத்தோட நானு காலினு கண்லந்து தண்ணி ஊத்துது. அப்போ என்னா ஆச்சோ பல்ல கட்சினு கண்ன மூடிக்கினு கெட்டியா மரத்த புட்ச்சிகினு ஏறி கொனிக்கிப்போயிட்டன். மூணு குஞ்சிங்ளும் வாயத் தொர்ந்து கத்துச்சிங்கோ. ரெண்டு மட்டைங்ள அக்குள்ள சேத்து கையச் சுத்திகினு, அந்த வெங்கலக் கம்பியால மூணு குஞ்சிங்க காலுங்களவும் கூண்டுக்கும் மரத்துக்கும் சேத்து வல பின்னுன கணக்கா நல்ல சுத்திட்டன். எப்பிடிக் கீழ வந்தன்னே தெரியில. அவ்ளோதான், திரும்பிப்பாக்காம ஊருக்கு வந்துட்டேன்.

சொல்லி வச்ச மார்சி ஒவ்வொரு நாளா எண்ணிக்கினுந்தன். டாண்ணு ஏழாம் நாளு பயிந்துபயிந்து நடுங்கினே பனமரத்து அடிக்குப் போனன். நான் கட்ன கம்பி துண்டுதுண்டா எறஞ்சிக் கெடந்துச்சி. பயம் உண்ணும் ஜாஸ்தி ஆயிட்ச்சி. அங்கிர்ந்து ஓடி ஏழு புட்டிப் பாறையில ஏறிப் பாத்தேன். நென்ச மாறியே ராஜாளி கள்ளிக்காக்காவும் இல்ல, அதோட குஞ்சிங்ளும் அங்க இல்ல. கூண்டு மட்டும் இந்துச்சி. நல்லா எக்கி உத்துஉத்துப் பாத்தன், அர அடி நீளத்துல கருநாகக் குட்டியாட்டம் ஏதோ கறுப்பு வெளிச்சம் தெரிஞ்ச்சி. அவ்ளோதான் நான்...

தன் குஞ்சிங்ளக் காப்பாத்துறதுக்குனு கடல் மலையவெல்லாம் தாண்டிப் போயி பர்வத மலையில கீற எல்லா வேருங்ளவும் மூந்துமூந்து பாத்து அந்த சஞ்சீவிக் குச்சியக் கண்டுபுட்ச்சி,

கொத்திக்கினு வந்து கூண்டுக்கு வர்றதுக்குள்ள பறந்துபறந்து ஆட்டங்கண்டுப்பூடும் மொத்த ரெக்கைங்ளும். அந்தச் சஞ்சீவி வேரக் குஞ்சிங்களக் கட்டிந்த வெங்கலக் கம்பி மேல வெச்சிதும், அந்தக் கம்பி பஞ்சால்பஞ்சாலா முறிஞ்சதும் குஞ்சிங்ளக் காப்பாத்திக்கினு எங்க போச்சோ அந்த ராஜாளி கள்ளிக்காக்கா. பத்து நாளா காடெல்லாம் அதோட உதிர்ந்த ரெக்கைங்க காத்துல தும்பிங்களாட்டம் பறந்துனு கெடந்துச்சி. நா மரத்து மேல ஏறி அதக் கையில எட்த்ததுதான் தெரியும். அப்பிடியே பறக்குறன். அப்போ நான் நெனச்ச எடம் என் கொக. அங்க வந்ததும் அந்தச் சஞ்சீவி வேர என் பீசக் கால் தொடைக்கு நேரா புட்ச்சன், என் தொட ரெண்டா பொளந்துச்சி. அத உள்ள போட்டு தொடய மூனுதரம் தடவுனன். அவ்ளோதான்.

நான் நெனக்கிறதெல்லாம் நடந்துச்சி. ஆனா யார் கண்ணுக்கும் தெரியாது. அப்படித்தான் நம்ம ஊர்ல எந்தப் பொண்ணு ஒணுமின்னாலும் நானு...”

சிலைபோல அசையாமல் ஊங்கொட்டாமல் அவனையே பார்த்துக்கிடந்தேன்.

கூடைக்குள் இருக்கும் பாம்பை முட்டை குடிக்கவைப்பதாகச் சொல்லும் மோடிவித்தைக்காரனை மொய்த்துக்கிடக்கும் மக்கள் மந்தையைப் போல நாங்கள் வவ்சாவின் சொற்களில் கிளர்ச்சியுற்று சொக்கிக்கிடந்தோம்.

வேறு எந்த நெனப்பும் இல்லை. வீட்டை நினைத்தாலே உடலுக்குள் கொமட்டலும் மனசுக்குள் சொல்லத் தெரியாத கலக்கமுமாக இருந்தன.

பாப்பி லாரி டிரைவராகி, அப்புறம் சொந்த ஊர் பஸ் ஓட்டி, பிறகு ஒரு பொண்ணைக் காதலித்துக் கல்யாணமும் முடித்துக் குடும்பமாகிவிட்டான். மொகிலியும் கூலி வேலைபார்த்து, பிறகு கேபிள் டிவி டிஷ் கனெக்சன் ஆபரேட்டராகி ஊரிலேயே இருக்கிறான். நான் மட்டும்தான் பெயின்ட்டர் வேலைக்கு பெங்களூர் வந்து மேஸ்திரியாக வேலைபார்த்துக்கொண்டு இருக்கிறேன். பொண்ணும் இங்கேயேதான்.

கொரோனா எல்லோரையும் சொந்த ஊருக்குக் கொண்டுவந்து சேர்த்துவிட்டது. இருபத்தியேழு வருஷத்துக்குப் பிறகு நீண்ட காலம் ஊரில் இருப்பது இந்த ஊரடங்கில்தான். பிள்ளைகளைக்

கூட்டிக்கொண்டு காட்டுக்கு அடிக்கடி போய்விட்டுவந்தேன். நிறைய நினைவுகள் குறுக்கும்நெடுக்குமாய்.

லவ்சா அப்போதே மிலிட்டரியில் சேர்ந்துவிட்டான். பல வருஷ சேவைக்குப் பிறகு ஊருக்கு வந்திருப்பதாகச் சொன்னார்கள். அவனைப் பார்த்துப் பேச விருப்பமாகத்தான் இருந்தது.

முந்தாநாள் சாய்ந்தரம் ஊர்க் கோயில் வாசலில் கொடிமரம் நட்டு கெங்கப் பண்டிகைக்கு சாட்டுவைத்தார்கள். பம்பையும் உடுக்கையும் காற்றை உதறவைத்தன. காட்டுக் கோயிலில் ஒற்றைப் பந்தத்தின் ஒத்தாசையில் ராவெல்லாம் பறை அடித்துக் காப்பு கட்டுகள் நடந்தன. மறுநாளிலிருந்து ஊர்க் கோயில் கூரையிலேயும், காட்டுக் கோயில் மரத்திலேயும் இரண்டிரண்டு கொழா கட்டி ஒரே பாட்டாகக் கெடந்தது. ஊர்க் குமரிகளெல்லாம் கோயில் வாசலில் சாணி தெளித்துக் கோலம்போடக் கூடியிருந்தார்கள். அன்றிலிருந்து கோயில் திருவிழா முடியும்வரை தினமும் பெண்கள் அங்கே கூடும் காட்சி நடந்தது.

காட்டுக் கோயிலில் அடிக்கும் பறைகளின் முழக்கம் ஒலிப்பெருக்கி வழியாக உடலைச் சுண்டியிழுத்தது. அங்கு போகலாம் எனக் கிளம்பி வெளியே வந்தேன். அப்போது வீடுவீடாக லட்டு கொடுத்துக்கொண்டுவந்த லவ்சா, லட்டு நிறைந்த தாம்புலத் தட்டோடு எங்கள் வீட்டுக்குள் வந்தான். பல வண்ண நைலான் லுங்கி, கையில் தங்கநிற வாட்ச், ஒரு விரல் பாக்கி இல்லாமல் எல்லா விரல்களிலும் மோதிரங்கள் நிரம்பி வழிய, டை அடித்த முறுக்கிய மீசையில் அசல் ராணுவ வீர மிடுக்கில் இருந்தான். என்னைப் பார்த்ததும், "ஏம்பா... சவுக்கியமா?" என்றபடி மலர்ந்துசிரித்தான். கறையேறிய பற்களில் பழைய லவ்சாவாகத் தெரிந்தான். அவன் தட்டை நீட்ட நான் ஒரு லட்டை எடுத்துக்கொண்டேன். "எம்மக எஸ்எஸ்எல்சி பாஸாயிட்டாப்பா, ஃபஸ்ட்டு மார்க்..." இந்தப் பாழாய்ப்போன கொரோனா 1985-இல் வராமல்போனதற்காய் கொரோனாவைத் திட்டத் தொடங்கியது மனம்.

"லவ்சா மகள் எஸ்எஸ்எல்சி கொரோனா பாஸ்."

– 'ஆவநாழி', மே, 2022.

●●●

மழைகள் தீய்த்த இளமை

செழித்த புல்வெளியிலும் ஓடைக்கரையிலும் மாடு மேய்ப்பவர்களுக்கு மாற்று ஆட்களாய் நாங்கள், தாத்தாவுக்குப் பதிலாக நான். அவளது அண்ணனுக்குப் பதிலாய் அவள். ஓடைக்கரையில் நெடுநேரம் கிடந்து ரசிப்பதற்கு அப்போது நிறைய உண்டு. ஈர மணலில் மொய்த்திருக்கும் நிறம்நிறமான பட்டாம்பூச்சிகள், மழைக்கு வெளியைக் கண்காணிக்கும் தும்பிகளின் படை, மரத்துக்கு ஒரு கூட்டமாய்க் கிளி, தவிட்டுக்குருவி, சிட்டுக்குருவி, தேன்சிட்டு, மைனா, கருங்குருவி, மரங்கொத்தி, பீக்ளா, கள்ளிக்காக்கா, அண்டங்காக்கா இப்படி நிறைய! மாற்று ஆட்களாய்ப் போவதால் எப்போதும் மாலையில்தான் எங்களுக்கு வேலை. மாலைதான் எல்லாப் பறவைகளையும் அதனதன் பரவசத்தோடு பார்க்கத் தோதான பொழுது.

புதர்களில் ஓராசிவரும் மாடுகள் மீது நாய் மிளகாய்ச் செடியில் இருக்கும் பச்சையும் மஞ்சளும் கலந்த பொன்வண்டுகள் ஒட்டிக்கொண்டிருக்கும். மாடுகளின் வாலில் காஞ்சரக்கான் காய்கள் சிக்கிட அதை உதிர்க்க முடியாமல் வாலடித்து நகரும் குளத்துக்கு. பருந்தைக் கண்டதும் தாய்க்கோழியின் சிறகில் அடைக்கலம் புகும் குஞ்சுகளைப் போல் கரையில் எதையோ முறைத்திருக்கும் தவளைகளெல்லாம் மாடுகளின் வேகமான குளம்படி கேட்டதும், மாடுகள் தம்மைத் தின்னவருவதாய் எண்ணி நீருக்குள் குதித்து நீந்தி ஓடுகையில் தோன்றும் நீர் வளையங்கள் ஒன்றையொன்று உரசிக்கொள்வதற்கு முன்பே குளத்தில் மாடுகள் மூழ்கிச் சலனத்தை ஏற்படுத்திவிடும்.

மின்னலும் இடியும் சடசடக்கும். வயல்களில் இருந்தவர்களெல்லாம் ஊர் நோக்கி ஓட்டம் பிடிக்க, நாங்கள் மட்டும் மாட்டை

மரப்பியபடி கரையில் இருக்கும் வேலமரத்தின் கீழ் இருந்தோம். மழை எங்களைத் தெப்பலாய் நனைத்திருக்க எல்லா மாடுகளும் தொழுவம் நோக்கி ஓடிவிட்டன. செவலை மட்டும் இன்னும் மகிழ்ச்சியாய்க் குளத்தைச் சுற்றி நீந்திவந்தது. எல்லா மாடுகளையும் வெளியேற்றுவதுபோல அதையும் கல் வீசி வெளியேற்ற முடியாது. 'சினைவயிறு' மீது பட்டுவிட்டால்... அதுவுமில்லாமல் அது அவளுடைய செல்லம் வேறு.

நீண்ட போராட்டத்துக்கும் கெஞ்சுதலுக்கும் பிறகு கரையேறியது செவலை. மறுநாள் காலை நான் வரும் முன்னே வந்தவள் கோவைத்தழையைக் கசக்கி அந்த மாட்டின் மீது என் பெயரை எழுதியிருந்தாள். புடுகி சொப்பு விளையாடும் பருவத்தைக் கடந்திருந்தோம் அப்போது. என்னவென்றே தெரியவில்லை. இனம்புரியாத ஈர்ப்பு இருவருக்குள்ளும். நாதேறு இலையில், ஆமணக்குச் செடியின் உடலில், அரசனிலையில் மாற்றிமாற்றிப் பெயர் எழுதிவைத்தோம். அந்த உறவுக்குப் பெயர் எதுவும் இல்லை.

அவள் கையின் கண்ணாடி வளையல்களைக் கழற்றி ஒருவர் கையில் ஒருவர் ஆசைகளைக் கேட்டு மூன்று முறை உடைத்துச் சில்லுகளை எண்ணுவோம். அவள் கையில் உதிர்ந்த என் மீதான ஆசைச்சில்லுகளே எப்போதும் அதிகமிருக்கும். கன்னு போட்ட மாடுகளுக்குப் புல் அறுக்கவும் கரும்புத் தோட்டங்களில் மோஸ் உடைக்கவும் போவோம். வெறும் சந்திப்பு, சிரிப்பு, நெடுந்தூரம் போய் உருவங்கள் மறையும்வரை பார்த்துக்கொள்ளும் படபடப்பு இப்படிக் கழிந்தன சில நாட்கள்.

கொட்டாற்றுத் திருவிழாவில் பொரிகடலை வாங்கிக் கொருக்கிருட்டில் மறைந்து மாற்றிமாற்றி ஊட்டிக்கொண்டோம். பொங்கலில் படைத்த முதல் மாவிளக்கு எனக்காய் அரசமரப் பொந்தில் எறும்புகள் மொய்க்க ஒளித்துவைக்கப்பட்டிருக்கும்.

பறவைகள் உதிர்த்த சிறகுகள், புத்தகங்களில் பதியம் போடப்பட்ட இலைகள், பூக்கள், தளிர்கள் எல்லாவற்றையும் ஒட்டி அதன் நடுவில் எங்களிருவர் பெயரையும் எழுதி ஒரு கடிதம் அனுப்பியிருந்தாள், பட்டணத்து விடுதிக்கு.

கண் போன போக்கில் கால் நடந்து, பட்டணத்துப் பரபரப்புச் சுகங்களையெல்லாம் முகர்ந்துதிரிந்த எனக்குள் அந்தக் கடிதம்

ஒரு அசைவை ஏற்படுத்தியது. வளரும்வரை தெருவில் விளையாட அனுமதித்த வீட்டார், வளர்ந்த பிறகு அவளை மட்டும் அனுப்பவில்லை. நெருஞ்சில் வெடித்துச் சிதறிய நிலமாய், பருக்களால் முகம் மாறி முதிர்ச்சி தட்டத் தொடங்கியது. ஓர் இளம் மாலைப் பொழுதில் ஆற்றில் படுத்திருக்கையில் அவள் வந்தாள். அழுதாள். எதுவும் பேசவில்லை. தேம்பித்தேம்பி அழுதாள். திக்கித்திக்கி நடந்துபோய் மறைந்தாள் ஊருக்குள்.

இயற்கையாகவே அவளுக்கு ரசிப்புத்தன்மை அதிகம். பெருமழையில் புனல் கப்பி ஓடி ஓய்ந்த ஆற்று மணலிலிருந்து கற்களைத் தேர்ந்தெடுத்துவைப்பாள். ஒவ்வொரு கல்லும் ஒவ்வொரு விதத்தில் அழகாய்த் தோன்றும். நினைவுகள் எங்களுள் படர்ந்து பாசிபிடிக்கத் தொடங்கின. அந்த நினைவில் நனைந்துவருவதால் அழகாய்ப் பேசத் தொடங்கியது என் நாவு. அழகாய் எழுதத் தொடங்கினாள் அவள்.

மேற்படிப்புக்கென தூரம் வந்த பின்னால் கடிதம் எழுதுவாள். அதில் காட்டுப்பூக்கள் மணக்கும். சில கடிதங்களில் அவள் கூந்தல் மணம் வீசும். மல்லிகையும் மங்கப்பட்டையில் கசக்கிய கூந்தலும் சேர்கையில் வரும் வாசனை எளிதில் எல்லோருக்கும் வாய்த்திருக்காது.

மஞ்சள் ஒட்டியிருக்கும் கடிதத்துக்கு மருதாணி வைத்துச் சிவக்கச்சிவக்க அழகாக்கி அதில் செய்திகளைத் தெரிவிப்பாள். எனக்கு எங்கள் உறவுக்கு ஒரு பெயர் கிடைத்தது. காதல்! ஆனால், அவளுக்கு அப்படி எந்தப் பெயரும் தட்டுப்படவில்லை.

நாங்கள் சேர்ந்து நனைய மழை வேண்டும். நான் விடுமுறைக்குப் போகும் அநேக நாட்களில் மழை வந்ததே இல்லை. வந்தாலும் நனைவதற்குக் காரணங்கள் இல்லை. அவளுக்கு ஒரு நம்பிக்கை, சூரிய ஒளி ஒரே நேரத்துக்கு ஒரு நாட்டின் மீது வீசுவதைப் போல்தான் மழையும் என்று, ஊரில் மழை வரும்போதெல்லாம் அதில் நனைந்து 'நீயும் அங்கு நனைந்திருப்பாய் என நம்புகிறேன்' என்று எழுதுவாள். இங்கு வெயில் பட்டை காய்ச்சிக்கொண்டிருக்கும்.

'எங்கள் வீட்டில் பூனை மூன்று குட்டிகள் போட்டது. அதில் ஒரு குட்டிக்கு 'சின்னா' என்று பெயர்வைத்துள்ளேன் (அவள் என்னைக் கூப்பிடும் செல்லப்பெயர்). மாட்டில் பால் கறந்ததும் முதல்

உரிமை அதற்குத்தான்' என்று எழுதுவாள். அப்படிஇப்படியே பக்கத்து ஊர்ப் பள்ளியில் பன்னிரண்டாவது முடித்துவிட்டாள்.

கொஞ்சம்கொஞ்சமாய் ஊர் மாறியது. இதற்கு வளர்ச்சி என்று பெயர் சொன்னார்கள். வாசல்களால் இருந்த தொழுவங்கள் அனாதைகளாயின. வளர்க்க என்று சொல்லி மந்தைமந்தையாய் அறுப்புக்கு ஓட்டிக்கொண்டும் போனார்கள் பாய்கள். வாசல்கள் வெறுமையாக்கப்பட்டன. ஊருக்கு மின்சாரம் வந்தது. மெதுமெதுவாய் டிவி வந்தது. சாணி தெளித்த வாசல்கள், சுடச்சுடச் சாணங்கள் உதிர்ந்த மந்தைவெளி எல்லாம் சிமெண்ட் தரைகள் ஆயின. வாசல்களை அடைத்து மாடிவீடுகள் வந்தன.

ஆறும் காடும்தான் கொஞ்சம் அப்படியே இருந்தன. சுதந்திரமாய் ரசிக்க ஓடிஆடி விளையாடக் காரணமாய் இருந்த மாடுகளுக்குப் பின்னால் மலவெளிக்குப் போக ஒதுங்குகையில்தான் கொஞ்சம் சுதந்திரம். அவள் காத்திருந்தாள் எனக்காக, நான் வேண்டும் என்று. ஆற்றில் பட்டாம்பூச்சிகளில் ஒன்றுக்கு 'சின்னா' என்று பெயராம். தோப்பில் அணில் ஒன்றுக்கும் அதே பெயராம். இப்படி எண்ணற்றவற்றுக்கு என் பெயர். எங்கள் வீட்டு முருங்கைமரத்தில் ஒரு தேன்சிட்டுக்கு நான் அவள் பெயரை வைத்திருந்தேன்.

அணுஅணுவாய் நுணுகி உருகி என் மீது ஆசை வளர்த்திருந்தாள். அந்த ஆசைக்கு 'காதல்' என்று பெயர்வைக்க அவள் சம்மதிக்கவில்லை. திருவிழாவுக்காக ஒரு வாரம் பாட்டி ஊருக்குப் போய்வந்தாலும் நிறைய முகங்கள் மனதுள் வந்து கறையாய்ப் படிந்து நீளும். சில நாட்கள், சில வாரங்கள், சில மாதங்கள் ஏதோ ஒரு இச்சையை உண்டாக்கிவிடும். என் உயர்வு குறித்துக் கனவுகண்டபடி இருந்தாள் வெகுதூரத்தில். வானொலி, தொலைக்காட்சி எதில் என் குரல் கேட்டாலும் ஆற்று வெள்ளத்தைத் தீண்டி விளையாடும் மீன்வால் குருவியாய்ப் பூரித்துப்போவாளாம். எப்போதும் என் முன்னால் மகிழ்ச்சியாகவே இருப்பாள்.

ஒரு சந்திப்பில் முதன்முதலாய் என் மார்பில் சாய்ந்து தேம்பினாள். வீட்டில் திருமணத்துக்கு நிர்பந்திப்பதாய்ப் பக்கத்துவீட்டு பரி சொன்னாள். இன்னொரு சந்திப்பில் தோளில் சாய்ந்து மௌனமாய்க் கண்ணீர்விட்டாள். அவளின் தங்கைக்குத் திருமணமாகியிருந்தது. இதையும் பரிதான் சொன்னாள். ஒரு அவசரச் சந்திப்பில் மூர்க்கமாய் அணைத்துத் தழுவி வெடுக்கென

அவசரமாய் விடுவித்துக்கொண்டு அழுதபடியே நிமிராமல் இருந்தாள். உடலெல்லாம் நடுங்கியது.

மெல்லிய காற்றில் அவளின் கதறல். அவளே அவளை ஆங்காங்கே பற்றிக் கடிப்பதைப் போல் கிள்ளிக்கொண்டாள். காரணம் தெரியவில்லை. உணர்த்த முயலும் காரணத்தை பரியும் சொல்ல முடியாமல் தவித்தாள். “வயசாகுதில்ல, அவ தங்கச்சி வேற பிரசவத்துக்கு வந்திருக்கிறா” என்றாள்.

என்னை நிர்பந்திக்கவும் முடியாமல் தன் நிலையைச் சமாளிக்கவும் முடியாமல் தடுமாறும்போதெல்லாம், ‘வகிடுக்குக் கீழ் வலதுபுற இறக்கத்தில் ஒரு முடி பூக்கத் தொடங்கியிருக்கிறது’, ‘என் தங்கை மீண்டும் கருவுற்றிருக்கிறாள்’, ‘அண்ணனுக்குப் பெண் தேடுகிறார்கள்...’ இப்படிச் சில வரிகளுள் அவள் உள்ளக்கிடக்கையை எழுதுவாள். அவ்வளவே! தன்னை அடக்கித் தகிக்கும் உணர்வை உலர்த்தவும் மோகத்தைக் கொளுத்தவும் அவள் மனசில் என் உயர்வு குறித்த கனவு இருந்தது.

வேறு சிலருக்கும் இந்த அனுபவங்கள் வாய்த்திருக்கலாம். ஆனால், எங்களூரில் எங்களுக்கு அறிமுகமானவர்களில் யாருக்கும் நேரவில்லை. ஆகையால், எங்கள் உலகத்தில் நாங்கள் மட்டும்தான் சொர்க்கத்தில் இடியைப் பழுதுபார்க்கப் பணிக்கப்பட்டவர்கள். இல்லை, அவள் மட்டுமேதான்.

ஓராண்டில் அறுபது எழுபது கடிதங்கள், மூன்று நான்கு சந்திப்புகள். ஓராண்டில் சில கடிதங்கள், சந்திப்புகள் எதுவுமில்லை. மூன்று நான்கு முறை தொலைவில் இருந்தபடியே பார்வையால் ஏக்கப் பெருமூச்சின் பரிமாற்றங்கள். இவ்வளவுதான் ஒவ்வொரு ஆண்டிலும் திரும்பிப்பார்க்கையில் தெரியும்.

ஊரின் அலறல் அறிந்து எனக்குப் பெண் பார்க்க எண்ணியவர்கள், அவளை மறுதலிக்கச்சொன்ன காரணங்கள் இவைதான். எனக்கு இணையாகப் படிக்காதவளாம். ஒரு பெண் இப்படிக் காத்திருப்பது ‘லஜ்ஜை’யான செயல். இதற்கிடையில் ஒரு வேலைக்காக அவள் தோழி அவளைப் பட்டணத்துக்கு அழைத்ததும் துணிகளை முடிந்துகொண்டு வந்துவிட்டிருந்தாள். முதல் ரயில் பயணம், முதல் பட்டணப் பிரவேசம், முதல் கடல் காட்சி அனுபவம் எதுவுமே அவளுக்கு மகிழ்ச்சி இல்லை. மனம் ரத்தத்தில் கலந்து உடல் முழுக்க சிலுசிலுத்திருந்தது. தெரியாத ஊரில் என்ன எண்ணி

வந்தாளோ? ஆறே நாட்களில் ஊர் திரும்பிவிட்டிருந்தாள். போனது எனக்கும் தெரியாது. மூன்றாம் நாள் ஒரு கடிதம் எழுதியிருந்தாள்.

24.04.2003

சோக்கு சின்னா,

நெடுநாள் காத்திருந்து கடவுளிடம் அழுது விரதம் இருந்து வாய்த்தது. நீ இருக்கும் பட்டணத்தில் ஒரு வேலை.

தூரத்திலிருந்து எப்போதாவது தீபாவளி, பொங்கல் என வரும் இரவில் முழுநிலா வந்தால் வாய்க்கும் நம் சந்திப்பு.

எதைப் பார்க்கையில், எதைத் தீண்டுகையில், எந்த வார்த்தை கேட்கையில், எந்த மணத்தை முகர்கையில் எனத் தெரியாது. உன் நெருக்கம் ஒட்டிக்கொள்ளப் படுக்கையில் புரண்டு, கால் சுருட்டிக் கவிழ்ந்து, முனகி, உதடு கடித்து, முட்டை குடித்த வீட்டில் அடைகாக்கும் வெப்பம் அடைத்து முனகி வெறுமையின் மேல் அமர்ந்திருக்கும் கோழியின் அவஸ்தை.

சிறகெடுத்து மூக்கு குத்த கொஞ்சம்கொஞ்சமாய்த் தெளியும் வழியில்லாமல் நீ என எடுத்தணைக்க ஏதுமின்றிக் கிடந்திருக்கிறேன். நீயென வாய்த்தவற்றிலெல்லாம் நனைந்து மூழ்கிப் புரண்டு மென்று விழுங்கியிருக்கிறேன்.

சந்திக்கையில் எனக்குப் போலவே உனக்கும் நேர்ந்ததை நீ சொல்ல வேதனையும் மகிழ்ச்சியுமாய் உன் மார்பில் புதைந்து கடித்தழுதிருக்கிறேன்.

உன் படிப்புக்காகக் காத்திருந்து கழிந்த நீண்ட நாட்களின் ஆறுதலாக நீ இருக்கும் ஊர் வந்தேன். வரும்வரை இருவரும் பட்டணத்தில் இருக்கப்போகிறோம், தினமும் சந்திக்கப்போகிறோம். உன் அருகில் நான் இருக்கப்போகிறேன் எனும் கனவு இருந்தது. வந்த பிறகுதான் தெரிந்தது பட்டணம் நம்மூரைப் போன்றதில்லை. பட்டணத்தின் ஏதோ ஒரு மூலையில் நீயும், மற்றொரு மூலையில் நானும் திசை காட்ட முடியாத குழப்ப வரைபடத்தில் இருக்க வேண்டிய விதி.

ஒரு மருத்துவமனை வரவேற்பறையில் வேலை. வேலை பழக்கிக்கொள்ளவெனக் காலை 8 மணியிலிருந்து இரவு 10

மணிவரை என்று சொன்னபோது, நீ இருக்கும்பட்சத்தில் நரகவதையாக இருந்தாலும் ஏற்றுக்கொள்ளச் சம்மதிக்கும் மனநிலையில் தலையசைத்து ஒப்புக்கொண்டேன். (பழக்கப்பட்டதுதான் இத்தனைக் காலமும்.)

கண்மூடித் திறப்பதற்குள் ஒரு மாதம் ஓடிவிடும் என்ற எண்ணத்தில் நகர்ந்த முதல் நாளே மழை பெய்திருக்கிறது. உள்ளே தெரியவில்லை. வெளியிலிருந்து தொப்பலாய் வரும் குடைகளும் மழை உறைகளும் தெரிவித்தன.

சின்னா, உனக்குத் தெரியுந்தானே? ஊரில் எப்பேற்பட்ட மழையாக இருந்தாலும் தாழ்வாரத்தில் நின்று கூரையிலிருந்து ஒழுகுவதில் இரண்டு கைகளையும் நனைத்து உன் கைகளோடு கோத்துக்கொள்ளும் உணர்வில் தொடங்கிப் படிப்படியாக உன்னுள் புதைவதுபோல மழையுள் நனைந்து ஆடிக்கொண்டிருப்பேனே... அது இங்கு நடக்கவில்லை.

குறைந்தபட்சம் மழையைப் பார்க்கவோ தூரலின் ஓசையைக் கேட்கவோ முடியவில்லை. முழுநிலவிரவில் நிலா பார்க்க முடியவில்லை. இரவின் நிறம் முகர முடியவில்லை.

கண்களை இறுக்கி மூடி அண்ணாந்துநின்று மழைத்துளிகளால் கண்களின் குழிகள் நிரம்பியிருக்க, எப்போதோ நீ முத்தமிட்ட உன் இதழ்களைச் சுமந்திருக்கும் நினைவில் அசையாமல் ஊர்ந்துவந்து திண்ணையின் மேல் படுத்திருந்த சுகம், போன மழைவரை வாய்த்தது ஊரில்.

நீ நம் மண்ணை விட்டு எங்கேயோ இருந்தாலும் நீ ஆசையோடு எப்போதோ பிடித்துத்தந்த சிவப்புப் பட்டாம்பூச்சியைப் பார்க்கையில் என்னை மறந்து குனிந்து பேசிக்கொண்டிருக்கிறேன், அதனிடம் உன்னைக் குறித்து.

நீ பழம் உலுக்கிய மரங்களின் முடிச்சுகளில் உன் நடுங்கும் கால்களைக் கண்டபடி நெடுநேரமாய் நிழலில் ஒதுங்கியிருப்பேன். மடியில் சேமித்த கூழாங்கற்களால் நீ தீண்டிய இடங்களை உரசிப்பார்ப்பேன் என்னுள்.

நாம் எப்போதும் சந்திக்கும் ராமசீத்தா மரத்தடியில் ஏக்கமாய்ப் போகும் இரவில் மின்மினிகள் கண்சிமிட்டி எதையோ சொல்ல வெட்கத்தோடு திரும்பிவருவேன். இவை ஒவ்வொன்றிலும் நீ

தரும் சுகத்தின் சாயலாகிலும் கிடைக்கப்பெற்று அடுத்துவரும் பண்டிகையில் உன்னை அணைத்துக்கொள்ள இடம் தேடியபடி கடந்துவிட்டது பதினான்கு ஆண்டுகள்.

சின்னா, பட்டணம் வருகையில் உனக்கெனக் கொண்டுவந்த சிறு நெல்லியோடு கறுத்துச் சுருங்கியது, ஆசைகள் நிறைந்த என் மனசும்.

உன்னைப் பார்க்க முடியாததற்காக இல்லை. நீயான மழையை, பட்டாம்பூச்சியை, மின்மினியை, மரத்தை, முழுநிலவை, இரவை, உன் நினைவோடு புரண்டுகளைக்கும் தனிமையை என எதுவுமே இல்லாத பட்டணத்தில் உனக்கும் எனக்குமான இடைவெளி குறைவு என்றாலும் உன் நினைவுச் சுவடற்ற இந்த வாழ்க்கை எனக்குப் பிடிக்கவில்லை.

கலகலத்துச் சிரிக்க முடிகிறது. என் கவலை எல்லாமே அழ முடியவில்லையே என்பதுதான். உன் நெருக்கம் தந்த இன்பங்களைவிட உன் பிரிவு தந்த அழுகையும் எப்போதாவதான சந்திப்பு தரும் அழுகையும் எனக்குள் நிரம்பும்.

நான் ஊருக்கே போய்விடுகிறேன் சின்னா.

சூழ்நிலைகளைக் காரணம் சொல்லி நீ தள்ளிப்போடத் தள்ளிப்போட என் முகத்தில் சுருக்கங்கள் பூக்கத் தொடங்கிவிட்டன. விறகைப் போல் உடல் உலர்ந்து எல்லாமே தணிந்துகொண்டிருக்கிறது. நாம் இணைந்திருப்போம், விரைவில் மணந்துகொள்வாய் என எண்ணிவந்த கடைசி முயற்சியும் இப்படி முடிந்துபோனதை நினைத்து என்ன செய்ய?

என் திருமணத்தை எதிர்நோக்கி வயது முதிர்ந்தபடி என் அண்ணன், முடிவுறாத உன் குடும்பச் சூழ்நிலைகளையே காரணம்காட்டி மெத்தனமாயிருக்கும் நீ என முரணாய்ச் சுழலும் வாழ்வில் சேராமலே போய்க் காலமெல்லாம் தவிக்கும் நினைவுகளோடு கடந்துபோகலாமோ என்று தோன்றுகிறது.

இனி எந்த நம்பிக்கையைக் கொண்டு என் வீட்டோடு போராட? மீண்டும் வரும் திருவிழாவில் யாரோடும் சேராதிருந்தால் சந்திப்போம்.

- உன் அம்மு.

இலைகளும் கிளைகளும் தெரியாதபடி தீக்கொன்றை மரத்தைப் போர்த்திப் பூத்திருப்பதுபோல, சித்திரை பிறக்கும் முன்னே வெயிலின் விளைச்சல் பீசி இருந்த எங்கள் ஊரில் அதிசயமாய் நேற்று மழை பெய்ததாம். தொலைபேசியில் அம்மா சொன்னார்கள்.

அவள் நனைந்திருப்பாள். காயும் துணிகளை எடுக்கவோ, ஈரமாகிவிடாமல் விறகின் சுமை அள்ளித் திண்ணையில் போடவோ, எருமைக்கன்றை அவிழ்த்துக்கட்டவோ என ஏதோ ஒரு காரணம்காட்டி அந்த நனைதல், மரத்துப்போன நினைவை உயிர்ப்பித்திருக்கலாம். உயிர்த்திருந்த நினைவை இடியாய்த் தாக்கிக் கருகவும் செய்திருக்கலாம்.

பெருமூச்சுகளின் வெப்பத்தில் கழிந்துபோயின 16 கோடை, 16 குளிர், 16 மழை, 16 ஆண்டு இளமை.

- 'புதிய பார்வை', ஆகஸ்ட், 2007.

●●●